तरंग

विविध आठवणी व अनुभवांवर आधारित वैशिष्ट्यपूर्ण कथा

कल्याणीरमण बेन्नुरवार

मेहता पब्लिशिंग हाऊस

Please contact us at **Mehta Publishing House,** Pune 411030.
✆ +91 020-24476924 / 24460313 / Mob. No. 9545000513
Email : production@mehtapublishinghouse.com
Website : www.mehtapublishinghouse.com

- *या पुस्तकातील लेखकाची मते, घटना, वर्णने ही त्या लेखकाची असून त्याच्याशी प्रकाशक सहमत असतीलच असे नाही.*

TARANG by **KALYANIRAMAN BENNURWAR**

तरंग : कल्याणीरमण बेन्नुरवार / कथासंग्रह

Email : author@mehtapublishinghouse.com

प्रकाशक : सुनील अनिल मेहता, मेहता पब्लिशिंग हाऊस,
१९४१, सदाशिव पेठ, माडीवाले कॉलनी, पुणे – ४११०३०.

मुद्रक : पार्कसन्स ग्राफिक्स

मुखपृष्ठ : चंद्रमोहन कुलकर्णी

प्रथमावृत्ती : नोव्हेंबर, २०१८

किंमत : ₹ २५०

P Book ISBN 9789353171513
E Book ISBN 9789353171520
E Books available on : amazonkindle Apple Books Google Play Books

---

माझ्यासाठी आणि संपूर्ण कुटुंबासाठी सर्वस्व वाहून देणाऱ्या,
त्यासाठी प्रकृतीचीसुद्धा तमा न बाळगणाऱ्या
आणि बेन्नुरवार कुटुंबात दुधात साखर विरघळावी
तशी विरघळून गेलेल्या माझ्या उत्तम अर्धांगीस,
सौ. कल्याणीस सप्रेम अर्पण

– कल्याणीरमण

काही सांगावेसे वाटते

भोवताली बरेच काही घडत असते. प्रसंगोपात अनेक आंबट, तिखट, कडू-गोड अनुभव येत असतात. कुणी-कुणी व्यक्ती भेटत असतात. काही आपल्यासारख्याच, काही विक्षिप्त, काही असामान्य, थोर, उत्तुंग, काही सामान्यांपेक्षा सामान्य; पण मनाला चटका लावून गेलेल्या. त्याबद्दल कुणालातरी काही सांगावेसे वाटत असते; पण कधी भीड पडते, संकोच वाटतो; तर कधी गैरसमज होईल की काय अशी आशंका मनात दाटून येते. मग होते असे की, सांगायचे राहूनच जाते. मनात साचत राहते. कधी डाचत राहते. कधी खुपत राहते, कधी दुखत राहते; पण मानवी मन एखाद्या घड्यासारखेच नाही का? मर्यादेपेक्षा जास्त भरले की, आपसूक ओसंडून वाहते. इच्छा असून सांगायचे टाळलेले अचानक अनवधानाने, अकल्पितपणे, अगदी ध्यानीमनी नसताना बोलले जाते. बेसावधपणे बाहेर येते; त्यामुळे मग कधी गंमत होते, कधी तारांबळ उडते, कधी आपली तर कधी इतर कोणाची फजिती होते, तर कधी अनवस्था उभी ठाकते. कधी कौतुकसुद्धा होते; पण त्यामुळे बावचळून आपण अधिकच कोशात जातो. या अनुभवांतून मीसुद्धा अनेकदा गेलो आहे.

आठवणींना, भोवताली घडणाऱ्या प्रसंगांना, सोबत वावरणाऱ्या किंवा अचानक भेटून गेलेल्या व्यक्तिरेखांना, चित्रकार ज्याप्रमाणे अनेक रंगांच्या मिश्रणातून रंगछटा निर्माण करतो अगदी त्याचप्रमाणे सरमिसळ केली, त्याला काल्पनिकतेची फोडणी दिली की, कथा साकार होते; त्यामुळे जे सांगायचे असते ते सोपे होऊन जाते. सांगणे रंजक होते. साचलेल्या आठवणींचा योग्य रिसाव होतो. मन मोकळे होते. स्वच्छ होते. ही गंमत समजली आणि प्रसंगा-प्रसंगांनी अनेक कथांची निर्मिती झाली.

कुणाकुणाला यामुळेच या कथांमध्ये कुठेकुठे अनुभवांचे साधर्म्य आढळेल, कुणाचे प्रतिबिंब असल्याचा भास होईल; पण तो निव्वळ निखळ योगायोग! कारण

सूत्र तेवढे वास्तव, बाकी सारा कल्पनाविलास. अनेक ठिगळे कल्पकतेने एकत्र जोडून तयार झालेले एखादे छानसे दुपटे असावे तशाच या कथा.

वास्तव कल्पनेपेक्षा जास्त प्रत्ययकारी असते. आयुष्यातल्या काही घटना मनःपटलावर कोरल्या जातात, अमीट असतात. त्यात जबरदस्त नाट्य असते. कधी दाहक तर कधी शीतल. त्यांना कथारूप देताना आठवणींना ताण देण्यापलीकडे आणि संबंधितांना विचारून खातरजमा करून घेण्याव्यतिरिक्त मला काहीच कष्ट करावे लागले नाहीत. या घटना आणि प्रसंग आणि त्यातील व्यक्तिरेखा माझ्या वैयक्तिक जीवनाचाच भाग असल्याने त्यांच्याशी निगडित माझ्या परिवारातील व्यक्तींची नावे बदलण्याचे सायाससुद्धा मी घेतले नाहीत. कुणाला वाटलेच तर तो माझ्या आत्मचरित्राचा अंश समजावा. भविष्यात अशा अनेक कथा आकारास येतील; कुणी सांगावे?

मेहता पब्लिशिंग हाऊसने माझी 'अग्निदिव्य' ही महत्त्वाकांक्षी ऐतिहासिक राजकीय कादंबरी मोठ्या आस्थेने प्रकाशित केली. तिचे यशस्वी वितरण केले. महाराष्ट्राच्या कानाकोपऱ्यांतून भरभरून प्रतिक्रिया आल्या. सहज संभाषणातून श्री. मेहतांना जेव्हा माझ्या दिवाळी अंकांमधून प्रसिद्ध झालेल्या या कथांविषयी समजले, तेव्हा त्यांनी दिलेल्या प्रोत्साहनातूनच 'तरंग' हा कथासंग्रह आकाराला आला. त्यांच्याच प्रयत्नांतून आता तो वाचकांच्या हातात येत आहे. पुढचे सारे माय-बाप वाचकांच्या हाती.

लेखनसीमा.

– कल्याणीरमण बेन्नुरवार

अनुक्रमणिका

श्रमही निमाले

आयुष्यभर परिस्थितीशी आणि
अखेर मृत्यूशी दिलेल्या झुंजीची कहाणी

गेल्या काही दिवसांपासून मी ऑफिसातून बाहेर जाणे जवळपास बंदच करून टाकले होते. लक्ष सतत फोनच्या घंटीकडेच लागलेले असे. मंगळवारी दुपारी बेबीचा फोन आला, ''आईची प्रकृती नाजूक झाली आहे, संध्याकाळी घरी जाण्यापूर्वी भेटून जा.'' असे काहीतरी आज ना उद्या ऐकू येणार होतेच. वाटत होते, आपण त्यासाठी मनाची तयारी केली आहे; पण प्रत्यक्ष ते ऐकल्यानंतर काळजात चर्र झाले. उताराला लागलेली गाडी घसरत जावी, त्याप्रमाणे पुढच्या घटना वेगाने घडत गेल्या आणि...

गुरुवार-शुक्रवारच्या मध्यरात्री, दोन वाजून पाच मिनिटांनी सर्व संपले. शांत झाले. ज्याच्यापुढे मोठमोठे वीर, अतिरथी, महारथी, सिद्धयोगी सर्व हरले, त्या सर्वशक्तिमान काळापुढे शेवटी आईसुद्धा हरली. प्रदीर्घ झुंज देऊन आणि अनेक वेळा त्याला हुलकावण्या देऊन सरतेशेवटी हरली. काही वेळापूर्वी माझ्या हातून दूध पिणारी, पाणी पिणारी आई, माझी आई राहिली नव्हती. या दुःखमय जगातून ती निघून गेली होती. मागे राहिले होते तिचे निश्चेष्ट कलेवर, शव. काही मिनिटांपूर्वी जराजर्जर का होईना; पण एक व्यक्तिमत्त्व असलेली आई, आता झाली होती– 'डेड बॉडी'.

उत्तररात्री दिवाकररावांच्या सोबत आईच्या शवाजवळ उभ्याउभ्या त्यांच्याशी बोलत होतो; पण मनात कल्लोळ चालू होता. उभे राहणे शक्य होत नव्हते. अस्वस्थ मन सैरभैर होत होते. कुठेतरी तोंड लपवून खूप रडावेसे वाटत होते; पण शेवटी विवेक जागा होता. आतापर्यंत झालेले वाचनाचे संस्कार कामी आले. मनाने शरीराला खडसावून बजावले, ''तुला उभे राहिलेच पाहिजे, तेसुद्धा खंबीरपणे.'' शरीराने आज्ञा प्रमाण मानली; पण दुसऱ्याला ब्रह्मज्ञान शिकवणारे मन? ते आपले

कोरडे पाषाण. ते खुशाल आक्रंदत होते, कल्लोळत होते, तडफडत होते. भूतकाळात बुड्या मारत होते. आता त्याच्याकडे लक्ष देण्याची वेळ नव्हती. पुढचे सगळे आवरायचे होते. 'गतिवती वायो देहापाये भार्याबिभ्यती तस्मिन्काये.' आईच्या पार्थिव देहाला सद्‌गती द्यायची होती. त्या व्यवस्थेला लागायचे होते. शरीर त्याला नेमून दिलेले काम करत होते; पण मनात आठवणी दाटतच होत्या.

गर्भश्रीमंत, वतनदारी, जमीनदारी असलेले गणपतराव देशमुख. वडिलार्जित वतनाबरोबरच स्वतः सरकारी उच्च अधिकारी. विसाव्या शतकाच्या सुरुवातीच्या दशकांमध्येसुद्धा चारआकडी पगार कमावणारे. लक्ष्मी घरी पाणी भरत होती. सद्‌गुणी, कर्तृत्ववान अक्काबाईसारखी द्वितीय पत्नी. उदार आणि मनमोकळ्या स्वभावामुळे मित्रांबरोबरच रयतेचेसुद्धा लाभलेले उदंड प्रेम. देशमुखांच्या भांगेतील ही तुळसच! अशा संपन्न घरात सुशील माता-पितरांच्या पोटी १९२३ मध्ये आषाढी एकादशीला आईचा जन्म झाला.

काही माणसे जन्मतात तेच खडतर नशीब घेऊन. गणपतराव देशमुखांची सहावी मुलगी आणि सातवे अपत्य म्हणून जन्मलेल्या माझ्या आईच्या उपेक्षेला तिथूनच सुरुवात झाली. सुंदर रूप, लालबुंद गोरा रंग आणि सुदृढ प्रकृती असूनसुद्धा उपेक्षाच! सर्वांत सुंदर अपत्य असूनसुद्धा दुर्लक्ष झाले. आतापर्यंत सर्व मुला-मुलींची नावे साक्षेपाने, चोखंदळपणे ठेवली गेली होती; पण या बाळाचे चांगले नाव ठेवावे असेसुद्धा कोणाला वाटले नाही. तिचे नाव ठेवले 'ठकी'. त्या काळी परकऱ्या पोरींना खेळायला बिना हातापायाच्या लाकडी ठोकळ्यात कोरलेल्या 'ठक्या' सर्वत्र दिसत, मिळत असत. गरज असेतो तिला लाडवायचे, सजवायचे, खेळवायचे आणि गरज संपली, खेळ संपला की, अडगळीत फेकून द्यायचे हेच तिचे नशीब. ज्याने कोणी आईचे नाव ठकी ठेवले, त्याला तिचे दुर्भाग्य दिसले होते की नियतीच त्याच्या तोंडून वदली होती देव जाणे! आयुष्यभर लोकांनी तिला गरज होती तोवर चढवले, वाणवले आणि गरज संपताच ओळख दाखवण्याचेसुद्धा सौजन्य नसणारे अनेक निघाले.

वयाच्या चौथ्या वर्षी पितृछत्र हरपले. अफाट इस्टेटीवर टपलेले, हपापलेले बिलंदर भाईबंद, चित्रविचित्र रूढींनी पछाडलेला समाज. अत्यंत आडबाजूचे गाव. प्रेमळ आणि निष्ठावान असली तरी अडाणी रयत. अशा दुर्दैवाच्या फेऱ्यात सापडलेली तरुण विधवा अक्काबाई. पोटी आठ अपत्ये. आईच्या आयुष्याच्या दशावतारांची सुरुवात अशीच ऐन लहान वयात सुरू झाली. कधी हिंगणघाट, तर कधी नागपूर, कधी रायपूर, तर कधी बाणा अशी फरफट सुरू झाली. दत्तू मुलगा म्हणून त्याच्या शिक्षणाची सोय बर्वे मावशीकडे करण्यात आली; पण पोरींच्या शिक्षणाची काळजी करण्याची गरजच कोणाला वाटली नाही. हौस, हुशारी, बुद्धी मग ती मुलींची

असली तर त्याची आणि पोतेऱ्याची किंमत एकच. आज इथे, उद्या तिथे करत कसेबसे चार इयत्तांचे शिक्षण पदरात पडले.

शालेय शिक्षणाची आबाळ झाली असली तरी बुद्धी कुशाग्र, सूक्ष्म निरीक्षणशक्ती आणि स्मरणशक्ती तीव्र, त्यामुळे पोथ्या-पुराणांबरोबरच कथा-कादंबऱ्यांचे वाचन भरपूर आणि पाठांतर दांडगे; त्यामुळे मन प्रगल्भ झालेले. चित्तवृत्ती सदा प्रसन्न. तसेच अत्यंत प्रतिकूल परिस्थितीतसुद्धा स्वतः आनंदी राहून सोबतचे सर्व हसत-खेळत ठेवण्याचे कौशल्य तिच्यात होते.

पदरात पडले ते गोड मानून समाधानी राहणाऱ्या आणि कष्टातसुद्धा आनंदाचे कण वेचून आपण आनंदी राहून भोवतालच्यांना आनंद देणाऱ्या ठकीचे बालपण संपले. तारुण्याची चाहूल लागली. भोवताली तिच्या लग्नाची चर्चा सुरू झाली. तारुण्यसुलभ गोड स्वप्ने निश्चितच फुलवली गेली असतील. मनात भावी जोडीदाराचे चित्र रेखाटले असेल. बाबाजी अंधारे! व्यवहारकुशल म्हणून ख्याती!! गणपतरावांचे घनिष्ठ मित्र आणि अक्काबाईंचे मामा. तेव्हा मुली उजवण्याचा भार त्यांच्यावर. किंबहुना तो त्यांचा मान. त्यांचा शब्द अखेरचा. मोठ्या बहिणींचे उदाहरण डोळ्यांसमोर असल्याने ठकीने धीर करून सांगितले, "शेती-भाती, वतनवाडा नसला तरी चालेल; पण मुलगा शिकलेला आणि चांगला नोकरदार असावा."

स्थळ आले. दूर तिकडे चंद्रपूरकडचे, बेन्नुरवारांकडील. पूर्वीचे वतनदार; पण नशिबाच्या उफराट्या फेऱ्यात सारे काही गमावलेले; पण मोठा मुलगा श्रीनिवास, चांगला ग्रॅज्युएट. कायम सरकारी नोकरी असलेला. कवीसुद्धा आहे म्हणे! ठकीला वाटले, रंगवलेले स्वप्न खरे ठरले. १९४२ मध्ये चंद्रपूरला लग्न झाले. देशमुखांची कु. ठकी सौ. करुणादेवी होऊन बेन्नुरवारांच्या घरची लक्ष्मी झाली; परंतु बेन्नुरवारांच्या कुळीचे नशिबाचे उफराटे फेरे संपलेले नव्हते आणि ठकीची करुणा झाली, तरी परमेश्वरास तिची करुणा आली नव्हती; 'पण लक्षात कोण घेतो'. मागील पानावरून पुढे चालूच. नव्याची नवलाई नाही. गुणांची कदर नाही; पण स्वभाव असा की, कशाची तक्रार नाही. हसत हसवत दुःख झेलत पुढे चालायचे.

१९४२ मध्ये लग्न झाल्यापासून १९५६ मध्ये मुंबईस येईपर्यंत १३ वर्षात बाबांच्या १४ बदल्या झाल्या. ८ वेळा नोकऱ्या बदलल्या आणि ७ बिऱ्हाडे बदलली. २ अपत्ये गमावल्यावर आम्ही सात भावंडे राहिलो. आईचे शेवटचे बाळंतपण (संध्याचा जन्म) १९५८ मध्ये मुंबईतच झाले. तोपर्यंत सतत बिऱ्हाड मोडणे आणि मांडणे. सासूकडून उपेक्षा आणि मानसिक त्रास. कपटी दिराची कारस्थाने आणि छळवाद आणि बाबांचे सततचे आजारपण. अशा उन्हाळ्यात बाबांच्या कविता आणि त्यांच्या मित्रमंडळींच्या साहित्यिक चर्चा वाळ्याच्या ताटीवरून येणाऱ्या झुळकांप्रमाणे वाटत. मुंबईस येण्यापूर्वी निदान सरकारी अधिकाऱ्यास

स्वातंत्र्यपूर्व काळी व संधीकाळी मिळणारा मानमरातब व अन्य सोयी-सुविधातरी मिळत. या सोयी-सुविधा राज्य पुनर्रचनेच्या वेळी मुंबईस आल्यावर पूर्णपणे थांबल्या.

हीच आईच्या कसोटीची वेळ होती. वाढत्या वयाची सहा-सात कच्चीबच्ची. त्यातून एक वगळता सर्व मुलीच; त्यामुळे दुहेरी जबाबदारी. मुंबईस येताना मिळालेला ॲडव्हान्स सरकारने आडवा-उभा कापायला सुरुवात केली; त्यामुळे अत्यंत तुटपुंजा पगार हातात येई. नातेवाईक किंवा पाठीशी उभे राहणारे जवळचे कोणीच नाही. हितचिंतकांपेक्षा हितशत्रू भरपूर आणि कार्यरत. त्यांना काकांचा सक्रिय पाठिंबा आणि बाबा निष्क्रिय, उदासीन. बाबांबरोबरच माझे व सुलूचे जिवावरचे आजारपण येऊन गेले. या सर्व प्रतिकूल परिस्थितीत आई ठाम, खंबीरपणे उभी राहिली; सर्व ओझे खाद्यांवर घेऊन. 'मदर इंडिया'त नर्गिस खांद्यावर नांगर घेते; पण खोटा-खोटा. आईने बाबांसह आम्हा सर्वांना त्या परिस्थितीतून केवळ स्वतःच्या कर्तृत्वाच्या बळावर आणि धीरावर अक्षरशः ओढून काढले. त्याचा कुठेही डांगोरा नाही. 'मी केले, मी केले' म्हणून बोभाटा नाही. 'कर्मण्ये वाधिकारस्ते मा फलेषु कदाचन।' हे आईने जगून दाखवले. त्यातही गृहस्थधर्म पार पाडण्याचा उत्साह. दारातून कधी कोणी उपाशी, विन्मुख पाठविला नाही.

कॉटनग्रीनचा चार वर्षांचा काळ केवळ दुःखस्वप्न. केवळ कोणत्याही परिस्थितीत समाधानी, आनंदी राहणाऱ्या आईच्या आणि त्यामुळे आमच्यात उतरलेल्या गुणांमुळेच त्या दिवसांना अनेक रुपेरी कडा लाभल्या. त्या दिवसांत थोडाबहुत आधार झाला तो जीजी परमानंदचा. पोस्टमन आणि पोस्ट नावाच्या वस्तू आमच्या लेखी अस्तित्वातच नव्हत्या. पदरात पडलेले जमीनदारीचे हिस्से सांभाळत दोन्ही मामा बहिणींना कटाक्षाने दूर ठेवत. त्यांच्या गृहिणी सचिवसुद्धा असल्याने आणि दोघे बिचारे नातिचरामीच्या शपथेने बांधलेले असल्याने त्यांना भार्याः वाक्यम प्रमाणम्!

क्वचित कधी दत्तूमामाच्या मनी देव उभा राही. एखादे पत्र येई; पण ते पुढे बांद्र्याला आल्यावर; पण आबासाहेब मामा ज्या कामासाठी पूर्वजांनी विवाह संस्थेचा पाया घातला, त्या कार्यात एवढे निमग्न की, तपे लोटली तरी त्यांना बहिणींची आठवण झाली नाही. बारा वर्षांनंतर आई आम्हाला घेऊन माहेरी गेली आणि अपमान पावून परतली; पण तो कडू घोट घेऊन, गिळूनसुद्धा आईची भावांवरची माया पातळ झाली नाही. किंबहुना श्वास घेणे जितके स्वाभाविक असते, तितकेच तिचे माया करणे स्वाभाविक होते आणि लोकांचे ओढवून घेऊन करणे स्वाभाविक होते. शेवटी दोन्ही त्रासदायक झाले, हा भाग वेगळा.

बांद्र्याला आल्यानंतर सुरुवातीची काही वर्षे त्रासाची, कष्टाची आणि मनस्तापाची गेली, तरी हळूहळू; पण निश्चितपणे परिस्थिती पालटू लागली. आम्हीपण सगळे मोठे होत होतो. आईला हातभार लावू लागलो. या सर्वांचा परिणाम म्हणून

आम्हीसुद्धा दृढ मनाचे आणि आपत्काळी स्थिर उभे राहणारे झालो. या स्वभावाचे फायदे झाले, तसे अनेक तोटेही झाले. थोडी अपकीर्तीही झाली; पण त्यामुळेच आम्ही उभे राहिलो, पुढे जाऊ शकलो, हे निश्चित.

यथावकाश सर्व मुलींची लग्ने झाली. समजून घेणारे, समाधान देणारे जावई मिळाले. जयाचा अपवाद वगळता सर्व संसार सुरळीत, समाधानात चालू झाले. जयाने परिस्थितीवर मात करून, स्वतःच्या पायांवर उभे राहून स्वतःचे घर उभे केले. नातवंडांनी घर भरून जाऊ लागले. गोकुळासारख्या भरल्या घरात चिवचिवणारी नातवंडे आजी-आजी करत जेव्हा भोवती नाचत, तेव्हा आईला अतोनात समाधान लाभे. त्यांना गोष्टी सांगणे, गाणी शिकवणे यात साऱ्या कष्टांचा विसर पडे. दुधात साखर - मनाजोगती सून मिळाली. आईचीच परंपरा पुढे चालविणारी; त्यामुळे आईला फारच समाधान वाटे. श्रुतीचा जन्म झाला, समाधान दुप्पट झाले. हृषीकेशचा जन्म आनंदाचा परमोच्च क्षण ठरला. स्वतःचा नातू - दुधावरची साय. त्याचा लोभ काही आगळाच! त्याला खेळताना, बागडताना पाहून तिला कृतकृत्य झाल्यासारखे वाटत होते. रखरखीत उन्हात पायपीट करून, थकूनभागून आलेल्याला, थंडगार सावलीत झुळझुळत्या पाण्यात पाय सोडून बसल्यावर वाटावे, तसे समाधान तिला वाटत होते. जिवाला विश्रांती लाभली होती.

चाळणीतून वाळू सरकावी तसे सुखाचे दिवस भरभर निघून गेले. पाण्यात पाय सोडून शीतलाई अनुभवणाऱ्या माणसाला त्याच पाण्यातील मगरीने ग्रासावे, त्याप्रमाणे आईच्या मधुमेहाने आणि तदजन्य व्याधींनी उचल खाल्ली. आतापर्यंतचा जन्म परिस्थितीशी झगडत गेला, आता व्याधींबरोबर. १९९० साल उजाडले; पण आईसाठी ते ढगाळलेलेच होते. त्या वर्षीच्या सुरुवातीस जो दवाखाना मागे लागला, तो शेवटपर्यंत. राजावाडी हॉस्पिटलमध्ये परिस्थिती इतकी गंभीर झाली की, आई घरी परत जाऊ शकेल असे वाटत नव्हते. जे.जे.मध्ये नेतानाच इतकी गंभीर झाली होती की, हॉस्पिटलपर्यंत पोहोचू शकेल का, याचीच खात्री नव्हती; पण तिथून पोद्दारमध्ये काही महिने राहून ती घरी आली. तिच्या इच्छेप्रमाणे सत्यनारायण झाला. सर्व मुली, जावई, नातवंडे जमली. ती संध्याकाळ आनंदात गेली.

शनिवार, १९ जानेवारी १९९१ रोजी आईला मी स्वतःच्या हाताने उचलून प्रकाशरावांच्या गाडीत नेऊन बसविले. त्या निमित्ताने त्यांच्या गाडीत तिला बसायला मिळाले. आईलाच काय; पण घरातील सर्वांनाच वाटत होते की, रक्त देऊन झाले की चार-पाच दिवस, फार तर आठवड्यात आई घरी परत येईल; पण अतिस्नेह, पापशंकी. मन चिंती ते वैरी न चिंती. मनात कुठेतरी खटकलेच. आई आता परत येईल का? आणि त्या दिवशी आईने पोद्दार हॉस्पिटलमध्ये जाण्यासाठी जो घराचा उंबरठा ओलांडला, तो परत न येण्यासाठीच. न तु पुनरागमनाय.

२३ जानेवारीला राजेशचे रक्त दिले. दोन-तीन दिवस छान दिसली; पण म्हणावा तसा फरक पडेना. तिच्या इच्छेविरुद्ध तिची पाण्याची गादी २६ जानेवारीला तयार करून दिली. हळूहळू औषधांना दिला जाणारा प्रतिसाद कमी होत गेला. फेब्रुवारीचा मध्य आला. आईने भवितव्य जाणले; पण कायम प्रतिकूलतेला टक्कर देत असलेले शरीर सहजासहजी हार मानण्यास तयार नव्हते. परिणाम - प्रतिकूल परिणाम - माहीत असलेले विषम द्वंद्व सुरू झाले. होळी आली-गेली. दृष्टी गेल्यातच जमा होती, आता रसना निवृत्त झाली. खाण्या-पिण्यावरची वासना गेली. इंद्रियांवरील ताबा गेला. गेला जवळपास एक-दीड महिना आई केवळ बसून होती. तशाच अवस्थेत कधी झोप, तर कधी ग्लानी. मन शिणले होते. इच्छा उरली नव्हती; पण शरीर ऐकत नव्हते. प्रत्येक डॉक्टर-नर्सला दिवसातून कित्येक वेळा इंजेक्शन देऊन यातना संपवण्याविषयी सांगून झाले. कधी थट्टा करून, तर कधी समजावून, क्वचित कधी रागावून त्यांनी समजावावे; पण सोमवार, ४ मार्च. शरीराने हार मानून स्वतःला नियतीच्या स्वाधीन केले. सर्वभक्षी काळाने आपला जम बसवणे सुरू केले. इतक्या प्रदीर्घ लढाईत कदाचित तो पण धास्तावला होता. थकला होता. एकदम झेप घालण्याची त्याची छाती होत नव्हती. अशा परिस्थितीतही शेवटपर्यंत तिची स्मरणशक्ती तल्लख होती. विनोदबुद्धी शाबूत होती.

पण मंगळवारी ५ तारखेला बेबीचा फोन आला. आईची प्रकृती फारच बिघडली असल्याचे सकाळीच जाणवले होते. रात्री घरी जाऊन बेबीला भेटलो. बेबीने सांगितले, ‘‘आता ४८ तास; पण आई चिवट आहे. काही तास अजून जास्त.’’ बुधवारीच जिकडेतिकडे निरोप गेले.

गुरुवारची सकाळ उजाडली तीच मुळी अनामिक हुरहुर घेऊन. सकाळी दवाखान्यात गेलो. आई झोपली होती. आईला हलवले, जागे केले. नजर वेगळीच वाटली. स्पर्श फारच गार वाटला; अनैसर्गिक. बसते करून औषध पाजले. समोरच्या बेडवरील भाजलेल्या मुलीची मलमपट्टी चालू झाली, म्हणून नाइलाजाने ऑफिसला गेलो.

इकडे मी गेलो आणि आईची पिल्ले एक-एक गोळा होऊ लागली. दुपारी प्रकरण फारच गंभीर झाले. मला परत बोलावणे आले. तसाच निघालो. वाटेत सुजाताला सोबत घेतले. कसाबसा पोहोचलो. आईचा प्रत्येक श्वास कष्टाने जात-येत होता. घरघर लागली होती. आता काही क्षण फक्त; पण शुद्ध होती. मन पूर्ण जागृत होते. बाबांना घेऊन कल्याणी पोहोचली. स्पंजप्रमाणे भिजलेली मने प्रत्येकजण बळेच लोखंडाची असल्याचे दाखवत होता आणि डोळ्यांच्या कडासुद्धा ओल्या होऊ न देण्याची दक्षता घेत होता. शेवटी आम्ही मुले त्याच आईची. रात्री तिथून हलण्याची इच्छा कोणाचीच नव्हती; पण समजावून भुलवून एकेकाला घरी पाठवले,

प्रत्येकाला सकाळी लवकर यायला सांगून. मन म्हणत होते किती फसवशील? सर्वांत कठीण गेले सुजाताला घरी पाठवणे. तिची ती केवळ आजीच नव्हती, तर आई-वडील, मैत्रीण सर्वच होती.

रात्री साडेदहा-अकरा वाजता दिवाकरराव-बेबी आणि जयासुद्धा घरी गेले. मी आणि प्रकाशराव दोघेच उरलो. प्रकाशराव अत्यंत अस्वस्थ. त्यांना आईचा त्रास बघवेना. बराच वेळ आईजवळ बसलो. बारा-साडेबाराच्या दरम्यान भाजलेल्या मुलीच्या पुरुष नातेवाइकांस बाहेर काढले गेले. नर्सच्या आणि डॉक्टरांच्या सौजन्याचा गैरफायदा न घेण्याची आणि त्यांच्यावर बोल न येऊ देण्याची इच्छा असल्याने आम्ही बाहेर आलो.

एकच्या सुमारास आत आलो. आईला दूध घेणार का विचारले. आत्तापर्यंत 'नको नको'चा जप करणारी आई 'दे' म्हणाली. लगेच बेबीने आणून ठेवलेले गंगाजल चांगले आठ-दहा चमचे तोंडात घातले. पुरे म्हणाली. सावकाश सावकाश पाव पेला दूधही पोटात गेले. तेवढ्यानेच थकून गेली. आता नको म्हणून मला थांबवले, तोंड फिरवून घेतले. एकटक माझ्याकडे पाहत होती. झोप म्हणून सांगावे तर हुंकार देई. डोळ्यांवर हात ठेवून झोपवण्याचा प्रयत्न करावा तर पापण्या हलवून हात काढायला लावला. काही वेळाने बळेच बाहेर आलो.

प्रकाशरावांना आडवे होण्यास सांगितले. वाचत बसलो. चार-पाच पाने वाचली असतील. जरा लवंडलो. काही क्षणांतच अचानक छातीवर दडपण येऊ लागले, डोळ्यांसमोर काळोखी पसरू लागली. ३-४ मिनिटेच हा खेळ चालला असेल. कोणीतरी हाक मारून उठवावे आणि हाताला धरून बसवावे, तसा झटकन उठून बसलो. परत आत आलो. आईची घरघर थांबली होती. श्वास फारच जड चालू होता. मधूनच उचकी आल्यासारखे होई. चमचाभर पाणी देण्याचा आणि मात्रा चाटवण्याचा प्रयत्न केला. जीभ आडवी पडली होती. नजर अत्यंत प्रखरपणे माझ्यावर रोखलेली. जणू नजरेनेच मला पीत होती. हात हातात घेऊन बघितला. नाडीचे ठोके अव्यवस्थित वाटले. सिस्टरला हाक मारली. तिलाही धड समजेना. प्रकाशरावांचे सेकंद काट्याचे घड्याळ आणले. ठोके उत्तरोत्तर कमी जाणवू लागले. प्रकाशरावांना तसेच बेबी-दिवाकरराव यांना आणायला पाठवले आणि परत जवळ येऊन बसलो.

एखादी प्रचंड कळ उठावी तसा चेहरा पिळवटून निघाला. आजपर्यंत आईच्या डोळ्यांत कधी न दिसलेली भीतीची झाक चमकून गेली. हातपाय वाकडे-तिकडे पसरले. हाकेला उत्तर देईना. मान सरळ केली. छातीवरून हात फिरवत सिस्टरला डॉक्टरला बोलावण्यास सांगितले. तिने काही सांगण्यापूर्वीच आया धावून गेली. सिस्टरने फोरॅमिन इत्यादी तीन-चार इंजेक्शन्स ताबडतोब तयार करून ठेवली.

केवळ दोन-तीन मिनिटांमध्ये दोघी डॉक्टर्स धावून आल्या. तेवढ्या दरम्यान परत दोन-तीन कळा येऊन गेल्या. घशातून तीन-चार वेळा अत्यंत विचित्र आणि अशुभ आवाज आले. डॉक्टर्स येऊन पोहोचेपर्यंत कुशीवरची आई सरळ झाली. स्वतः होऊन तिने डोळे मिटून घेतले.

डॉ. वैद्यांनी नाडी हातात घेऊन पाहिली आणि डॉ. घारगळकर पटापट I.V. देऊ लागल्या. मागोमाग रजिस्ट्रार डॉ. यादव पोहोचले. काही क्षणांतच आईच्या घशातून पुन्हा एक अत्यंत भेसूर स्वर निघाला. डॉ. वैद्यांनी मान उचलून माझ्याकडे पाहिले, म्हणाल्या, ''सॉरी!'' डोळ्यांवर हात ठेवून आईचे डोळे त्यांनी पूर्ण मिटले आणि बाजूला झाल्या.

संपले. एक कष्टमय जीवन संपले. एक झुंजार व्यक्तिमत्त्व लोपले. एवढा कष्टमय विधीलेख का भाळी लिहिला म्हणून त्या विधात्याला विचारायला आई भरल्या कपाळाने निघून गेली. आता उरल्या फक्त स्मृती. काही कडू, काही गोड. कडू; पण हव्याहव्याशा वाटणाऱ्या आणि जखमा कधीही भरून न येणाऱ्या.

(१३ मार्च, १९९१)

◆

अश्रू

'हे मातृभूमी तुजसाठी...' प्रत्यक्ष जगलेल्या कुटुंबाचा एक विकल करणारा प्रसंग

हरिपंत चापेकर पुण्यातील नावाजलेले कीर्तनकार. व्युत्पन्न वेदान्ती विद्वान. पुण्यातील विद्वानांमध्ये नाणावलेले. बुद्धी जेवढी तीक्ष्ण, तेवढीच वाणी रसाळ. अगदी गहन विषयसुद्धा सर्वसामान्य श्रोत्याला खुलवून, रंगवून, रंजवून सांगण्याची विलक्षण हातोटी. सौम्य, प्रसन्न मुद्रा, गंभीर डोळे; पण विनोदी बोलणे; त्यामुळे त्यांना लांबलांबहून बोलावणी येत असत. वेदान्त केवळ त्यांच्या कीर्तनाचा विषय नव्हता. ते वेदान्त तत्त्वज्ञान प्रत्यक्ष जगत होते. कीर्तन त्यांच्या उदरनिर्वाहाचे साधन नव्हते, तो त्यांचा कर्मयोग होता. तीनही मुले त्यांना कीर्तनात साथ करत. अनिकेत, स्थिरमती, भक्तिमान ही हरिपंतांची विशेषणे नव्हती, वास्तव वर्णन होते.

कीर्तनात साथ करताकरताच वडिलांचे तत्त्वज्ञान मुलांनी रक्तात उतरवले. प्रत्यक्ष कृतीत आणले. लोकमान्य टिळकांसारख्या नेत्यांनी त्यांची देशभक्ती आणि धर्मनिष्ठा प्रदीप्त केली. स्वधर्मावर आघात करणारे, अपमान करणारे, सांस्कृतिक आणि धार्मिक मानबिंदूवर आघात करणारे परकीय राज्यकर्ते त्यांच्या डोळ्यांत कुसळासारखे खुपत. प्लेग निवारणाच्या नावाखाली चाललेला नंगा नाच त्यांची झोप उडवून गेला. स्वतःस व्यक्तिशः झळ न लागताही समाजाच्या अपमानाने ते पेटून उठले. अत्याचारी प्लेग कमिशनर रँड साहेबांची ऐन ज्युबिलीच्या दिवशी २२ जून १८९७ ला हत्या करून दामोदराने समाजबांधवांवर होणाऱ्या अत्याचाराचा सूड घेतला होता. त्याला बाळकृष्ण अन् वासुदेव दोन्ही भावांचे सक्रिय साहाय्य झाले.

दर चातुर्मासात हरिपंत कीर्तनासाठी मुंबईस बिऱ्हाड करून असत. तिथेच दामोदरास धरून नेले. मधला बाळकृष्ण धाकट्या वासुदेवास घेऊन परागंदा झाला. चाणाक्ष ब्रुइन साहेबाने गोड गोड बोलून आणि उत्तम बडदास्त ठेवून शिताफीने दामोदराकडून कबुलीजबाब लिहून घेतला. खटला सुरू होण्यापूर्वी वागळ्यांच्या घरी

ब्रुइन साहेबाने त्याची भेट घडवली तीच अखेरची. बाकी सबळ पुरावा नसताना सुद्धा कबुलीजबाबाच्या आधाराने सरकारने दामोदरास फाशी दिले. अत्यंत स्थिर बुद्धीने हरिपंतांनी तो आघात पचवला; पण नंतर पुण्यास परतण्यास त्यांचे मन झाले नाही.

बाळकृष्णावर सरकारी वॉरंट होते. त्याच्यावर बक्षीस लावले होते; परंतु छोट्या वासुदेवावर कोणताही आरोप नव्हता. अखेर अज्ञातवासात अनेक अपेष्टा सोसून बाळकृष्णाने वासुदेवास घरी परत पाठवले. एकंदर प्रकाराने त्यांच्या प्रिय आईचे आधीच निधन झाले होते. वडिलांच्या सेवेसाठी आणि मदतीसाठी कोणी जवळ असणे जरुरीचे होते. एका रात्री वासुदेव मुंबईतील बिऱ्हाडी येऊन थडकला. हरिपंतांस दिवाभीताचे जीवन मान्य नव्हते. त्यांनी वासुदेवास स्पष्टच सांगितले, "वासुदेवा, तुझ्यासाठी पोलिसांनी घरी चकरा माराव्या आणि वेळीअवेळी घरातील बायकांना त्रास द्यावा, हे माझ्या मनास येत नाही. तुजवर सरकारी बालंट नाही हे खरे; पण तरी तू प्रथम ब्रुइन साहेबास भेटून, त्याची खात्री करून दे. त्यांनी परवानगी दिली, तरच बिऱ्हाडी राहण्यास ये."

दुसऱ्या दिवशी सकाळीच वासुदेव ब्रुइन साहेबाला भेटण्यास त्याच्या कचेरीत गेला. त्याच्यावर प्रत्यक्ष ठपका नसला, तरी तो बाळकृष्णाबरोबर हिंडत असल्याने पोलिसांना हवाच होता. तो कचेरीत येताच त्याला ओळखून एकच गडबड उडाली. एका गाजलेल्या प्रकरणातील महत्त्वाचा दुवा हाती आलेला पाहून जमादार हरखूनच गेला. लगोलग त्याला बेडीत अडकवून फौजदारासमोर उभे केले. फौजदारसुद्धा साहेबासमोर शेखी मिरवण्याची संधी सोडणार थोडाच? आता काही क्षणांतच जणू वासुदेवाकडून बाळकृष्णाचा ठावठिकाणा वदवून घेऊन, त्यास जेरबंद करून हजर करून इनाम आणि बढती मिळाल्याचे स्वप्न त्याच्या डोळ्यांसमोर तरळून गेले.

त्याने दरडावून पोलिसी भाषेत चौकशीला सुरुवात केली. वासुदेव भले वयाने लहान आणि तब्येतीने अशक्त होता; पण होता चापेकरच. तो अशा धमकावण्याला थोडाच भीक घालणार? त्याने एकच पालुपद धरून ठेवले, "मी ब्रुइन साहेबास काय ते सांगेन, मला त्यांना भेटवा." फौजदाराने चिडून चौदावे रत्न दाखवण्याची भाषा करताच वासुदेवाने त्यास चमकावले, "मी ब्रुइन साहेबास भेटण्यासाठी आलो आहे. मला जे सांगायचे आहे ते त्यांनाच सांगेन, आत्ता नाही तर मग तुम्हाला मला त्यांच्यासमोर न्यावेच लागणार आहे. जबरदस्ती किंवा मारहाण केलीत, तर मला साहेबांकडे तशी तक्रार करावी लागेल."

ब्रुइन साहेबाने दामोदरास कसे हाताळले आणि वागवले हे साऱ्यांना चांगलेच माहीत असल्याने फौजदारास चडफडत का होईना त्यास साहेबांकडे घेऊन जाण्याशिवाय गत्यंतर उरले नाही. वासुदेवाला पाहताच साहेब स्वतः उठून पुढे आला. त्याने

वासुदेवाकडे हरिपंतांच्या प्रकृतीची आणि घरच्या परिस्थितीची आस्थेने चौकशी केली. इकडच्या-तिकडच्या गप्पा मारून त्याने वासुदेवास चांगलेच खुलवले. मध्येच इतर इसम येऊन साहेबांशी अन्य काही कामांबद्दल बोलून जात. त्यांचे काम संपले की, साहेब परत वासुदेवाशी बोलू लागे. जणू जुना मित्रच भेटीला आला आहे. गप्पांच्या ओघात त्याचे हरिपतांशी झालेले बोलणे आणि भेटीचा उद्देश त्याने कौशल्याने काढून घेतला. घटकाभराने हाताखालच्या ब्राह्मण शिपायास त्याच्या भोजनाची तजवीज करण्यास सांगून तो बाहेर निघाला. निघण्यापूर्वी वासुदेवास म्हणाला, "आता तुला भिण्याचे काहीही कारण नाही. तुझी हमी मी घेत आहे. हरिपंतांनी तुला माझ्याकडे पाठवून बरेच केले आहे. आता तू जेवून घे. मी दुसरी कामे उरकून अन् जेवण करून परत येतो. तू येथेच माझ्या कमऱ्यात स्वस्थ बसून राहा. बाकी मी परत आल्यानंतर पुढे काय करायचे ते ठरवू."

ब्राह्मण शिपायासोबत वासुदेव बाहेर पडताच साहेबाने जमादारास सक्त सूचना दिल्या. वासुदेवास कुलूपबंद न करता स्वतःच्या कमऱ्यातच बसवण्यास सांगितले. त्याच्याकडे कोणतीही चौकशी करण्यास किंवा काही विचारण्यास मनाई केली. किंबहुना कोणत्याही प्रकारे तो बिचकेल अथवा अस्वस्थ होईल, असे न करण्यास बजावले. त्यास दिसणार नाही अशा प्रकारे पहारे बसवण्यास आणि जाणवणार नाही असे; पण बारकाईने लक्ष ठेवण्यास सांगून साहेब बाहेर पडला.

जेवून-खाऊन वासुदेव परत आला. साहेबाच्या कमऱ्यात बसल्याबसल्या त्याची एक डुलकीपण झाली. अखेर बराच उशीर करून साहेब परत आला. खाण्या-पिण्याच्या चौकशीने सुरुवात केली. जणू गप्पा मारत आहे अशा ढंगातच त्याने वासुदेवाची जबानी नोंदवून घेतली.

"अरे वासुदेव, काय दशा करून घेतलीस स्वतःची? वास्तविक तुझे चुकलेच. तुला रानोमाळ भटकण्याची काही एक जरुरी नव्हती. संगतीने मोठा भाऊ बिघडला, तरी त्याचे ऐकायचे यात कोणता शहाणपणा? तो तरी मूर्खच. स्वतःबरोबर तुझीपण विनाकारण फरफट केली. बरे असू दे. कोठे कोठे हिंडवले त्याने तुला? मला सारे नीट सांग, बघू काय मार्ग निघतो ते. हरिपंताचे अन् माझे बोलणे झालेच आहे. तुला या साऱ्या भानगडीतून बाहेर काढण्याचा मी त्यांना शब्द दिला आहे. तेव्हा तू सारे नीट निःशंकपणे सांग."

ब्रुइन साहेब गोरा असला, तरी ब्राह्मणासारखे स्वच्छ मराठी बोले. शब्दाशब्दांत साखरपेरणी करण्याचे त्याचे कसब वाखाणण्यासारखे होते; पण वासुदेवही काही कच्च्या गुरूचा चेला नव्हता. दामोदरास बसलेली ठेच इतकी जोरदार होती की, तिची कळ धाकट्याच्याही मस्तकात जाऊन, त्यास आपोआपच शहाणपणा आला होता. ब्रुइन साहेबांच्या गोड शब्दांनी तो लगेच सावध झाला. काही निरुपद्रवी सत्य, काही

सहज खोटे म्हणता येणार नाही असे असत्य, अशी सरमिसळ असलेली बरीच लांबलचक कहाणी त्याने सांगितली. एवढ्या मुरलेल्या साहेबास सहज उल्लू बनवणे शक्य नसले, तरी कोणतीही माहिती न मिळू देण्यात तो चांगलाच यशस्वी झाला. दिवेलागणीनंतर ब्रुइन साहेब त्यास घेऊन स्वतःच्या बग्गीने हरिपंतांच्या बिऱ्हाडी निघाला.

हरिपंत दिवसभर बिऱ्हाडीच होते. भल्या सकाळी स्वतःच्या हाताने चौकीवर दवडलेले लेकरू दिवेलागण झाली तरी घरी न आल्याने किंवा त्याची काही खबर न मिळाल्याने ते अस्वस्थच होते. बाह्यतः शांत दिसत असले, तरी देवाच्या तीर्थाशिवाय त्यांनी मुखात थेंबही घेतला नव्हता. मुलांची जेवणं उरकून सुनाही तशाच ताटकळत बसल्या होत्या. काळजीमुळे हृदयाचे पाणीपाणी होत होते. धाकटी सीताबाई तर कावरीबावरी होऊन गेली होती. तिची अवस्था बघवत नव्हती.

"बाई, काय झालं असेल हो? अजून येणं झालं नाही. भाऊजींसारखे अडकवले तर नसेल ना मेल्यांनी?" पण उत्तर द्यायला दुर्गाबाईस तरी शुद्धबुद्ध कोठे होती! ती भिंतीला पाठ लावून सुन्न बसून होती. धाकट्या जावेचे शब्द तिच्या कानी पडत होते; पण समजत नव्हते. वागळ्यांच्या घरी झालेली पतीची, दामोदराची, निःशब्द दृष्टिभेट, अखेरची भेट तिला समोर दिसत होती.

तिन्हीसांजेस सीतेस कसेबसे शांत करून भरल्या डोळ्यांनीच यमुनाबाईने तेलवात केली. मुलांच्या परवचा झाल्या. हरिपंतांची सायंसंध्या उरकून संध्याकाळचे म्हणणेही संपले होते. सहज म्हणावे तसे ते कठोपनिषदाचा पाठ म्हणत होते. स्वरांत किंचितही कंपन नसले आणि उदात्त-अनुदात्तात किंचितही फरक नसला, तरी त्यांच्या अंतर्मनातील तडफड सुना जाणत होत्या. मुले भुकेने किरकिरत होती; पण तिकडे तिघींचेही लक्ष नव्हते. उठून चूल पेटवण्याचे कोणास भानच नव्हते. शेजारपाजारचे डोकावून जात; पण कोणी आत येऊन चौकशी करण्याची हिंमत करत नव्हते. मग धीराच्या चार गोष्टी सांगण्याचे तर दूरच! किंबहुना दामोदराच्या धरपकडीपासून शेजारी चापेकरांच्या बिऱ्हाडी फिरकणे टाळतच होते. आधीच पांढरपेशांचा घाबरटपणा, त्यातून चापेकरांच्या घरातील थोरला मुलगा फासावर गेलेला आणि दुसऱ्या दोघांना पोलीस हुडकत असलेले. न जाणो बोलताना दिसायचो आणि सरकारचे धरणे यायचे, तुम्ही त्यातलेच म्हणून; ही भीती!

हरिपंतांचा पाठ संपतासंपता चाळीच्या तोंडाशी घोडागाडी वाजली. चाळभर शांतता पसरली. सारी पुरुष मंडळी सहज उभे असल्याचे दाखवत व्हरांड्यात उभी राहिली. पोराबाळांना घरात दडपून बाया माणसेपण दाराशी चाहूल घेत उभी राहिली. गाडीतून ब्रुइन साहेबापाठोपाठ उतरणाऱ्या आणि मोकळाच असणाऱ्या वासुदेवास बघून चाळ थक्क झाली. दारात बुटांची चाहूल येताच, डोळे मिटून पाठ म्हणणाऱ्या हरिपंतांचा पाठ थांबला. काहीही ऐकायची व बघायची तयारी ठेवून त्यांनी हलकेच

डोळे उघडले. दारात ब्रुइन साहेब उभा होता.

"या," म्हणत त्यांनी आसनमांडी मोडली. आतल्या खोलीच्या अर्धवट झाकलेल्या कवाडाआड सुना उभ्या असल्याची हालचाल त्यांच्या कानांनी टिपली. शांत, निर्विकार आवाजात त्यांनी साहेबास पुन्हा "या" म्हटले. नेटिवांना जिंकण्याची कला साहेबास चांगलीच अवगत होती. तो जोडे दारातच काढू लागला. ती काही क्षणांची शांतता घरातील सर्वांनाच युगा-युगासारखी भासली. छातीत दगड बसवावा तसे झाले. गळ्यातले आवंढे गळ्यातच राहिले. मन शंकी ते वैरी न शंकी. परक्यासमोर बाहेर येण्याची हुंदक्याची प्राज्ञा नव्हती. कावरीबावरी मुले आयांना बिलगली. हाताला धरून साहेबाने वासुदेवास आत आणले. येतायेताच साहेब म्हणाला, "घ्या हरिपंत, सांभाळा आपला मुलगा. तुम्हाला शब्द दिल्याप्रमाणे त्याला मोकळा सोडला आहे..." साहेबाचे वाक्य पुरे होण्याच्या आतच सारे बांध फोडून अखेर बाहेर पडलेल्या दबक्या हुंदक्याने साहेब चमकला. त्याची नजर चटकन कवाडाकडे गेली. अर्धवट उघड्या दारातून देवासमोर फुलवात लावणारी यमुनाबाई आणि गळ्यात पडलेल्या सीताबाईस थोपटणारी दुर्गाबाई दिसत होत्या. नजर पुन्हा बाप-लेकांकडे वळवत तो पुढे बोलू लागला, "...आता तरी हा मोकळाच असेल; पण त्याला जरा नीट समज द्या आणि बिघडलेल्या मोठ्या भावांच्या उनाड सोबत्यांसारख्या वाईट मुलांपासून दूर ठेवा. मुंबई सोडून कोठे जाणार असाल, तर मला कळवून जा."

पित्यासमोर नमस्कारासाठी वासुदेव वाकत असतानाच साहेब बाहेर पडला. पोरे काकाला बिलगली. इतका वेळ स्तब्ध असलेली चाळ कुजबुजू लागली. हलू लागली. काही धीराची उत्साही मंडळी सहज निघावी तशी चापेकरांच्या बिऱ्हाडाकडे निघाली; पण चाळीच्या समोरच त्यांच्या बिऱ्हाडास नजरेच्या टप्प्यात ठेवून उभी असलेली दोन उर्मट वळणाची माणसे बघून तशीच पुढे निघून गेली. ती ब्रुइन साहेबांची खास माणसे होती.

वासुदेव तसाच आत जाऊन भावजयीच्या कुशीत शिरला. दामोदराच्या दुःखाने आई गेल्यामुळे वहिनीच आता तिच्या जागी होती. धाकट्या दोघी दिवसभराच्या उपासाचे पारणे करण्याच्या तयारीला लागल्या. रूढींची बंधने आणि एकूणच घरच्या पुरुषांचा करारी स्वभाव, यामुळे कोणी कोणाशी काही बोलणे शक्यच नव्हते.

हळूहळू दिवस सरकत होते. साथीला मुले नसल्याने हरिपंतांची कीर्तने जवळपास थांबलीच होती. हल्ली ते बहुधा प्रवचनेच करत. तसा फार मोठमोठ्याचा त्यांना आश्रय लाभला होता. अमरावतीहून दादासाहेब खापर्ड्यांचे, मार्गशीर्षाच्या आणि दत्त जयंतीच्या उत्सवाचे आमंत्रण आले. हरिपंतांनी साऱ्या कुटुंबासह अमरावतीस जाण्याचे ठरवले. वासुदेवही सोबत असणार होताच.

अमरावतीस पोहोचल्यावर बिऱ्हाडाची व्यवस्था लावून हरिपंत सकाळीच

दादासाहेबांच्या बंगल्यावर गेले. पोलिसांनी बाळकृष्णास मोगलाईत धरून मुंबईला आणल्याचे सकाळच्या वर्तमानपत्रात छापून आले होते. ते वृत्त दादासाहेबांनी वाचले होते. हरिपंतांसारख्या बहुश्रुत गृहस्थाने ते वाचले नसेल, हे संभवत नव्हतेच. त्यांचे सांत्वन कसे करायचे याची जुळवाजुळव करतच दादासाहेब बैठकीत आले. स्वस्थ बसलेल्या हरिपंतांची शांत व प्रसन्न मुद्रा पाहून त्यांना तो अप्रिय विषय काढण्याचा धीर झाला नाही. जर हरिपंतांस खबर नसेल, तर ती वाईट बातमी आपल्याकडून कळावी, हे त्यांना त्या वेळी प्रशस्त वाटले नाही.

हरिपंत आल्याचे कळताच घरातील लेकी-सुनासुद्धा सारी मंडळी नमस्कार करण्याच्या मिषाने बैठकीत गोळा झाली. हा नेहमीचाच शिरस्ता होता. हरिपंतांचा स्वभाव मुळचाच विनोदी, भरपूर वाचन आणि प्रवास यामुळे किस्सेही भरपूर. अनेक वर्षांच्या लोभामुळे घरातील लहानांपासून थोरांपर्यंत सर्वांशी घरगुती संबंध. कोणाला ते परके वाटतच नसत; त्यामुळे घरातील स्त्रियासुद्धा निःसंकोचपणे त्यांच्यासमोर येत व मोकळेपणी बोलत. दोन घटका साऱ्यांशी हास्यविनोद करून, दूध पिऊन हरिपंत जाण्यास उठले. सारी मंडळी पांगली. नेहमीचा शिरस्ता मोडून दादासाहेब त्यांना निरोप देण्यासाठी बैठकीच्या दारापर्यंत आले. पायांत जोडा सरकवतासरकवता हरिपंत हळूच म्हणाले, ''दामोदरचे ते तसे झाले. आता बाळकृष्णासही धरले. त्याचे भविष्यपण थोरल्यासारखेच असणार हे ठरलेलेच. आता वासुदेवास जपायचे! तो तरी हाती राहतो की अर्जुनासारखा थोरल्यांच्या मागे जातो, हे बघायचे. ईश्वरेच्छा बलियसि।'' आणि पाठ फिरवून कवाडाबाहेर पडले. दादासाहेब पाषाणाच्या मूर्तीसारखे त्यांच्या पाठमोऱ्या आकृतीकडे बघत राहिले, ते वळणावर दिसेनासे होईपर्यंत.

दत्त जयंतीची पर्वणी आणि हरिपंत चापेकरांसारखा रसाळ, व्युत्पन्न कीर्तनकार. अमरावतीचे जुने दत्त मंदिर श्रोत्यांनी खचाखच भरले होते. वऱ्हाडातील मार्गशीर्षाच्या थंडीची तमा न बाळगता लोक जमले होते. ठीक वेळेवर हरिपंत कीर्तनास उभे राहिले. हातात चिपळ्या, मागे टाळ घेऊन वासुदेव. मंगलाचरण संपून ''जय जय राम कृष्ण हरी...''चा नामघोष सुरू झाला. सारी सभा टाळ्यांचा ताल देत नामघोषात दंग होती एवढ्यात...

मंदिराच्या दारात अमरावतीच्या पोलीस प्रमुखाची घोडागाडी उभी राहिली. पुढे-मागे शिपाई, घोड्यावर गोरे सार्जंट. ब्रुइन साहेब गाडीतून खाली उतरला. तो स्वतः दारातच थांबला. चार शिपाई आणि एक गोरा सार्जंट पायऱ्या चढून वर आले. नामघोष लोकांच्या गळ्यातच थिजला. टाळ्या गोठून गेल्या. सभा चित्रासारखी स्तब्ध झाली. मागे होणारे आवाज आणि श्रोत्यांची प्रतिक्रिया यातूनच हरिपंतांना काय घडत आहे, याची कल्पना आली. त्यांनी मानसुद्धा फिरवली नाही. स्फुंदत घेरी येऊन पडलेल्या सीताबाईस यमुनाबाईने कुशीत ओढून घेतले. हरिपंतांची दृष्टी

गाभाऱ्यातील दत्त पादुकांवर स्थिर होती आणि हातातील चिपळ्या त्याच लयीत निनादत होत्या. त्याचाच तेवढा नाद, बाकी सारे निःशब्द. पुढे घुसून शिपायांनी लगोलग वासुदेवास काढण्या लावल्या. साहेबाने त्यास गाडीत बसवले आणि लगेच गाडी हलली. सारा खेळ काही पळांचा. कोणासही एक शब्द बोलण्याची गरज भासली नव्हती. नाद फक्त चिपळ्यांचा आणि दबक्या हुंदक्यांचा.

चिपळ्यांचा निनाद तसाच काही क्षण चालू राहिला. साऱ्यांना वाटले, आता कीर्तन मोडले. खुद्द दादासाहेब उठून हरिपंतांच्या जवळ गेले आणि त्यांच्या खांद्याला स्पर्श करून म्हणाले, ''पंत, चला आता घरी जाऊ.''

इतका वेळ गाभाऱ्यात स्थिर केलेली नजर हरिपंतांनी दादासाहेबांकडे वळवली. त्या नजरेतील दृढ आणि शांत करारी भाव पाहून दादासाहेब पुढे काही बोलूच शकले नाहीत. यमुनाबाईच्या कुशीत निपचित पडलेल्या सीताबाईकडे ओझरता कटाक्ष टाकून जणू काही घडलेच नाही अशा प्रकारे त्यांनी नजर पुन्हा पादुकांकडे वळवली. ज्या लयीत नामघोष थांबला होता, त्याच लयीत त्यांनी तो पुन्हा सुरू केला. ''जय जय राम कृष्ण हरी, जय जय राम कृष्ण हरी...'' लय वाढत गेली. स्वर टिपेला पोहोचला, श्रोते नामघोषात सामील झाले. कीर्तन पुढे सुरू झाले. जणू काही क्षणांपूर्वी घडले तो नजरेला झालेला भ्रम होता. भास होता.

आज पंतांनी निरुपणासाठी तुकारामाचा अभंग घेतला होता –

जन्मा येऊन काय केले?
तुवा मुद्दल गमविले ।।
का रे फिरसी ना माघारा
अजुनी तरी फजित खोरा ।।
तुका म्हणे ठाया जाई आपुल्या आदिया ।।

कीर्तन नेहमीसारखेच रंगले; किंबहुना जास्तच रंगले. किस्से, दृष्टान्त, दाखले देऊन नर्मविनोद करून बरोबर दोन तास कीर्तन झाले. अखेरीस ''हेचि दान देगा देवा...'' म्हणत हरिपंतांनी दंडवत घातला. उठताना त्यांना अंमळ वेळ लागला. इतका वेळ समोर बसून त्यांच्याकडे टक लावून पाहणाऱ्या दादासाहेबांच्या नजरेतून गादीवर पडलेले चार अश्रू सुटले नाहीत; पण थोड्याच वेळात नमस्कारासाठी पुढे घुसणाऱ्या जमावाच्या पायदळी ते दुर्मिळ आणि अनमोल अश्रू पुसून गेले.

(३१ ऑगस्ट, २००१)

◆

'बडा साब'चा राउंड

परोपकारी पिशाच्चाचा घेतलेला प्रत्यक्षानुभव

आमचे लहानपण. लहानपणीच्या काही आठवणी निश्चितच रम्य वगैरे असल्या, तरी एकूणच आठवणींचे कपाट उघडले गेले, तर अंगावर काटा उभा राहावा अशाच प्रसंगांची भरमार. रोमांच उभे राहतील असे प्रसंग क्वचितच. आमच्यासाठी रोमांचक असणाऱ्या प्रसंगांचीसुद्धा गंमत अशी की, ज्या गोष्टी (आजसुद्धा) आम्हाला मजेशीर वाटतात, त्या गोष्टी ऐकून आमचीच पोरेबाळे शहारतात.

१९५६ मध्ये राज्य पुनर्रचना झाली. विदर्भ मध्य प्रांतातून काढून महाराष्ट्राला जोडला गेला. या घटनेमुळे विदर्भात बरीच उलथापालथ झाली. आमची कुटुंबे अलॉकेटेड गव्हर्नमेंट सर्व्हंट्स म्हणून मुंबईत आणली गेली. मुंबईची भाषा मराठीच असली, तरी खाणे-पिणे, राहणीमान, संस्कृती सारेच अगदी भिन्न; त्यामुळे त्या दिवसांत आमच्या वडीलधाऱ्या मंडळींचे फारच हाल झाले. त्याचे काही स्वाभाविक चटके आम्हा मुलांपर्यंतसुद्धा पोहोचलेच.

आता कारणे नीटशी आठवत नाहीत आणि तेव्हा समजण्याचे वय नव्हते; पण असं आठवतं की, 'पैशांची चणचण' ही आमच्या कॉलनीतली सार्वत्रिक स्थिती होती. त्यात भली भली, मोठ्या घरची मंडळीसुद्धा होरपळून निघाली. आमच्यासारखी मुळातच बेतासबात असणारी जी कुटुंबे होती, त्यांच्या हालांना तर पारावार नव्हता. आमची कॉलनी कॉटनग्रीन स्टेशनजवळच्या काळाचौकी पोलीस स्टेशनजवळ होती. तिला काळाचौकी सरकारी कॉलनीच म्हणत. आज तिला अभ्युदयनगर म्हणतात. आम्ही घरात नऊ माणसं. मोठ्या दोघी बेबी आणि मंदा के.इ.एम.समोरच्या आर.एम. भट शाळेत जात. मधल्या दोघी जया आणि सुलू घोडपदेवच्या अप्पर प्रायमरी म्युनिसिपल मराठी शाळेत जात, तर मी आंबेवाडीच्या लोअर प्रायमरी म्युनिसिपल मराठी शाळेत. छे, छे! बसने जाण्याची, कोणी शाळेत पोहोचवण्याची

भानगडच त्या काळी नव्हती. सगळी मदार स्वतःच्याच दोन पायांवर. काही सधन घरची मुलं आर.एम. भटमध्ये ट्रामने जात; पण बेबी, मंदासारखी बरीच पायपीट करतच शाळेत जात. त्या एकटं पायी फिरण्यामुळे आम्ही अनेक शॉर्टकट्स आणि आडवाटा शोधून काढल्या होत्या.

नागपूर आणि मुंबईच्या हवामानात कुठलेच साम्य नाही. नागपूरची हवा स्वच्छ, कोरडी; तर मुंबईची दमट. बाराही महिने घाम आणि उकाडा. त्याची आम्हाला अजिबात सवय नव्हती. तसेच त्या दिवसांमध्ये मुंबईत कायम दूध, धान्य इ.ची कमतरता आणि तुटवडा असे. कित्येकदा दूध आणि रेशनच्या रांगांमध्ये उभं राहूनच अभ्यास केल्याचं मला स्पष्ट आठवतं. त्या कमतरतेमुळे तसेच सततच्या पैशांच्या अडचणींमुळे त्या वाढत्या वयात आमची खाण्या-पिण्याची खूपच आबाळ झाली. आमची कॉलनी गिरणगावच्या ऐन गाभ्यात वसवलेली; त्यामुळे सभोवार चोवीस तास धूर ओकणाऱ्या आणि कापसाचे बारीक तंतू हवेत सोडणाऱ्या, मोठमोठ्या कापड गिरण्या. अर्थातच वातावरण प्रदूषित. (हा आताचा शब्द. त्या काळी हा शब्द कोणाला माहीतसुद्धा नसेल.) कॉलनीत पांढरपेशांची वस्ती असली, तरी भोवतालच्या चाळींमध्ये सारी कामगार वस्ती आणि मग स्वच्छतेच्या नावानं सारा आनंदच! या सर्व गोष्टींचा परिणाम आम्हा नागपूर, हैदराबादच्या मंडळींच्या तब्येतीवर झाल्याशिवाय कसा राहील? त्या दिवसांत आम्हा लोकांत खूपच आजारपणं झाली. लहान मुलं तर खूपच जास्त प्रमाणात आजारी पडत.

मला घटसर्प झाला होता. उपचार अर्थातच म्युनिसिपालिटीच्या दवाखान्यात. त्या दिवसांत त्यात कोणाला कमीपणा वाटत नव्हता. तेव्हा ते दवाखाने आजच्या मानाने खूपच स्वच्छ आणि तत्पर असत. सुरुवातीचे तीन-चार दिवस सर्दी खोकल्याचे औषध सुरू होते; पण फरक पडत नव्हता. तेव्हा तिथल्या डॉक्टरने मला मोठ्या दवाखान्यात नेण्याचा सल्ला दिला. काय झालं मला माहीत नाही; पण त्या दिवशी काही आम्ही हॉस्पिटलमध्ये गेलो नाही. रात्रभरात मला सडकून ताप भरला आणि घसा भयंकर ठणकू लागला. त्या घटनेला आता अनेक तपे उलटून गेली; पण घशातला तो ठणका आणि श्वासाची घुसमट मला आजसुद्धा स्पष्ट आठवते. सकाळी मला पुन्हा त्याच दवाखान्यात नेलं. तिथल्या डॉक्टरने आई-बाबांची खरपूस खरड काढली असावी. कारण तापाच्या ग्लानीत असूनसुद्धा डोळे पुसणारी आई आणि बाबांचा पडलेला चेहरा चांगलाच आठवतो. तापाने फणफणत मी तिथल्याच एका बाकावर झोपलो. बाबा शेजारी बसले होते. आई बहुधा कोणाकडून तरी पैसे उसने मागून आणायला गेली होती. बराच वेळ गेला असावा. मला कोणीतरी उचलून टॅक्सीत ठेवत असल्याचं मात्र आठवतं. आठवतं की, दुःखाच्या त्या कहरातसुद्धा टॅक्सीत बसायला मिळाल्याचा मोठा आनंद वाटून गेला.

मला मोठ्या सरकारी इस्पितळात नेलं होतं. मला वाटतं, सुमारे दीड महिना मी त्या हॉस्पिटलात काढला. सुरुवातीचे दहा-पंधरा दिवस बाबा माझ्याजवळ राहायचे. शामल लहान आणि संध्यातर फक्त सहा-सात महिन्यांचीच होती. म्हणून आई फक्त बाबांना डबा देण्यासाठी आणि मला पाहण्यापुरतीच दिवसातून दोन चक्कर मारी; पण मग बाबाच आजारी पडले. आईला माझ्याजवळ बसणं भाग पडलं.

आईसाठी सकाळचा डबा बेबी, तर संध्याकाळचा मंदा घेऊन यायची. काळाचौकी ते आर्थर रोड बस म्हणजे चैन. ती परवडणं शक्यच नव्हतं. चालत जायचं, चालत यायचं. लहान मुलांना त्या हॉस्पिटलात प्रवेश नसे. मग कोणाच्या तरी हातून आईला निरोप पाठवायचा. त्यासाठीसुद्धा बाबा-पुता करावं लागायचं. मग आई येऊन डबा घेऊन जाई. दीड महिन्यांनी मी घरी परत आलो. त्यानंतर जेमतेम महिना उलटला असेल नसेल, सुलूनं अंथरूण धरलं. सुलूचं आजारपण म्हणजे बारीकसारीक कधी प्रकरण नसतंच. ९८-९९-१०० म्हणजे लोकांना ताप; पण सुलूला ताप आला की थेट १०२, १०३ वरच; पण तेव्हाचा ताप साधा नव्हता. टायफॉइड निघाला. मग त्याच सरकारी हॉस्पिटलमध्ये तिचीही रवानगी झाली. आईचा मुक्काम अर्थातच तिच्याजवळ!

घरात म्हणजे नुसता गोंधळ. आमचं ते घर फारच लहान. माझ्या सगळ्या मोठ्या बहिणी नागपूर किंवा इतर बदलीच्या गावी प्रशस्त घरांमध्ये राहिलेल्या; त्यामुळे त्या छोट्या घरात वावरताना- काम करताना त्यांना फारच त्रास होई. नुकतंच माझं जिवावरचं दुखणं झालेलं. बाबांचं आजारपण कायमचंच मागे लागलेलं आणि आता हे सुलूचं चालू असलेलं; त्यामुळे बाबांचा पगार कसा आणि कुठे कापरासारखा उडून जाई लक्षातच येत नसे. मी, शामल, संध्या लहान लहानच. आमच्या अंघोळी-पांघोळी, जेवण-खाण सगळं मंदाच करी. बेबी आणि मंदाला झाडलोट, स्वयंपाक-पाणी, घरातली इतर कामं, आईचा डबा आणि अशा रामरगाड्यात काळाचौकी ते परळची शाळा अशी पायपीटही करावी लागे. त्यातच बेबीचं मॅट्रिकचं वर्ष. कसं केलं असेल दोघींनी त्यांचे त्याच जाणोत.

महिना झाला तरी सुलूचा ताप आटोक्यात येत नव्हता. ताप उतरला की, ९५-९६ पर्यंत खाली जाई आणि चढायला लागला की, काही मिनिटांतच १०३-१०४ पर्यंत चढे. कधीकधी तर १०५ पर्यंतसुद्धा जाई. तो एक रोजचाच खेळ होऊन बसला होता जणू काही. आई सतत तिच्या उश्या-पायथ्याशी बसलेली असे. शामल-संध्याला लागण होऊ नये म्हणून ती घरी येतच नव्हती. माझ्या आजारपणापासून मधला काही दिवसांचा काळ सोडला, तर तिचा त्या हॉस्पिटलातच मुक्काम होता.

टायफॉइडची बेचाळीस दिवसांची मुदत संपली तरी तिच्या ताप चढण्या-उतरण्याच्या चक्रात फरक नव्हता. कमरेवर नव्याने इंजेक्शनची सुई टोचायला जागा

नव्हती म्हणून मांडीतून इंजेक्शन द्यावे लागत होते. ताप चढल्यावर ती तापाने एवढी फणफणत असे की, ताप डोक्यात जाऊ नये म्हणून डोक्यावर बर्फाच्या पिशव्या तर ठेवाव्या लागतच, सोबत कपाळावर गार पाण्याच्या पट्ट्याही ठेवाव्या लागायच्या. ताप उतरला की, तिचे थंड पडणारे हात-पाय चोळायचे, पांघरुणं घालायची, घाम पुसत राहायचं अशी तिची दिवसभर धावपळ चालू असायची. हॉस्पिटलमध्ये खूप दिवस राहिल्याने तिथल्या नर्सेस आणि सर्व्हंट स्टाफशी ओळखी झाल्या होत्या. कधीकधी त्यांची मदत होई, तर कधी त्या 'रोज मरे त्याला...' या न्यायाने दुर्लक्ष करत किंवा नवीन पेशंटना जास्त प्राधान्य देत; त्यामुळे सुलूचे जास्त झाले की, आईच्या हालांना पारावार नसे. नवीन शहर. ना कोणी ओळखोचं ना नात्यातलं. सग्या-सोयऱ्यांचा आधार नाही. शेजारीपाजारी स्वतःच्याच विवंचनांमध्ये नाहीतर तोऱ्यात मग्न. बाबांची तब्येत म्हणजे घटकेत ऊन तर घटकेत पाऊस. घरात आमचा पोरवडा शाळकरी मुलींवर अवलंबून. मदतीला कोणाला हाक मारणार आणि कोणाचा आधार शोधणार. पैशाने सारी कामे होतात; पण जवळ फुटकी कवडी नाही. डोळ्यांसमोर तळमळणारी सुलू. एक जीव तिच्यात गुंतलेला तर घरी नुकताच आजारातून उठलेला मी आणि लहान लहान शामल-संध्या यांच्यात दुसरा जीव अडकलेला. बाबांच्या तब्येतीची काळजी हे एक स्वतंत्र प्रकरण. त्याच्याच जोडीला बेबी, मंदा, जयाच्या अभ्यासाची चिंता. त्याचप्रमाणे एवढ्या लहान वयात त्यांना हा सगळा व्याप सांभाळावा लागत असल्याची खंत. कसे तिने दिवस काढले ते ती माउलीच जाणे.

या अशा उन्हाळ्यात सुखाची एकच सावली, ती म्हणजे सुलूच्या उपचाराची चिंता करावी लागत नसे. हॉस्पिटलचे डॉक्टर्स काय किंवा स्टाफ काय पेशंट्सची संपूर्ण काळजी घेत असत. आजच्यासारखी दर काही वेळाने नातेवाइकांच्या हातावर चिठ्ठी देऊन 'हे ताबडतोब बाहेरून घेऊन या' असे मख्ख चेहऱ्याने फर्मावण्याची पद्धत तेव्हा रूढ झालेली नव्हती. कोणतेही उपकरण किंवा औषध हॉस्पिटलकडूनच पुरवले जात असे.

हे हॉस्पिटल मुख्यतः संसर्गजन्य रोगांची लागण झालेल्या रोग्यांच्या उपचाराचे हॉस्पिटल होते; त्यामुळे त्यांची रचना अधिक संसर्ग टाळण्याच्या दृष्टीनेच केलेली होती. हॉस्पिटलची बहुमजली इमारत नव्हती. अनेक बैठ्या बरॅक्स आणि बंगलींमध्ये हॉस्पिटल पसरलेले होते. उंच छपरांच्या प्रशस्त बरॅक्स. त्यांच्या भोवताली हिरवळ राखलेले अंगण. अंगणाला तारेचे कुंपण. कुंपणाला मेंदीची झाडे. बरॅक्सना जोडणारे स्वच्छ सुबक डांबरी रस्ते. बरॅक्सच्या मुख्य प्रवेशद्वाराच्या दोन बाजूंना दोन भले मोठे प्रशस्त वॉर्डस. दोन वॉर्डसच्या मधल्या प्रशस्त मोकळ्या जागेत स्टोअर आणि किचन आणि त्याच्यासमोर बसण्यासाठी हवेशीर जागा. त्यात काही बाक व खुर्च्या

मांडून ठेवलेल्या असत. रोग्यांचे नातेवाईक आणि हिंडू-फिरू लागलेले रोगी तिथे बसत. मात्र, त्या बाकांवर आडवे पडूनच नव्हे, तर बसल्या बसल्यासुद्धा झोपण्यास सक्त मनाई असे. त्या खोलीतूनच वॉर्डसचे प्रवेशद्वार होते. त्या दारातच नर्सेस बसण्याचे भले मोठे टेबल होते. दुसऱ्या टोकाला प्रत्येक वॉर्ड्सचे संडास-बाथरूम. मुख्य हॉलमध्ये बेड्सच्या तीन रांगा. त्याशिवाय दोन्ही बाजूंना भले रुंद व्हरांडे. त्या व्हरांड्यांमध्ये बेड्सवर दीर्घकाळ राहणारे पेशंट्स ठेवले जात. उतरत्या छपरांजवळ व्हेंटिलेटर्स आणि भल्या मोठ्या खिडक्या यामुळे वॉर्ड्समध्ये भरपूर उजेड आणि सतत खेळती हवा असे. बरॅक्सच्या अंगणात आणि हॉस्पिटलच्या आवारात सर्वत्र मोठमोठे वृक्ष होते; त्यामुळे भरवस्तीत असूनसुद्धा हॉस्पिटलमधील वातावरण शांत व गंभीर असे. रात्री एका बरॅकमधून दुसरीत जाताना नवखा माणूस घाबरल्याशिवाय राहत नसे. मेन गेटच्या जवळच छोटीशी बाग आणि त्या बागेत प्रचंड मोठे पिंपळाचे झाड होते. ते झाड 'बडा साबचे झाड' म्हणून ओळखले जात असे. डिस्चार्ज घेऊन जाणारा प्रत्येक पेशंट त्या ठिकाणी नारळ द्यायला चुकत नसे. तिथे एक म्हातारा सदैव, अगदी दिवसाचे चोवीस तास बसलेला असे. साथीच्याच रोगांचे हॉस्पिटल असल्याने गंभीर अवस्थेतील पेशंट्सची सदैव वर्दळ असे. वॉर्डागणिक रोज दोन-तीन पेशंट्सचे मरण ही तिथली सहज बाब होती.

सुरुवातीचे चार-पाच दिवस सुलूचा बेड मुख्य हॉलच्या मधल्या रांगेत सिस्टर्स टेबलच्या समोरच होता. मात्र, तिच्या प्रकृतीचा एकूण तालमाल बघून नंतर तिची रवानगी व्हरांड्यामध्ये शेवटच्या कोपऱ्यात खिडकीजवळ झाली. खिडकीसमोरच एक मोठे झाड होते. त्याच्या मोठमोठ्या फांद्या खाली झुकलेल्या होत्या. दिवसभर वाऱ्यावर डोलणाऱ्या त्या हिरव्यागार फांद्या मोठ्या छान दिसत. मात्र, रात्री अर्ध्यामुर्ध्या प्रकाशात त्यांची हालचाल भेसूर आणि भीतिदायक वाटे.

बेचाळीस-त्रेचाळीस दिवस उलटले तरी सुलूचा ताप आटोक्यात येत नव्हता. दिवसभर ती तापाच्या ग्लानीत आणि औषधांच्या गुंगीत असे. रात्री उशिरा ताप उतरला की, बाकी रात्र ती जागीच असे. तिचे थंड पडणारे हातपाय चोळत; हलक्या आवाजात गोष्टी सांगत किंवा थोपटून गाणी म्हणत आई रात्रभर जागीच असे. मला वाटतं, त्या दिवसांमध्ये आई जमिनीला पाठ लावून कधी झोपू शकलीच नसावी. दुपारच्या वेळी स्टुलावर बसल्या बसल्या कधीतरी एखादी डुलकी घेतली न घेतली तरच. सुलूच्या तापाची ती विचित्र तऱ्हा पाहून तिच्या अनेक ब्लड टेस्ट्स वगैरे झाल्या होत्या. सुलूच्या तापाचा पंचेचाळीस किंवा सेहेचाळिसावा दिवस असेल. दोन दिवसांपासून तिचे टेंपरेचर १०४च्या खाली उतरतच नव्हते. दुपारी बरेच मोठमोठे डॉक्टर्स येऊन तिला तपासून गेले. नर्सेसनी टेबलाभोवती बसून बराच खल केला. जाण्यापूर्वी पुन्हा तिला तपासलं. आईने मोठ्या आशेने त्यांच्याकडे चौकशी केली;

पण त्यांनी परमेश्वराचा भरवसा देण्यापलीकडे काहीच केलं नाही. इंग्रजीत चालणारी त्यांची चर्चा आईला पूर्णपणे कळली नसली, तरी त्यांच्या चर्चेत अनेकदा लंबर पंक्चरचा उल्लेख ऐकून तिच्या काळजाचं पाणी पाणी झालं.

रोज ऑफिसातून घरी परत जाताना बाबा सुलूला बघून जात; पण त्या दिवशी ते आले नाहीत; त्यामुळे त्यांना सांगून काही विचारपूस-हालचाल करायची, तर तेही शक्य झालं नाही. सैरभैर झालेल्या मनाला आधार शोधावा तरी कुठे? रात्रीचा जेवणाचा डबा घेऊन मंदा आल्याचा निरोप तिला मिळाला. नेहमीप्रमाणे ती मेन गेटच्या बाहेर वाट बघत थांबली होती. डॉक्टरांची चर्चा ऐकून आईला जे समजले होते आणि त्यांनी तिला जे उत्तर दिले होते ते ऐकून तर तिची कंबरच खचली होती. जेवणाची वासनाच नष्ट झाली होती. तरीसुद्धा सगळा धीर एकवटून ती उठून डबा घ्यायला निघाली. घरात काय आहे काय नाही याची चौकशी, आमची विचारपूस, बाबांची विचारपूस आणि मुख्य म्हणजे दुसऱ्या दिवशी काही करून सकाळी त्यांना लवकर हॉस्पिटलमध्ये येण्याचा निरोप द्यायचा होता आणि त्या लेकराला किती वेळ दारात तिष्ठत ठेवणार?

आजूबाजूच्या लोकांनी खूप आग्रह करून आईला चार घास खाऊ घातले. परिस्थितीसमोर हतबल झालेल्या आईने सारा भार रामावरच टाकला. सुलूच्या कपाळावरच्या पट्ट्या बदलत आणि अधूनमधून तिच्या डोक्यावरून हात फिरवत आई बसून होती. मनातल्या मनात रामाचा धावा करत. रात्री अकरा-साडेअकराच्या दरम्यान ताप किंचित कमी झाला असावा. सुलू जागी होऊन खोल गेलेल्या आवाजात काहीतरी सांगत होती. आईची तंद्री भंगली. तिने सुलूच्या तोंडात चार-पाच चमचे पाणी घातले. सुलू वारंवार एकच गोष्ट सांगत होती–

"आई, तिला हाकल. ती झाडावर बसून दात विचकून मला भीती दाखवते. आई ती मला बोलावते. खिडकीतून हात घालून घालून मला ओढायला बघते. आईऽऽ!! तिला हाकल."

आजपर्यंत कितीही ताप चढला, तरी सुलूला वात झाला नव्हता. ती झोपेत कधी बरळली किंवा उसासली नव्हती. क्वचित कधीतरी कण्हली असेल तेवढीच. आजची तिची बडबड ऐकून आई अधिकच घाबरली. काय करावे सुचेना. इकडेतिकडे बघितलं, तर वॉर्ड अगदी शांत. सारे पेशंट्स झोपलेले. त्यांच्या नातेवाइकांनीही जमिनीवर पथाऱ्या पसरलेल्या. सिरीयस पेशंट्सचे नातेवाईकसुद्धा स्टुलावर बसून कॉटवर डोके ठेवून झोपलेले होते. एक बॉडी वॉर्डबाहेर हलवून आणि इतर रुटीन संपवून सिस्टर्ससुद्धा बसल्याबसल्या सुस्तावल्या होत्या. मेहतरणी बाथरूमच्या लॉबीत तर सर्व्हंट्स आणि अटेंडंटस इथे तिथे जागा पकडून आडवे झाले होते. कोणाला जागं करण्याचा आणि काही सांगण्याचा धीर आईला झाला नाही. नाही

म्हणायला, कोणत्या तरी पेशटंचा नातेवाईक असलेला भय्या दोन वॉर्डच्या मधल्या वेटिंग हॉलमध्ये मध्येच बाकावर बसत होता, तर मध्येच उठून चकरा मारत होता. त्याचीच तेवढी जाग. अशा परक्या आणि अनोळखी पुरुष माणसाला काय सांगणार? सुलूचा 'आई तिला हाकल'चा धोशा सतत सुरूच होता.

आईने खिडकीतून दिसणाऱ्या झाडाकडे बघितलं. त्याच्या खिडकीजवळ आलेल्या फांद्यांवर रस्त्यावरच्या दिव्याचा प्रकाश पडला होता. हलती पाने चमकत होती. वारा जरी विशेष जोरात नव्हता, तरी ती भली मोठी फांदी एका लयीत हलत होती. जणू एखादा हुप्प्या फांदीवर बसून झोके घेतोय. तसं पाहता त्या खिडकीतून दिसणारं ते नित्याचंच दृश्य असलं, तरी एखाद्याला त्याची भीती वाटणं अस्वाभाविक नव्हतं. त्यातही आजारी माणसांना आणि लहान पोरांना जास्तच भीती वाटते. आईनं उठून खिडकी बंद केली. खिडकी बंद होताच ती फांदी एकदम गदागदा हलू लागली. बाकी कुठल्या झाडाची साधी सळसळ नव्हती किंवा जोराच्या वाऱ्याने बाकी कोणतं झाड हलत नव्हतं. जणू त्या फांदीलाच कोणीतरी रागारागाने जोरात हिसके देत होतं. पहाटेपर्यंत ती फांदी तशीच हलत होती.

एकच फांदी एवढ्या जोरात का हलत असावी, सुलूला खरोखरच त्या फांदीवर बसलेली बाई दिसली असावी का, अशा विचारांत ती गढून गेली होती. वॉर्डच्या घड्याळात चार वाजल्याचे टोल पडलेले तिने ऐकले. त्यानंतर केव्हातरी तिचा डोळा लागला असावा. जेमतेम दहा-पंधरा मिनिटांचा डुलका लागला असेल. जोरात आरडाओरडा ऐकून आई दचकून जागी झाली. सहज प्रेरणेने तिची दृष्टी सर्वप्रथम सुलूवर पडली. मंद श्वास सुरू होता. ताप चढण्यास सुरुवात झाल्याचं जाणवत होतं. तिने आईचा हात घट्ट धरून ठेवला होता. झोप लागल्यासारखं वाटत होतं. तिला सुरक्षित पाहिल्यानंतर आईचे नैसर्गिक कुतूहल जागे झाले. ती उठून नर्सेस टेबलच्या जवळ व्हरांड्याचे जे दार होते तिथे जाऊन उभी राहिली.

रात्री आईला जो भय्या वेंटिग हॉलच्या बाकावर बसत-उठत असलेला दिसला होता, तोच आता जोरजोरात रडतभेकत होता. त्याची पंधरा-सोळा वर्षांची मुलगी दहा-बारा दिवसांपासून ॲडमिट होती. नेहमी तिची आई हॉस्पिटलमध्ये असे; पण काही कारणांनी ती घरी गेली होती आणि भय्या रात्रीचा थांबला होता. लेडिज वॉर्ड असल्याने तो वॉर्डमध्ये न थांबता वेटिंग हॉलमधल्या बाकावर बसून होता. रात्री उशिरा त्या बाकावर सहसा कोणी बसत नसे. नाइट ड्यूटीच्या डॉक्टरपासून मेहतरणीपर्यंत प्रत्येकाने त्याला बजावून सांगितलं होतं की, जर तो रात्री तिथेच बसणार असेल, तर रात्रभर जागंच राहायचं. काही झालं तरी झोपायचं नाही. बसून डुलक्या घ्यायच्या नाहीत आणि आडवं तर पडायचंच नाही. त्या सक्त सूचनांकडे दुर्लक्ष करून मध्ये एकदा तो आडवा झाला होता; पण वॉर्डमधली बॉडी हलवणाऱ्या

सर्व्हंटने त्याला उठून बसवलं होतं. 'योग्य' शब्दांत बजावलंसुद्धा होतं. बिचारा रात्रभर मध्येच बाकावर बसून, तर मध्येच तिथल्या तिथे शतपावली करून झोप टाळण्याचा आणि वेळ काढण्याचा प्रयत्न करत होता. त्याचाच जाग आईला जाणवत होती. घड्याळात चारचे टोल पडत असताना, बहुधा जागरण अशक्य झाल्याने आणि पहाटेच्या सुमारास कोणी येण्याची शक्यता न वाटल्याने, डोक्याभोवती पंचा गुंडाळून तो आडवा झालेला तिनं पाहिलं होतं. तोच आता वॉर्डमध्ये घुसून- "अरे मर गया रे! अरे मार डाला रे!! अरे मेरी कमर तोड दी रे!!!" असे रडत, ओरडत होता. त्याच्या ओरडण्याने दोन्ही वॉर्ड खडबडून जागे झाले आणि नर्सेसपासून हिंडू फिरू शकणाऱ्या रोग्यांपर्यंत सारे त्याच्याभोवती जमले. वॉर्डबॉइजनी त्याला धरून जमिनीवर खाली बसवलं. पाणी पाजलं. जरा शांत केलं. भय्या जरा शांत होताच भोवतालच्या गर्दीला तोंड फुटलं. चौकश्यांवर चौकश्या, प्रश्नांवर प्रश्न सुरू झाले. लोकांचा गलबला, त्या भय्याचे कण्हणे, रडणे आणि रटाळ भरताड लावून सांगणे यातून जी हकिकत समजली ती अशी की–

पहाटे पहाटे त्याला झोप अनावर झाली; त्यामुळे सक्त सूचना दिल्या असतानासुद्धा नाइलाजाने तो एका बाकावर आडवा झाला. थकल्यामुळे आणि जागरणाने त्याला लगेच झोप लागली. तरी दोन-तीन वेळा त्याला कोणीतरी बाकावर न झोपण्याची ताकीद दिली. आजूबाजूला कोणीच दिसत नव्हतं म्हणून त्याला वाटलं, इतक्यांनी त्याला ताकीद दिली होती, की बस्स! त्यामुळे लोकांचे शब्द कानांत घुमत असल्याने भास झाला असावा, असे त्याला वाटले. तो परत झोपला तर कोणीसं त्याला हलवून जागं केलं. तो उठला; पण जागं करणारी व्यक्ती काही त्याला दिसली नाही. स्वतःवरच चरफडत त्याने डोळ्यांना गच्च आवळून पंचा बांधला आणि भिंतीकडे तोंड करून तो झोपून गेला. तो गाढ झोपेत असतानाच कोणीतरी त्याच्या कमरेला धरून वर उंच उचलले. तो ओरडू नये म्हणून तोंड दाबून धरले. तीन-चार वेळा गरागरा फिरवून दाराबाहेर फेकून दिले. बरॅकच्या भोवताली तीस-चाळीस फूट दूर असलेल्या कंपाउंडच्या लोखंडी खांबावर तो आडवा-तिडवा आपटला. त्याचे अंग चांगलेच ठेचाळून निघाले होते. हाता-पायालासुद्धा चांगलंच खरचटलं होतं. या प्रकाराने तो इतका घाबरून गेला होता की, जरा भानावर येताच डिस्चार्ज वगैरे घेण्याच्या भानगडीत न पडता तो तसाच पोरीला खांद्यावर टाकून घेऊन गेला. लोकांनी थोडा वेळ चर्चा केली, मग जो तो आपापल्या जागेवर गेला. वॉर्डमधील रुटीन सुरू झालं.

आई सुलूच्या जवळ आली. ताप रोजच्यापेक्षा जास्त चढल्याचे तिला जाणवले. तिने सिस्टरला बोलावून आणलं. टेंपरेचर घेतलं तर १०६. पुन्हा बर्फाच्या पिशव्या, कपाळावर घड्या अशी धावपळ सुरू झाली. रजिस्ट्रारला कॉल गेला. रात्रपाळीचा

'ओव्हर' संपतासंपताच तो हजर झाला. बर्फाच्या पिशव्या ठेवूनसुद्धा दोन तासांपेक्षा जास्त वेळ १०६ टेंपरेचर पाहून तो जरा हबकलाच. त्याने बर्फाच्या पाण्याने स्पंजिंग करून ताप उतरवण्याच्या ऑर्डर्स दिल्या. वॉर्डात सकाळच्या रुटीनची गडबड चालू झाल्याने स्पंजिंगचं काम आईलाच सुरू ठेवावं लागलं. आठ-साडेआठच्या दरम्यान बाबा आले, तेव्हा आई त्यातच गुंतली होती. डोळे पुसतपुसतच आईने सारी कर्मकहाणी बाबांना ऐकवली. मुळातच कमजोर असलेले बाबा ते सारे ऐकून आणि सुलूची प्रत्यक्ष स्थिती बघून जास्तच खचून आणि घाबरून गेले. शेवटी आईनेच त्यांना धीर दिला आणि डॉक्टरांना भेटायला पाठवलं. आज ऑनररी डॉक्टर खास सुलूला बघण्यासाठी राउंड घेणार होते, असं त्यांना कळलं. मग ऑफिसला जायचं रहित करून त्यांनी तिथेच थांबायचं ठरवलं. सतत बर्फाच्या पाण्याने स्पंजिग करत राहूनसुद्धा ताप १०६च्या खाली येत नव्हता. नशीब एवढंच की, त्यामुळे निदान तो त्यापेक्षा वर चढत नव्हता.

ऑनररी डॉक्टर राउंड घ्यायला आले. त्यांच्याबरोबर अन्य काही सिनिअर डॉक्टर्स, हॉस्पिटलचे सुपरिंटेंडंट आणि इतर बडे डॉक्टर्स, ऑनररींचे पोस्ट ग्रॅज्युएट स्टुडंट्स, मेट्रन सिस्टर्स असा बडा लवाजमा होता. हाय टेंपरेचरमुळे सुलू बेशुद्धच झाली होती. ऑनररींनी स्वतः सुलूला तपासलं. तिचे सगळे रिपोर्ट्स, पहिल्या दिवसापासूनचे टेंपरेचर चार्ट्स, ट्रीटमेंट इ. अतिशय बारकाईने पाहिलं. रजिस्ट्रारच्या नोट्स पाहिल्या. आईला, सिस्टर्सना, डॉक्टर्सना अनेक बारीकसारीक वरवर किरकोळ वाटणारे प्रश्न विचारले. सोबत आलेल्या अन्य डॉक्टरांशी बराच वेळ तिथेच उभ्याउभ्या चर्चा केली. नंतर त्यांनी केस पेपरवर स्वतःचे निष्कर्ष आणि औषध योजना नोंदवली. जाताजाता आईला फक्त एवढंच म्हणाले, "बाई, देवावर विश्वास ठेवा. त्याची इच्छा असेल, तर सारे काही ठीक होईल. आपल्या हातात फक्त प्रयत्न करणे एवढेच आहे. आपण ते निष्ठेने करणार आहोत यात संशय नाही. यश देणे-न देणे 'त्याच्या' हातात आहे. आपल्या प्रयत्नांत कुठलीही कसूर राहणार नाही, याची खात्री बाळगा आणि आमच्या प्रयत्नांना यश देण्यासाठी देवाची प्रार्थना करा. कदाचित तुमची प्रार्थनाच यश देऊन जाईल."

बाबांच्या खांद्यावर हात टाकून त्यांच्याशी इंग्रजीत बोलत ते त्यांना आपल्या चेंबरमध्ये घेऊन गेले. पंधरा-वीस मिनिटांनी बाबा परत आले, तर त्यांचे खांदे वाकलेले होते. चेहरा आणखी पडला होता. हात-पाय कापत होते. येऊन मटकन खुर्चीत बसून राहिले. आईच्या अनेक प्रश्नांना त्यांनी खोल आणि पडलेल्या आवाजात एकच उत्तर दिलं-

"आज दिवसभरात ताप कमी झाला नाही, तर उद्या केइएमला हलवणार. मणक्यातील पाणी काढून तपासणार. बाहेरून भारी इंजेक्शन्स मागवली आहेत.

डॉक्टर फारच चांगला माणूस आहे.''

बाबांची स्थिती पाहून आईने सुलूसाठी असलेली ग्लुकोज पावडर पेलाभर पाण्यात टाकून त्यांना दिली. ऑनररींच्या राउंडनंतर वीस-पंचवीस मिनिटांतच त्यांच्या सूचनांची आणि ऑर्डर्सची अंमलबजावणी सुरू झाली. सुलूच्या बेडचा ताबा स्वतः रजिस्ट्रारनी स्वतःकडे घेतला. स्पंजिंगचे काम एका ट्रेनी नर्सवर सोपवले गेले. एक स्टाफ नर्स डोक्यावरच्या आईस बॅग्जवर लक्ष ठेवून कपाळावरच्या पट्ट्या बदलत राहिली. ती दर पंधरा मिनिटांनी टेंपरेचर घेऊन रजिस्ट्रारला सांगत होती. बऱ्याच खटपटीनंतर सुलूची व्हेन सापडली. व्हेनमध्ये स्कालपेल लावून ठेवली गेली. त्या स्कालपेलमधून संध्याकाळपर्यंत तीन-चार इंजेक्शन दिली गेली. इंजेक्शन्स स्वतः रजिस्ट्रारनेच दिली आणि काही वेगळ्याच पद्धतीने धीम्या गतीने दिली. बराच वेळ स्पंजिंग करूनसुद्धा टेंपरेचर उतरेना, तेव्हा बर्फाच्या पाण्याचा एनिमा दिला गेला. सुलूच्या उश्याशी ऑक्सिजन सिलिंडर सज्ज होते; पण सुदैवाने त्याचे काम पडले नाही. रजिस्ट्रार प्रत्येक बारीकसारीक गोष्टींची नोंद करत होता. कॉटच्या दोन बाजूंना बसून जे काही घडेल ते असहाय्यपणे बघण्याशिवाय आई-बाबा काय करू शकत होते?

संध्याकाळी पाच-साडेपाचच्या दरम्यान त्यांच्या प्रयत्नांना थोडे यश आले. टेंपरेचर शंभरपर्यंत उतरले. अर्ध्या-पाऊण तासानंतर बर्फाच्या पिशव्या दूर केल्या गेल्या. टेंपरेचर पुन्हा एकशे एकवर गेले. सुपरिंटेंडंटना कॉल गेला. दहा मिनिटांत ते हजर झाले. त्यांनी दिवसभराचा चार्ट पाहिला. रजिस्ट्रारच्या नोट्स पाहिल्या. त्याला अनेक प्रश्न विचारले. त्याच्याशी चर्चा केली. टेंपरेचर उतरलं असलं तरी सुलू शुद्धीवर आलेली नव्हती. डॉक्टरांच्या सूचनेप्रमाणे आई अधूनमधून तिच्या तोंडात ग्लुकोजचं पाणी घाली; पण जेमतेम अर्धा चमचा पाणी घशातून खाली उतरे, बाकी तोंडामधून बाहेर सांडून जाई. आदल्या दिवशी सकाळी सुलूने थोडे दूध घेतले असेल तेवढेच. त्यानंतर तिच्या पोटात पाण्याचा थेंब नव्हता. शिवाय सतत स्पंजिंग; त्यामुळे डिहायड्रेशनचा धोका होता. सुपरिंटेंडंटनी स्वतःसमोरच सलाइन चढवायला सांगितले. जाताना त्यांनी रजिस्ट्रार आणि नर्सेसना अनेक सूचना आणि ऑर्डर्स दिल्या. जाता जाता ते बाबांना म्हणाले,

''हे व्हायरल इन्फेक्शन आहे. हाफकिनमधून आजच आलेल्या रिपोर्टवरून ते कन्फर्म झालंय. आपण टॉयफाइड म्हणून ट्रीट करत राहिलो. कारण आपल्याकडे व्हायरल इन्फेक्शनच्या फारच रेअर केसेस येतात. त्याच्यावरचे उपचारसुद्धा भारतात सहज उपलब्ध नसतात. ठीक आहे. आपण आपल्याकडून पूर्ण प्रयत्न करणार आहोत. टेंपरेचर उतरलं हा चांगला रिस्पॉन्स म्हणायला हवा; पण अजून किमान बारा तास, कोणत्याही बाह्य उपायांशिवाय हेच टेंपरेचर कायम राहिलं पाहिजे. ते

एकदम उतरून किंवा शूट-अप होऊन चालणार नाही. आशा करू या. या हाय टेंपरेचरमुळे तिचा मेंदू डॅमेज झाला नसेल. या क्षणी, घाईघाईने कोणतेही स्टेटमेंट करणे धोक्याचे आहे. आपण वाट पाहू या. आजची रात्र काळजीची आहे. आपल्याला सावध राहिलं पाहिजे. डॉक्टर, आता तुम्ही थोडे रिलॅक्स होऊ शकता; पण वॉर्ड सोडून जाता कामा नये. अगदी जेवणासाठीसुद्धा नाही. आतापर्यंत तुम्ही फारच जबाबदारीने परिस्थिती हाताळलीय. कीप इट अप. यू आर लकी टू गेट सच अ केस फॉर युवर प्रेझेंटेशन. स्टाफ, दर अर्ध्या तासाने टेंपरेचर घेत राहायचं. कोणताही बदल, तुमच्या दृष्टीने कितीही क्षुल्लक असो, ताबडतोब डॉक्टरांना कळवायचा. एक ट्रेनी बाबा (नर्स) कायम पेशंटजवळ ठेवा. डॉक्टर, इफ यू फिल, यू मे सेंड मी अ कॉल इव्हन ॲट लेट नाइट. आय ॲम अव्हेलेबल इन द कँपस थ्रुआउट. बेस्ट लक! ओ.के? काळजी करू नका. परमेश्वरावर भरवसा ठेवा.''

म्हटलं तर दिलासा देऊन, म्हटलं तर काळजीत भर टाकून सुपरिंटेंडंट निघून गेले. दिवसभर सुलूच्या बेडभोवती काही न खाता-पिता राबणारे डॉक्टर, नर्सेस आणि सिस्टर्स टेबलवर बसून, जरा स्वस्थ होऊन चहा घ्यायचा विचार करू शकले.

घरात आम्ही फक्त पोरं-टोरंच. बेबी, मंदा त्यातल्या त्यात मोठ्या. सुलू खूप आजारी आहे यापलीकडे आम्हाला काही समजत नव्हतं. बेबी-मंदा त्यांना जमेल तसं आणि सुचेल तसं घर चालवीत होत्या. शेजाऱ्या-पाजाऱ्यांची तऱ्हा अगदीच दिव्य! हवं-नको पाहावं, पोरांना धीर द्यावा हे राहिलं बाजूलाच; पण उलटसुलट प्रश्न विचारून आणि अगदी दारासमोर उभे राहून भलत्यासलत्या चर्चा करून अर्धवट कळत्या वयातल्या पोरींना घाबरवून टाकण्याचं काम मात्र त्यांनी चोख बजावलं. जरा हॉस्पिटलमध्ये जावं, काय परिस्थिती आहे बघून यावं, जमलं तर थोडी मदत करावी, असं कुणालासुद्धा वाटलं नाही. सकाळी लवकर गेलेले बाबा सहा वाजत आले तरी परत आले नाहीत; त्यामुळे आम्ही जास्तच घाबरून गेलो होतो. शेवटी आम्हाला जयावर सोपवून बेबी-मंदांनी हॉस्पिटलमध्ये जाऊन काय प्रकार आहे ते प्रत्यक्ष बघून यायचं ठरवलं. त्या इतक्या भेदरल्या आणि बेचैन झाल्या होत्या की, आईसाठी रात्रीचा डबा घेऊन जाण्याचेसुद्धा त्यांना सुचले नाही. बाबा परत येतील तेव्हा दुपारचा डबा घेऊन जाऊ म्हणून बाबांची वाट बघण्याच्या नादात दुपारचा डबा राहिला होता. बाबा परस्पर ऑफिसात गेले असतील हे कोणाच्या डोक्यातच आलं नाही. एकूण काय तर आईला दिवसभर कडकडीत उपवास घडणार होता. बाहेर काही खाऊन घ्यायचं? ब्राह्मणाच्या बाईनी हॉटेलात जाऊन खायचं अशी कल्पना करणं हेसुद्धा त्या दिवसांत पाप होतं आणि अगदीच खायचं म्हटलं तरी त्याला पैसे पडतात, ते कुठून आणायचे?

आता हॉस्पिटलला जायचं, म्हणजे नेहमीसारखंच तंगड्या तोडत. बस-ट्रामने

जायचं म्हटलं तरी कुठली बस किंवा ट्राम जाते हे कोणाला माहीत होतं? चौकशी केली असती तर समजणं काही कठीण नव्हतं; पण कंडक्टर काही फुकटात नेणार नव्हता. काही वेळ धावायचं. दम लागला की, थोडा वेळ चालायचं. परत धावायला लागायचं, असं करत त्या हॉस्पिटलच्या मेन गेटवर पोहोचल्या. आत प्रवेश नव्हताच. बराच वेळ वाट पाहिल्यावर एक ओळखीची बाई दिसली. तिच्या मदतीने त्यांनी त्या आल्याचा निरोप पाठवला.

त्या दोघी गेटवर आल्याचा निरोप मिळून जवळपास अर्धा तास होऊन गेला होता. बाबांचा पाय निघत नव्हता; पण घरी, आमच्याजवळसुद्धा कोणी मोठा माणूस असणं आवश्यक होतं. आईने बाबांना बळेच घरी पाठवलं. इकडे गेटवर उभं राहून वाट बघताना दोघी हवालदिल झाल्या होत्या. भेटण्याची वेळ संपून गेल्यामुळे आणि अंधार पडल्यामुळे सगळं सामसूम झालं होतं. मध्येच एखादी ॲम्ब्युलन्स येई-जाई. 'प्रेताची गाडी' दिसे. त्या अधिकच घाबरत. एकमेकीच्या आधाराने त्या कशाबशा धीर करून उभ्या होत्या. बाबा गेटपाशी दिसताच दोघींना रडू फुटलं. रडतरडतच पुढे होऊन बेबीनं विचारलं, ''बाबा, सुली आहे नं?''

''हो. आता जरा ठीक आहे. ताप जरा कमी झालाय. उद्याही मला लवकर यावं लागणार आहे. बरं, आईचा डबा दे. तिला नेऊन देतो. मग आपण जाऊ.''

तेव्हा त्यांच्या लक्षात आलं त्यांनी डबा आणलाच नव्हता. आता त्यावर काही उपायही नव्हता. कोणाला दोष देऊन भांडण करण्यासारखी मनःस्थितीसुद्धा नव्हती. बाबा त्यांना घेऊन घराकडे चालत निघाले. बाबांच्या मागे चालताचालता मंदाच्या कानाला लागून बेबी हळूच म्हणाली, ''बाबा व्यवस्थित चालू शकत आहेत, म्हणजे सुलीचं ठीकच असणार. मला सुनंदाच्या वेळचं आठवतंय, तेव्हा आईपेक्षा बाबाच जास्त घाबरले होते; चक्कर येऊन धाडकन पडले होते.''

सकाळी घेतलेला 'पेशंट'च्या चहामधला पेलाभर चहा सोडला, तर आईच्या तोंडात दिवसभरात पाण्याचा थेंब गेला नव्हता. भेटायची वेळ संपल्यानंतरच्या रुटीननंतर वॉर्ड जरा स्थिरस्थावर झाल्यावर, नर्सला सुलूकडे लक्ष ठेवायला सांगून सकाळपासून राहिलेले प्रातर्विधी उरकायला आई गेली. घाईघाईने सगळे उरकून आणि चार तांबे डोक्यावर घेऊन ती परत सुलूच्या बेडकडे आली.

घड्याळाचा काटा त्याच्या गतीने फिरत होता. वॉर्डमध्ये रुटीन त्याच्या नेहमीच्या गतीने चालू होते. आई स्टुलावर बसून होती. बेडवर सुलू निपचित पडून होती. आठ वाजता नेहमीप्रमाणे ओव्हर झाला. पाण्याचे लोटे ठेवायला आलेल्या नाइट ड्यूटीच्या आयाला आई म्हणाली, ''मावशी, जरा खिडकी बंद करून घेता का? रात्री पोरगी खूप घाबरली होती.''

''का वं? काय झालं?''

तिला कशाची तरी शंका आली असल्याचं तिच्या स्वरावरून स्पष्ट जाणवत होतं.

"अहो, काल रात्री ती मध्येच जागी झाली. समोरची हलणारी फांदी पाहून भ्यायली. झाडावरची बाई भीती दाखवते, बोलावते, असं काहीतरी बडबडत होती."

मावशीने हातातले लोटे तिथेच खाली ठेवले. भोकरांसारखे मोठे डोळे करत आणि भीतीने पदराचा बोळा तोंडात दाबून धरत, अविश्वासाच्या स्वरात तिने पुनःपुन्हा विचारलं, "काय? काय म्हन्ता? मारवाडीन दिसली? लेकीला बलावत व्हती? मारवाडीन?"

तिने कशीबशी खिडकी बंद केली आणि हातातलं काम टाकून पळतपळत दुसऱ्या आयांकडे गेली. चार-सहा मिनिटांतच दोन्ही वॉर्ड्सचे सर्व्हंट्स आणि स्टाफ नर्सेस टेबलाभोवती गोळा झाले. दबक्या आवाजात एकच चर्चा 'मारवाडीण लेकीला दिसली.' काय प्रकार आहे आईला कळेना. जागा सोडून उठणे पण शक्य नव्हते. थोड्या वेळाने लालपट्टा (सिस्टर इन-चार्ज) तिच्याजवळ येऊन विचारायला लागली, "ये सब लोक बोलतात वो सच है क्या? सच्चिमें बच्चूको मारवाडीन दिखा क्या? बुलाता था?"

"मारवाडीण दिसली की मद्राशीण मला माहीत नाही; पण झाडावर बसलेली बाई तिला बोलावते असं ती बडबडत होती."

"ओ माय गॉड! अम्मा रे!! बेबी ऐसा बोला? अरे रे रे रे! बोत डेंजरस. होरिबल. बच्चू की मा, बच्चूके पाससे रातभर हिलना नई. ए बाबू, साला इधर आव. बच्चूने मारवाडीन देखा, मालूम पडा ना? तब्बीच मैं बोला तेरेकू पेड कायको हिलता है। बोला था ना तेरेकू? तू बोला, हवा चलता है। अब हवा निकलेगी। अब क्या देखता है? जाव उसको नारियल देव।"

झालं. वॉर्डभर भीतीची एक विचित्र लहर उठली. अजबसा तणाव भरून राहिला. प्रत्येक दवाखान्यात, प्रत्येक वॉर्डात देवांच्या तसबिरी असतातच. भराभरा तसबिरींसमोर दिवे लागले, उदबत्त्या लागल्या. बरेचजण आईला भेटून गेले. त्यांच्या मते त्यांनी आईला धीर दिला; पण प्रत्यक्षात घाबरवूनच टाकलं. त्या लोकांच्या बोलण्यातून आईला समजलं की, खूप वर्षांपूर्वी त्या वॉर्डमध्ये एक मारवाडीण मेली होती. ती म्हणे भूत होऊन समोरच्या झाडावर राहते. क्वचित कधी वॉर्डाच्या भोवतीसुद्धा फिरते. ती 'त्या' बाकावर कोणाला झोपू देत नाही. ज्या कोणा पेशंटला ती दिसते, त्याला खूप यातनामय मृत्यू येतो. मरणारी व्यक्ती म्हणे मग भूत होऊन मारवाडणीच्या गोतावळ्यात सामील होते. एवढेच नाही तर जेव्हा केव्हा मारवाडीण दिसते, त्यानंतर आठ-पंधरा दिवसांतच त्या दोन वॉर्डच्या स्टाफपैकी कुणीतरी दगावतं. त्या लोकांना जास्त भीती वाटत होती, ती याचीच. कोणा पेशंटच्या

मरणाचं त्यांना विशेष सोयरसुतक नव्हतं. तो तर त्यांच्या रुटीनचाच भाग होता. रात्री मारवाडीण दिसली. पहाटे भय्याला उचलून फेकून दिलं. या दोन गोष्टींची सांगड घालून सगळा स्टाफ काहीबाही चर्चा करत राहिला. सुलूच्या काळजीने आई आधीच व्याकूळ झाली होती. ही चर्चा ऐकून तर तिची परिस्थिती अधिकच दयनीय होऊन गेली. तिच्यासमोर उभं राहूनच सुलूला तपासणाऱ्या रजिस्ट्रारला अटेंडंट्स बजावत होते,

"डॉक्टर, काय कोणाला काल-बिल द्यायचा असंल, काय सँपल लॅबमदी पोहोचवायचा असंल, तर आत्ताच द्येवा. मंग अर्ध्या राती सांगसान त जमायचं नाय. मंग कोनी किती पन सिरियस होव दे. आमी पन बालबच्चेवाले लोक हावोत."

हे ऐकून तर आईला हंबरडा फोडून रडावंसंच वाटू लागलं. पोरीचं रात्री परत जास्त झालं तर काय? हा आणखी एक नवा घोर काळीज कुरतडू लागला. कुठून दुर्बुद्धी झाली अन् त्या आयाला खिडकी बंद करायला सांगितली, असं तिला होऊन गेलं. वेळ कुणासाठी थांबत नाही. थोडा वेळ गटागटाने चर्चा करून सगळे पांगले, आपापल्या कामाला लागले. चटाचटा रुटीन संपवून इथे-तिथे जागा पकडून गटागटाने मुडपून बसून राहिले. भेदरलेले पेशंट्स डोक्यावर चादर पांघरून चिडीचूप झोपून गेले. वॉर्डातली हालचाल थंडावली. नर्सेस आपल्या टेबलाशी बसून काहीबाही कागदी कामं करत राहिल्या. वातावरण शांत; पण तंग होतं. भयग्रस्त होतं. रजिस्ट्रार आणि सुलूच्या ड्यूटीवरची ट्रेनी नर्ससुद्धा नर्सेस टेबलावर जाऊन बसले होते. सुलू अजून शुद्धीवर येत नव्हती. आई आपल्याच दुःखात आणि काळजीत चूर, रामरक्षा म्हणत तिच्या उश्याशी बसली होती. सकाळपासून तिची रामरक्षेची दोन-अडीचशे पारायणं नक्कीच झाली असतील. मन देवाची करुणा भाकत होतं.

पोटच्या पोरांच्या मरणाचं दुःख आईनं याआधीही खूपदा अनुभवलं होतं. तिची भरपूर बाळंतपणं जशी झाली, तशीच ॲबॉर्शन्ससुद्धा बरीच झाली. महिन्या-दोन महिन्यांची होऊन तिची चार-पाच अपत्ये गेली. माझ्यापेक्षा मोठी असणारी आणि सुलूच्या पाठीवरची सुनंदा गेली, तेव्हा वर्षाच्या आत-बाहेर होती. तिने तर तिच्या हातात असतानाच प्राण सोडला होता. दुःखाची आणि तिची सोबत जणू तिच्या जन्मापासूनच जुळली होती. आज, दहा वर्षं खस्ता खाऊन, रक्ताचं पाणी करून वाढवलेली पोर तिच्यासमोर मरणाच्या दारात पडली होती. मुंबईसारख्या शहरात, जिथे देशातले सर्वोत्तम उपचार आणि औषधं सहज उपलब्ध होती; मोठमोठे धन्वंतरी भेटू शकत होते, अशा ठिकाणी तिची लेक म्युनिसिपालिटीच्या धर्मादाय दवाखान्यात मरणाशी झुंज देत होती. कारण जवळ पैसा नव्हता म्हणून, लेकीला चांगल्या दवाखान्यात, मोठ्या डॉक्टरला दाखवता येत नव्हतं. तिच्या असहाय्यतेची, असमर्थतेची आणि अगतिकतेची तिला भयंकर चीड येत होती; पण सांगणार कोणाला? आणि

काय? दैवाचे भोग ज्याचे त्यानेच भोगायचे असतात. निमूटपणे. ब्रसुद्धा न उच्चारता. सगळा भार रामावर टाकून ती रामरक्षा म्हणून त्यालाच आळवत बसली होती.

घड्याळात बाराचे ठोके पडले. आईची तंद्री भंगली. रजिस्ट्रार आणि ट्रेनी नर्स सुलूला तपासत होते. टेंपरेचर थोडे वाढले होते. अर्ध्या तासात टेंपरेचर परत चढले असते, तर डोक्यावर पुन्हा आइसबॅग ठेवण्याची सूचना रजिस्ट्रार नर्सला देत होता आणि हाय रे कर्मा! नर्स सांगत होती की, आइस बॉक्स खाली है। संध्याकाळच्या स्टाफने बर्फ मागवून ठेवण्याची काळजी घेतली नव्हती. आईच्या व्याकूळ चेहऱ्याकडे रजिस्ट्रारची नजर गेली. तो तरुण पोरगाही गलबलला. आईला धीर देत म्हणाला, "आई, काळजी करू नका. आपल्या वॉर्डात नसला, तरी दुसऱ्या वॉर्डात बर्फ मिळेलच. जर सर्व्हंट्स तयार झाले नाहीत, तर मी स्वतः जाऊन घेऊन येईन. सरांना बोलवायला पण मीच जाईन. दिवसभर राबून कंट्रोलमध्ये आणलेली केस मी असल्या फालतू कारणांनी फेल होऊ देणार नाही. तुम्ही जाग्या आहात ना? जर तिला ताप चढल्याचं तुम्हाला जाणवलं, तर मला हाक मारा. मी वॉर्डातच आहे."

मान डोलवण्यापलीकडे काय करणार होती आई? छप्पन रोग परवडले; पण गरिबीसारखा भयंकर रोग नको. भल्याभल्यांना असहाय्य, अपंग बनवून टाकतो. शब्दांचे बुडबुडे उडवून आणि काळजीत भर टाकून रजिस्ट्रार आणि नर्स आईला तिच्या काळजीत, मरणासन्न लेकीच्या सोबतीला सोडून निघून गेले. ती रामरक्षा पुटपुटत सुन्नपणे बसून राहिली. किती वेळ गेला समजत नव्हतं; पण अचानक आईला जाणवलं की, बऱ्याच वेळापासून ऐकू येणारी झाडाची सळसळ थांबली आहे. खिडकीची खडखड बंद झाली आहे. सर्वत्र काही वेगळीच सुन्न, नीरव शांतता पसरली आहे. इतकी शांतता की, वॉर्डात मुंगी चालली असती तरी तिचा पदरव उमटला असता. आईने अनामिक भीतीने चटकन सुलूच्या नाकाशी हात नेला. मंद श्वास सुरू होता; जाणवेल न जाणवेल असा. नशीब, ताप अजूनतरी चढला नव्हता.

आणि त्या नीरव शांततेला तडा देत, वॉर्डच्या मुख्य दरवाजाच्या जवळ येणारी बुटांची टपटप आईच्या कानांनी टिपली. तो भास नक्कीच नव्हता, कारण पेंगुळलेल्या नर्सेससुद्धा सावरून बसल्या आणि सुलूची नर्स लगबगीनं रिकाम्या ट्रॉलीवर झोपलेल्या रजिस्ट्रारला उठवायला धावली. रात्रभर कॅंपसमध्येच राहणार असणारे सुपरिंटेंडंट कदाचित सुलूला बघायला आले असावेत, असा आईने अंदाज केला. कल्पनेला ताण देत फार वेळ वाट बघावी लागलीच नाही. वॉर्डच्या मुख्य दारात एक गोरीपान, उंच धिप्पाड आकृती प्रकट झाली. युरोपियन गोरा रंग, निळेशार टपोरे डोळे. अतिशय व्यवस्थित विंचरलेले सोनेरी केस. अंगावर गडद रंगाचा सूट, त्यावर पांढराशुभ्र ॲप्रन. गळ्यात लोंबणारा जुन्या धाटणीचा स्टेथस्कोप. शांत चेहऱ्यावर

आश्वासक स्मित. त्या व्यक्तीने वॉर्डात पाऊल टाकताच नर्सेस आणि सर्व्हंट्स थरथर कापत जागच्या जागी खिळून उभ्या राहिले. त्यांच्या मागोमाग निघालेल्या रजिस्ट्रारला एका नर्सने आणि वॉर्डबॉयने दोन्ही हातांना घट्ट धरून जागीच उभं केलं. सामान्यपणे कोणीही मोठा डॉक्टर राउंडला वॉर्डमध्ये आला की, सर्व स्टाफ त्यांना अभिवादन करत असे. नर्सेस, डॉक्टर्स फाइल घेऊन, ट्रे घेऊन मागोमाग येत; पण या वेळी सगळेच चिडीचूप, जागच्या जागी खिळलेले. आईला हे त्यांचं वागणं खूपच खटकलं, कारण त्या व्यक्तीचा एकूण रुबाब आणि हालचालींमधला आत्मविश्वास त्याचे श्रेष्ठत्व जाणवून देत होता. आई त्यांना प्रथमच पाहत होती. सकाळी ऑनररींसोबतसुद्धा हे डॉक्टर आलेले नव्हते.

इकडेतिकडे कुठेही न बघता, दमदार पावले टाकत आणि बूट टपटप वाजवत ते सरळ सुलूच्या बेडजवळ आले. ते जवळ येताच आई उभी राहिली. हातानेच तिला बसण्याची खूण करत त्यांनी सुलूच्या कपाळावर हात ठेवला. कानाच्या खाली मानेवर बोट ठेवून नाडी पाहिली. अंगावरचे पांघरूण दूर करून खिशातल्या हत्याराने तिचे हात-पाय तपासले. स्टेथस्कोप लावून छाती-पाठ नीट तपासली. आईने मदतीला पुढे येण्याचा प्रयत्न करताच हाताच्या इशाऱ्याने तिला थोपवलं. त्या हालचालींमध्ये अशी काही जरब होती की, तिला सुलूच्या पायावरचं पांघरूण नीट करण्याचीसुद्धा हिंमत झाली नाही. त्यांनी बराच वेळ टेंपरेचर चार्ट न्याहाळला. साइड टेबलवर ठेवलेल्या औषधांच्या आणि इंजेक्शन्सच्या बाटल्या एक एक करून उचलून पाहिल्या. त्यानंतर स्वतःच्या हातांनी सुलूचे पांघरूण नीट केले. मग सुलूच्या मस्तकावर थोपटत अतिशय आश्वासक स्वरात ते आईला म्हणाले,

''बच्चू एकदम ठीक होगा। फिकीर करनेका नही। किसीको डरनेका नही। अब हमने देखा है। बच्चू अब मेरे केअर मैं है। सब अच्छा होगा। नेक्स्ट संडे हसता हसता घर जायगा। इसका ब्रेन भी परफेक्टली ऑलराइट है। नो क्वेश्चन ऑफ वरी। कोई कुछ नही करेगा। खिडकी खुली रखो। हवा आने दो। कभी बंद नही करना।''

बोलताबोलता त्यांनी आपल्या हातांनी खिडकी उघडली. अगदी सताड. एकदा जोरदार सळसळून झाड पुन्हा शांत झालं. थंड वाऱ्याची सुखद लहर आत आली. त्या डॉक्टरांचा इंग्रजी धाटणीत हिंदी स्वर खूप खोल, विहिरीतून आल्यासारखा धीरगंभीर वाटत होता. जाताजाता सुलूच्या कपाळावर थोपटून, पाठ फिरवून ते परत निघाले. आई इतकी भारावली आणि गोंधळली होती की, काही विचारण्याचं तिला भानच राहिलं नाही. बुटांचा आवाज करत, भारदस्त पावलं टाकत जाणाऱ्या त्यांच्या पाठमोऱ्या आकृतीकडे आई मंत्रमुग्ध झाल्यासारखी पाहत राहिली.

जाता जाता ते नर्सेस टेबलजवळ थांबले. कोणाशी एक अक्षर न बोलता आणि कोणाकडेही दृष्टिक्षेप न टाकता त्यांनी टेबलवरच्या फाइल्सच्या गठ्ठ्यातून एक

फाइल काढली - बहुधा ती सुलूची असावी - पाने पलटवत काही वेळ ती वाचली. मान डोलवत होती तशी जागेवर ठेवून दिली. नर्सेस थरथर कापत एकटक त्यांच्याकडे पाहत गोठून उभ्या होत्या. त्यांच्याकडे दुर्लक्ष करत, ते शांतपणे वॉर्डाच्या बाहेर निघून गेले. बुटांची टकटक हवेत विरताच सगळा स्टाफ सुलूच्या बेडकडे धावला.

'बडा साब, बडा साब' असा ते त्यांचा उल्लेख करत होते. त्यांनी नेमकं काय केलं, काय विचारलं, काय सांगितलं हे जाणून घ्यायची त्यांना प्रचंड उत्सुकता होती. ते सगळे एकाच वेळी बोलत होते. एकामागून एक प्रश्न विचारत होते. आईला उत्तर देण्याची सवड न देता कोणीतरी परस्पर उत्तरे देत होता. सगळेजण 'बडा साब'विषयी एकाच वेळी आदराने आणि भीतीने बोलत होते. आदर अशासाठी की, बडा साब फार थोर गृहस्थ आणि डॉक्टर होता. भीती अशासाठी की, त्यांना मरून अनेक दशकं लोटली होती. त्या सगळ्यांच्या गदरोळातून आईला समजले ते असे–

मरणाच्या वाटेवर असणाऱ्या तिच्या लेकीला एका परोपकारी पिशाच्चाने येऊन तपासले होते. तिच्या सुरक्षेची खात्री घेतली होती. फार पूर्वी जेव्हा ते हॉस्पिटल सुरू झाले, तेव्हा हे 'बडा साब' चीफ मेडिकल ऑफिसर होते. अतिशय कडक प्रशासक आणि तितकाच प्रेमळ आणि परोपकारी माणूस. हॉस्पिटलच्या उभारणीत त्यांचा मोठा वाटा होता. एखादी फार किचकट, मती गुंग करणारी; पण सुटू शकणारी केस हॉस्पिटलमध्ये निर्माण झाली, तर आजही बडा साब स्वतः त्यात लक्ष घालत असतो. स्वतः प्रत्यक्ष रोग्याला तपासून पाहतो. त्याचे येणे हीच पेशंटच्या पूर्ण बरे होण्याची खात्री असते. अत्यंत क्रूर आणि घातकी समजली जाणारी मारवाडीण फक्त 'बडा साब'ला घाबरते. सगळ्यांनी आईला धीर दिला. आता सगळं व्यवस्थित होईल असा भरवसा दिला.

थोडा वेळ बडबडून सगळे पांगले. आपापल्या जागी परत गेले. वॉर्ड होता तसा पुन्हा शांत झाला. मात्र, आधीच्या शांततेत जाणवणारा तणाव आणि भीती नाहीशी होऊन पूर्ण शांती जाणवत होती. कदाचित 'बडा साब'च्या येण्याने आणि त्याच्याविषयीच्या कथांनी आईचा धीर वाढला होता, मनावरचा ताण निघून गेला होता. त्याचा परिणाम म्हणून तिला असा बदल जाणवला असेल कदाचित. नाहीतरी आपल्याला जाणवणाऱ्या वातावरणाचा आणि मानसिक स्थितीचा परस्परसंबंध असतोच. सताड उघड्या खिडकीतून आल्हाददायक गार वाऱ्याच्या मंद मंद झुळुका येत होत्या. समोरचे झाड वाऱ्यावर हलके हलके डोलत होते. पानांच्या आडून पूर्वेकडे पहाटेचा रक्तिमा दिसू लागला होता.

सकाळच्या पाळीच्या ओव्हरची गडबड सुरू असतानाच सुलूने डोळे उघडले.

"आई, पाणी दे," खोल गेलेल्या आवाजात ते शब्द ऐकून आईचा सगळा शीण, थकवा एकदम दूर पळला. रामरायाला मनोमन नमस्कार करत, तिने सुलूच्या तोंडात चमच्याने पाणी घातलं. तापाने फणफणलेलं अंग हाताला थंडगार लागत होतं. तिने सिस्टरला हाक मारली. सकाळच्या पाळीची नर्स पाच मिनिटांत आली. त्यापूर्वीच तिने सुलूचे घामाने थबथबलेले अंग पुसून कोरडे करण्यासाठी आणि चादर बदलण्यासाठी 'बावा' आणि आयांना पुढे धाडलं. टेंपरेचर पाहताच ती प्रसन्न हसली. चार्टवर लिहिता लिहिता म्हणाली,

"९८, अरे व्वा! छान! रात्री 'बडे साब' आले होते नं? तरीच! आता ही पूर्ण बरी होणार. तुम्ही खात्री बाळगा. ही खिडकी म्हणे त्यांनीच उघडली. आता ती तशीच उघडी राहू द्या. बंद करू नका. आता घाबरण्याचे काही कारण नाही."

वास्तविक इतक्या दिवसांत वॉर्डातल्या लोकांनी सुलूकडे जाणूनबुजून दुर्लक्ष केलं असं कधी झालं नव्हतं; पण आता सुलू 'बडा साब'ची पेशंट होती. तिला वॉर्डात एकदम व्हीआयपी स्टेटस मिळालं. सर्व स्टाफ आईशी अदबीनं आणि आदरानं बोलू लागला. रोजच्यासारखा सिनिअर डॉक्टर्सचा राउंड नऊ वाजता सुरू झाला. सुपरिंटेंडंट स्वतः राउंडला आले होते. सुलूचा बेड वॉर्डच्या दुसऱ्या टोकाला असल्यामुळे तिकडे डॉक्टर्स सर्वांत शेवटी पोहोचत; पण त्या दिवशी त्यांनी राउंडची सुरुवातच सुलूपासून केली. स्पंजिंग करून पावडर वगैरे लावण्याने सुलू चांगलीच फ्रेश झाली होती. सगळ्यांकडे चांगली टकमक पाहत होती. रजिस्ट्रार बिचारा जवळजवळ चोवीस तास ड्यूटी करून गळून गेला होता. जागरणाने त्याचे डोळे तारवटले होते, तरी डॉक्टर सुलूच्या बेडजवळ येताच सुलूच्या रिपोर्ट्सची फाइल आणि त्याची ऑब्झर्वेशन्स घेऊन तत्परतेने पुढे झाला. त्याच्या नोट्स वाचून आणि प्रश्न विचारून डॉक्टरांनी टेंपरेचर चार्ट हातात घेतला. शेवटचे नोटिंग बघून त्यांच्या भुवया वर गेल्या. अविश्वासाच्या स्वरात त्यांच्यासमोर पुन्हा टेंपरेचर घ्यायला लावले. आपल्या हाताने त्यांनी सुलूच्या तोंडातील थर्मामीटर काढून स्वतः पाहिले. त्यांच्या चेहऱ्यावरचे गोंधळलेले भाव ते लपवू शकले नाहीत.

"काय? ९८? मिरॅक्युलस? पुन्हा घे. हं आश्चर्यच आहे. खरोखरच चमत्कार म्हणायला हवा. छान! काय बेटा कसं वाटतंय आता? छान वाटतंय का? आँ ओह रबिश व्हॉट इज धिस? या ऑर्डर्स कोणी लिहिल्या? कोणाच्या सांगण्यावरून? त्यासुद्धा रात्री दीड वाजता? यस डॉक्टर...?"

लाल पट्टा त्यांच्या कानाशी कुजबुजली, "रात्री 'बडा साब'नी राउंड घेतला. त्यांनी स्वतः हिला तपासलं होतं. नाइट ड्यूटीच्या स्टाफने आणि डॉक्टरांनी स्वतः ते पाहिलं."

डॉक्टरांनी रजिस्ट्रारकडे त्रासिक आणि चिडका प्रश्नार्थक दृष्टिक्षेप टाकला.

त्यांच्या नजरेला नजर न देता खाली मान घालून तो कसाबसा पुटपुटला, "येस सर. आय सॉ हिम. दे सेड, ही वॉज द 'बडा साब'!"

तापलेल्या तव्यावर पाणी पडावे, तसा त्यांचा संताप थंड झाला. ते एकदम गप्प झाले. एक शब्द न उच्चारता ते बराच वेळ फाइलमधल्या त्या ऑर्डर्सकडे बघत राहिले. स्वतः पुन्हा एकदा सुलूला तपासलं. फाइलमधले रिपोर्ट्स पुनःपुन्हा बघितले. सगळा स्टाफ त्यांच्या चेहऱ्यावरचे बदलणारे भाव पाहत चित्रासारखा स्तब्ध उभा होता, त्याच वेळी बाबा तिथे येऊन दाखल झाले; पण तिथले दृश्य पाहून ते गोंधळूनच गेले. ती शांतता मोडण्याची त्यांचीसुद्धा हिंमत झाली नाही. कदाचित ते खूप भराभरा चालत आले असावेत, कारण त्यांना चांगलीच धाप लागली होती. त्यांच्या श्वासाचा आवाज पार्श्वसंगीतासारखा वातावरणातल्या गांभीर्यात भर घालत होता. शेवटी पुन्हा एकदा त्या ऑर्डर्स वाचून सुपरिंटेंडंटनी दीर्घ सुस्कारा सोडला. सुलूच्या डोक्यावर थोपटले आणि बाबांकडे पाहून स्मित करत म्हणाले, "हं. वेल्, काँग्रॅच्युलेशन्स मिस्टर. तुमची मुलगी खरोखरच नशीबवान आहे. वुई हॅड गिव्हन अप द होप्स. इट वॉज द मॅटर ऑफ अ फ्यू अवर्स; पण तुमच्या श्रद्धेने आणि पोरीच्या नशिबाने दैवाला जिंकलं. आता ती पूर्ण बरी होणार, यात काही संशय नाही. मी इतके दिवस या गोष्टींवर विश्वास ठेवत नव्हतो. मला त्या नेहमीच भाकडकथा वाटत आल्या; पण या ऑर्डर्स. आय सिंपली कांट बिलिव्ह धिस. मला वाटतं डॉक्टर, तुमच्या प्रेझेंटेशनमध्ये तुम्ही हा पॉइंट ॲड करणार नाही. विल यू? ओह माय गॉड या ऑर्डर्स... फॉलो द ऑर्डर्स इन टोटो. डॉक्टर, कंटिन्यू द राउंड अँड रिपोर्ट मी."

रजिस्ट्रारच्या हातात फाइल कोंबून सुपरिंटेंडंट वॉर्डातून तडक निघून गेले. ते काय म्हणाले त्यातलं बाबांना काही एक समजलं नाही. आपल्या पोरीला धोका नाही एवढंच त्यांच्या लक्षात आलं. तेवढं त्यांना पुरेसं होतं. सगळा गोतावळा पुढच्या बेडकडे सरकला. सुलू बाबांचा हात धरून हलवत, त्यांना हाका मारत होती. ते तिच्या शेजारी कॉटवर बसले.

"बाबा, मलासुद्धा बंडूसारखं दुधातून अल्बोसांग पाहिजे."

"हो. हो. देऊ की. द्यायचंच आहे. अगं, गेटवर डबा घेऊन मंदा उभी आहे. बेबीला बोर्डाचा फॉर्म भरायचाय. ती शाळेत गेलीय. जा मंदाला भेटून डबा घेऊन ये. ती रात्रभर जवळजवळ जागीच होती. मी बसतो हिच्याजवळ."

"अहो, फॉर्मसाठी पैसे?"

"नंतर सांगेन. जा ती वाट पाहतेय. मग बोलू."

"तुमच्याकडे चार आणे आहेत का? बडा साबच्या झाडाला नारळ द्यायचाय."

ती काय म्हणत होती त्यांना नीटसं कळलं नाही; पण फार चौकश्या करण्याच्या

फंदात न पडता त्यांनी खिशातून शोधून चार आणे काढून आईच्या हातावर ठेवले. ते घेऊन आई मेन गेटवर आली. तिला पाहून मंदा पुढे झाली. हुंदके देत ती आईला बिलगली.

"आई, सुली कशी आहे?"

"आता बरी आहे. ताप पूर्ण उतरलाय. जा पटकन एक नारळ घेऊन ये. उरलेल्या पैशांची साखर आण."

दिवसभराच्या उपासाने आणि जागरणाने थकलेला, तरी आनंदाने आणि समाधानाने फुललेला आईचा चेहरा आणि तिने साखर आणायला सांगितली, म्हणजे काय असेल ते मंदाने लगेच ताडले. पळत जाऊन तिने दोन्ही वस्तू आणल्या. 'बडा साब'च्या सुलूला तपासून जाण्याची गोष्ट तोपर्यंत गेटवरच्या रखवालदारापर्यंत पोहोचली होती; त्यामुळे 'बडा साब'ला नमस्कार करायला मंदाला घेऊन जाऊ द्यायला त्यांनी अजिबात खळखळ केली नाही. दोघींनी 'बडा साबचं झाड' म्हणून ओळखलं जाणाऱ्या भल्या मोठ्या पिंपळाच्या झाडाला नमस्कार केला. साखर आणि नारळ आईने तिथे कायम बसून असणाऱ्या म्हाताऱ्याच्या हाती दिले. त्याने साखर झाडाच्या मुळाशी पसरून दिली आणि नारळ फोडून अर्धा आईला परत दिला.

शेजारच्या दुसऱ्या एका झाडाच्या ओट्यावर बसताबसता आईने विचारले, "काय आणलंस?"

"उकडपेंडी. कालपासून उपाशीच आहेस नं? अगं, आम्ही साफ विसरूनच गेलो डबा आणायला. आता लगेच खाऊन घे. दुपारी डबा घेऊन मी परत येईन."

"तू खाल्लंस?"

"नाही. घरी जाऊन मग खाईन. सुली घरी परत कधी येणार?"

"माहीत नाही; पण लवकरच येईल. दुपारी उन्हात कळकळ करत येऊ नकोस. आता जाताना बाबांना घेऊनच परत जा. त्यांना मी संध्याकाळी लवकर बोलावते. त्यांच्याच हाताने डबा पाठव. कणीक आहे? डाळ? घे, तू पण घासभर खाऊन घे. मुलांनी खाल्लं?"

"हो आहे. त्यांना खाऊ घालूनच निघाले. जयालापण यायचं होतं; पण मग संध्याला कोण सांभाळणार. खूप चिडली; पण राहिली शेवटी. अय्या! शी, उकडपेंडीत मीठच नाही."

"ठीक आहे असू दे. बाकी चांगली झालीय. मग मुलांना काय दिलंस?"

"रात्री फक्त शामल, संध्याच जेवल्या. आम्हाला जेवण गेलंच नाही. भात तसाच उरला. बेबी जाताना फोडणीला टाकून गेली. जया आणि बंडूला तोच दिला."

बाबांबरोबर मंदा घरी परत गेली. आई वॉर्डात सुलूजवळ बसून राहिली. त्या दिवसानंतर सुलूला पुन्हा ताप चढला नाही. खरोखरच 'बडा साब'ने सांगितल्याप्रमाणे

रविवारी संध्याकाळी सुलूला डिस्चार्ज मिळाला. तिला घेऊन टॅक्सीतून उतरणारी आई गॅलरीतून दिसल्याबरोबर मी, जया आणि मंदा बेबीच्या ओरडण्याकडे साफ दुर्लक्ष करत जिन्यावरून दुडुदुडु धावत खाली निघालो. सुलूला कडेवर घेऊन हळूहळू जिने चढणारी आई आम्हाला मध्येच भेटली. पिशव्या वर आणायला मंदा, जया खाली गेल्या. मी थांबलो.

मी हळूच सुलूच्या हाताला हात लावला आणि म्हणालो, ''सुले.''

ती तोंडभर हसली. पांढरट, फिकट रोडका हात हलवत, अंगठा दाखवत खोल गेलेल्या आवाजात म्हणाली, ''तुला फक्त जातानाच टॅक्सी; मला येतानासुद्धा टॅक्सी!''

''असू दे.''

आई आणि सुलू दोन महिन्यांनंतर घरी येत होत्या. सुलूचा हात एका हातात आणि दुसऱ्या हातात आईचा पदर धरून मी त्यांच्या मागोमाग जिना चढू लागलो. भांडायला नंतर भरपूर वेळ होता.

(लेखकाच्या जीवनात घडलेल्या सत्यप्रसंगावर आधारित कथा.)
(१८ ऑक्टोबर, २००५)

◆

पी.आय.एल.

बेगडी समाजसेवकांच्या दारुण भ्रमनिरासाची भेदक कहाणी

मीटिंग संपताच हेमेंद्रने ड्रायव्हरला गाडी काढायला सांगितले. घड्याळ बघत-बघतच त्याने घरी फोन लावला. वास्तविक आज तो लवकर निघणार होता. आठवण करून देण्यासाठी कांचनने दिवसभरात दोन-तीन फोन केले होते; पण कामे उरकताउरकता अखेर उशीर झालाच होता. दोन-तीन वेळा नंबर फिरवूनही फोन 'एंगेज'च लागला. ''या बायका इतका वेळ फोनवर काय बोलत असतात समजत नाही,'' असे त्रासिकपणे पुटपुटतच तो ऑफिसातून बाहेर पडला; पण असिस्टंट्सना सूचना देण्याचे काम गाडीत बसेपर्यंत पुरले. डौलदार वळण घेऊन गाडी मरीन ड्राइव्हच्या रस्त्याला लागली. गाडीमध्ये बसल्या बसल्याच त्याने मोबाइलवर परत फोन लावायचा प्रयत्न केला.

''हुश्श! चला, लागला एकदाचा!! हं, हॅलो स्वीटहार्ट, मी बोलतोय. तुझी तयारी झाली का?... हो, मी निघालोय. हे बघ, माझी तयारी करून ठेव. आधीच उशीर झाला आहे. आल्याबरोबर मी वॉश घेऊन लगेच ड्रेसप होईन... नको चहा नको. उगीच वेळ जायचा. दिवसभरात झालाय चार-पाच कप. बरं, आजच्यासाठी खास घेतलेली ती अल्सेशियन कुत्र्याची टायपिन आणि कफ बटन्स तयार ठेव. ऐनवेळी शोधाशोध नको... ओके... ओके...''

हेमेंद्र देशपांडे. एका बड्या बहुराष्ट्रीय कंपनीत व्हाइस प्रेसिडेंट; पण लहानपण गेले गोरेगावच्या गोगटेवाडीत. वडील एका खासगी कंपनीत साधे कारकून. घरचे वातावरण जुन्या वळणाचे. खास मध्यमवर्गीय ब्राह्मणी वातावरण. शेजारीही तसेच. शिक्षण मराठी मिडियममध्येच. त्या काळी गोरेगाव जणू खेडेच होते. गावात एकही इंग्रजी माध्यमाची शाळा नव्हती. असती तरी वडिलांनी पाठवले नसतेच; पण हेमेंद्रने मेहनतीत कसूर केली नाही. परीक्षा देऊन तो गोरखपूर

आय.आय.टी.त गेला. त्याच्या बुद्धीला मेहनतीची जोड देऊन तिथेपण तो चमकला. पवईच्या आय.आय.टी. मध्ये एम.टेक.साठी त्याला स्कॉलरशिप मिळाली. कँपस इंटरव्ह्यूमध्येच या कंपनीने त्याला निवडले. सहा महिन्यांतच पुढचे शिक्षण घेण्यासाठी स्टेट्सला पाठवले. तसा तो तिकडे रमला होता; पण बाँडच्या टर्म्समुळे त्याला परत यावे लागले. कंपनी अमेरिकन असल्याने बाँड तोडून तिकडे राहणे त्याला परवडणार नव्हते आणि जमणारही नव्हते.

कर्तबगारीच्या जोरावर तो आज या पदाला पोहोचला होता. कंपनीची कार, लठ्ठ पगार, वरळी सी फेससारख्या उच्चभ्रू वस्तीत डुप्लेक्स फ्लॅट. कंपनीतर्फेच मुंबईमधील तीन-चार प्रतिष्ठित क्लब्सची मेंबरशिप. सारे त्याने स्वतः मिळवले होते. कांचनसारखी सुंदर, हौशी त्याला सर्वतोपरी साथ देणारी बायको. पुष्करसारखा हुशार मुलगा आणि माणिकसारखी गोड मुलगी. सारी सुखे आज हात जोडून पुढे उभी होती. मध्यमवर्गीय जीवनाविषयी त्याच्या मनात अढीच होती; त्यामुळे आपल्या दोन्ही मुलांना तो खास त्याच्या पद्धतीने वाढवत होता. मॉडर्न, सोशल आणि कॉस्मोपॉलिटन. पूर्वायुष्यात जे जे करायचे राहिले होते, त्या साऱ्या हौशी तो मुलांकडून पूर्ण करून घेत होता. स्पोर्ट्स, म्युझिक, डान्स सारे. दोन्ही मुलांनी आईचे रूप आणि बापाची बुद्धी घेतली होती. उद्या सकाळी पुष्कर पहाटेच्या पहिल्या फ्लाइटने कोलकात्याला जाणार होता. तिथून पुढे जलपैगुडी आणि पुढे चार आठवड्यांचा हिमालयन ट्रेक. हेमेंद्रने स्वतः त्याची तयारी करून दिली होती.

स्वतःचा उत्कर्ष झाला, आपल्या कुटुंबाच्या आवडीनिवडी, हौसमौज पुरवत असतानाही हेमेंद्र सामाजिक बांधिलकी विसरला नव्हता. त्याचा आणि कांचनचा सारा फावला वेळ वेगवेगळ्या प्रकारच्या सोशल वर्कमध्येच जात असे. मग तो लायन्स क्लबचा ब्लड डोनेशन कँप असो की रोटरिअन्सचा सोशल अवेअरनेस वीक असो. दोघेही त्यात हिरिरीने भाग घेत असत. हल्ली मात्र त्याने आपले सारे लक्ष 'सोसायटी फॉर क्रुएल्टी अगेन्स्ट ॲनिमल्स'च्या कामावर केंद्रित केले होते. अर्थात त्यामुळे बऱ्याच मोठमोठ्या लोकांशी कॉन्टॅक्ट्स वाढवता आले होते. शहरातील इंटलेक्च्युअल सर्कलमध्ये त्याला स्थान मिळाले होते.

चौपाटीवर चालणारे घोड्यांचे हाल आणि केवळ स्वतःचे पोट जाळण्यासाठी मदाऱ्यांनी चालवलेले अस्वल अन् माकडांचे विडंबन, तसेच धार्मिक अंधश्रद्धांना खतपाणी घालणारे नाग-सापांचे प्रदर्शन बंद करण्यात त्याने हिरिरीने भाग घेतला होता. सध्या त्याने भटक्या कुत्र्यांच्या प्रश्नाला प्राधान्य दिले होते. म्युनिसिपालिटी कुत्रे पकडून ठार मारते या विरोधात लढा देण्यात तो अग्रेसर होता. पूर्वी शाळेतल्या दिवसांत त्याचा कुत्रा असाच मारला गेल्याने त्याच्या मनात राग होताच. याच प्रश्नावर सोसायटीने कायदेशीर लढा द्यायचे ठरवले होते. मुंबई हायकोर्टात त्यासाठी

दाखल केलेल्या रिट-पिटीशनचा निकाल लागून म्युनिसिपालिटीस कुत्रे मारण्यास मनाई करण्यात आली होती.

आजची गडबड त्यासंबंधीच होती. त्या केससंबंधी मेंबर्स आणि अन्य इंटलेक्च्युअल्सना ब्रीफिंग करणे, सोसायटीचा हा विजय सेलिब्रेट करणे आणि त्य निमित्ताने फंड रेझिंग कॅम्पेनची आखणी करणे अशा विविध उद्देशांनी महालक्ष्मीच्या विलिंग्डन क्लबच्या हिरवळीवर पार्टी होती. हेमेंद्र होस्ट होताच; पण आज त्याला या विषयावर प्रेझेंटेशनही करायचे होते. जवळपास दोन आठवडे त्याची दोघेजण कसून तयारी करत होते. बऱ्याच क्षेत्रांतली मोठमोठी मंडळी येणार होती. विशेत्र म्हणजे या कार्यक्रमासाठी खास मनेका गांधी दिल्लीहून येणार होत्या. गाडीत बसल्या-बसल्या मनातल्या मनात त्याची प्रेझेंटेशनची उजळणी चालू होती. मध्येच त्याने सोसायटीच्या मॅनेजरकडे प्रोजेक्टर, स्लाइड्स चार्ट्स इ. व्यवस्थित असल्याची चौकशीही केली होती.

ड्रायव्हरने दार उघडल्याने विचारांची तंद्री भंगली. गाडी लगेच बाहेर काढता येईल अशी ठेवण्याची सूचना देतच तो लिफ्टमध्ये शिरला. लिफ्ट वर पोहोचेपर्यंत कांचन फ्लॅटचा दरवाजा उघडून हसतमुखाने उभी होती. दोन मुले होऊनसुद्धा ती तितकीच नाजूक आणि सुंदर होती. बायका नक्की हेच करत असणार. कुठल्या पार्टीला कसा पोशाख करावा, कोणते दागिने घालावेत आणि सर्वांच्या आकर्षणाचे केंद्र व्हावे, याची हातोटी तिला विलक्षण साधली होती. अशा प्रसंगांना मात्र ती कटाक्षाने साडीच नेसत असे आणि ठसठशीत दिसेल असे मंगळसूत्र मिरवत असे. बायकोचा हसरा चेहरा पाहून हेमेंद्रचा दिवसभराचा शिणवटा क्षणात दूर पळाला.

बूट काढेपर्यंत तिने हातात चहाचा कप ठेवला. त्याने नको म्हटले तरी या वेळी त्याला तिच्या हातचा चहा लागणारच, याची तिला खात्री होती. काही मिनिटांतच तयार होऊन दोघेही बाहेर जाण्यास तयार झाले. मुलांचा निरोप घेण्यासाठी मुलांच्या रूममध्ये गेले.

''गुड नाइट बेटा. आम्ही क्लबमध्ये जाऊन येतो. दंगा करायचा नाही. टेबलवर डिनर तयार आहे. वेळेवर जेवून घ्यायचं. पुष्कर, तुझी बॅग भरून तयार आहे. आता परत परत वस्तू काढायच्या नाहीत. काही राहून गेले तर पंचाईत होईल. पहाटे लवकर उठायचंय. जेवून लगेच झोपायचे. नो टीव्ही, नो सिनेमा, नो कॉम्प्युटर गेम्स ओ.के.? गुड नाइट.''

क्लबवर पोहोचेपर्यंत तसा थोडा उशीरच झाला. काही मेंबर्सचे सेशन सुरूही झाले होते. दोघांनी प्रेझेंटेशन पूर्ण होईपर्यंत ड्रिंक्स न घेण्याचे आधीच ठरवले होते. सर्वप्रथम त्याने प्रेझेंटेशनसाठी लागणारे सारे मटेरियल आणि तयारी नजरेखालून

घातली. पब्लिसिटी मटेरिअल्स आणि इतर संबंधित साहित्याची तयारी स्वतः बघून मगच तो परत लॉनवर आला. या केससाठी त्याने घेतलेले कष्ट साऱ्यांना माहीत होते. जो तो त्याचे अभिनंदन करत होता.

"दिक्रा हेमेंद्रभाई, हूं नथी केतो हतो. जज लोक बहु काइंड होय छे. तारी मेहनत पण घनी काम आयवी. आपणे तो जितवूं हतोच." हातात ग्लास घेऊन काउचमध्ये ऐसपैस पसरलेला धनजीशा धाकजी म्हणाला. कुत्र्यांचे त्यालाही भारी प्रेम. या विजयात हेमेंद्रसारखाच त्याचाही भाग होता.

हळूहळू दोघेही एका घोळक्यातून दुसऱ्या घोळक्यात फिरू लागले. वेगवेगळ्या क्षेत्रांतली टॉपची मंडळी त्याचे आवर्जून अभिनंदन करत होती. तो मनातून सुखावत होता. बहुतेक सारे निमंत्रित आले होते. मनेका गांधींची वाट पाहत होते.

नवीनभाई पारिख मघापासून त्याला गाठण्याचा प्रयत्न करत असल्याचे त्याच्या लक्षात आले होते. त्यांची मते तो जाणून होता. म्हणूनच शक्यतो टाळत होता. शेवटी नवीनभाईंनी त्याला गाठलेच. अर्थात फार वेळ टाळणे हितकर नव्हते. हिरे निर्यातदारांमध्ये त्यांचे स्थान बरेच वरचे होते. भांडवल बाजारात आणि सिनेक्षेत्रात त्यांचा दबदबा होता. राजकीय वर्तुळातसुद्धा ते वरपर्यंत संबंध राखून होते. मनेका गांधी आज त्यांच्या खटपटीमुळेच येणार होत्या.

"वेल! हेमेंद्रभाई, काँग्रॅच्युलेशन्स! शेवटी तुम्ही जिंकले. आता इतकी मोठी सिनिअर काउन्सलसची फौज तुमच्या पाठीशी आणि तुमचे कॅलक्युलेटेड एफर्ट्स. कोर्ट तुमच्या फेवरमध्ये रिझल्ट न देऊन काय करेल. बाय द वे, हेमेंद्रभाई, असेच तुम्ही आमच्या गो-वध बंदीच्या मिशनमध्ये का येत नाही? तुमच्यासारखे इंटलिजंट आणि ऑनेस्ट लोक आमच्याबरोबर आले, तर सगळा प्रॉब्लेम सुटून जाईल."

"थँक्स नवीनभाई; पण त्याचे काय आहे, मला कुठल्याही कम्युनल ॲक्टिव्हिटीपासून दूर राहायला आवडतं. ज्या प्रश्नांमुळे लोकांमध्ये अनरेस्ट आहे, असे इश्यू उकरून काढून कम्युनल टेन्शन वाढवण्याच्या मी विरुद्ध आहे. आय ॲम कमिटेड टू सोशल ॲक्टिव्हिटीज ॲन्ड कीप अवे फ्रॉम सच कम्युनल मूव्हमेंट्स."

नवीनभाई आज हेमेंद्रला गुंडाळण्याच्याच मूडमध्ये होते; पण सुदैवाने एक पत्रकारांचे टोळके दोघांच्या मध्ये घुसले आणि हेमेंद्रने स्वतःची सुटका करून घेतली. त्यांच्या उथळ प्रश्नांना त्याने जुजबी उत्तरे दिली.

"साहेब, पण या कोर्टाच्या निर्णयामुळे म्युनिसिपालिटीला हेल्थ आणि फायनान्सबाबत जे प्रश्न पडतील, त्याचे सोल्युशन तुमच्याकडे आहे का?"

"मारवाडी लोक जशा गो-शाळा काढतात आणि भाकड गुरे सांभाळतात, तशी कुत्र्यांना सांभाळण्याची काही स्कीम आहे का?"

"श्वानदंशावर स्वस्त, सहज उपलब्ध होणारी आणि हमखास परिणामकारक

उपाययोजना तुम्ही करणार आहात काय?''

प्रश्नांचा रोख आणि भाषाच वैचारिक बांधिलकी की काय म्हणतात ते दाखवत होती. हेमेंद्रला डिस्टर्ब होऊन चालणार नव्हते. प्रेझेंटेशनवर परिणाम झाला असता.

"त्याचे काय आहे तुमच्या बहुतेक सर्व प्रश्नांची उत्तरे माझ्या प्रेझेंटेशनमध्ये मिळतील. त्याबाबत प्रेस नोट आणि अन्य लिटरेचर बारच्या शेजारच्या आमच्या पब्लिसिटी बूथवर मिळेलच. त्यात सारी डिटेल्स आहेतच. बाय द वे, तुमची सर्व सोय नीट झाली ना? शेवटी डिनर आहे हे विसरू नका. तशा मी सेक्रेटरीला सर्व सूचना दिलेल्या आहेतच; तरीही काही लागले, तर मागायला संकोच करू नका... आणि हो जाण्यापूर्वी तुमच्या 'वस्तू' घेण्यासही विसरू नका.''

आजच्या जगात मीडिया हातात हवा. बऱ्याच गोष्टी सोप्या होतात. नवीनभाई दुसऱ्या ग्रुपमध्ये गुंतलेले बघून त्याने पत्रकारांपासून सुटका करून घेतली; पण तेवढ्यात मणिरत्नम अय्यंगारने त्याला पकडले. इन्कम टॅक्स आणि तत्सम खात्यातल्या मोठ्या हुद्देदार अधिकाऱ्यांना अशा पार्ट्यांना बोलवून ट्रीट देण्याची जुनीच रीत आहे.

मणिरत्नमला खास मद्रासी इंग्लिशमध्ये बोलण्याची सवय होती. वास्तविक त्यांचे बोलणे, वागणे फारच तापदायक होते; पण हुद्द्याकडे बघून हसऱ्या चेहऱ्याने, नम्रपणे उत्तरे देणे भाग होते.

"मि. देशपांडे, पण हे स्ट्रे डॉग्ज जर असेच मोकळे राहिले, तर किती प्रॉब्लेमेटिक होईल. तुम्ही कधी रात्री टोळ्यांनी भटकणारी ही कुत्री पाहिली आहेत का? रात्री उशिरा घरी जायचे म्हणजे जीव मुठीत धरून जावे लागते. त्यांना मारले नाही तर त्यांची संख्या किती वाढेल?''

बेटा शेवटी मिडल क्लासच! हे लोक आपला हेका कधी सोडणार नाहीत. ब्यूरोक्रॅट्स साले, असे मनात म्हणत; पण वरकरणी हसत हेमेंद्र म्हणाला, "ही तुमची भीती अनाठायी आहे. तुम्ही डिस्टर्ब केल्याशिवाय कुत्री अटॅक करत नाहीत. अशा भटक्या कुत्र्यांना जिवंत पकडून, त्यांची नसबंदी करून परत सोडायचे, असे सजेशन आम्ही कोर्टाला आधीच दिले आहे. काही दिवसांतच त्यांची संख्या आपोआप कमी होईल.''

"मला तर शंकाच आहे. बट डू यू नो मि. देशपांडे, रॅबिज इज हंड्रेड परसेंट फेटल?''

दुसरीकडे कांचन नवऱ्याच्या वतीने अभिनंदन स्वीकारत बायकांच्या घोळक्यात हिंडत होती. तिच्या झळाळत्या सुवर्णकांतीला गर्द आमसुली रंगाची साडी आणि हिऱ्याचे मोजकेच; पण ठळक दागिने फारच खुलून दिसत होते. बायकांचे त्याकडेच जास्त लक्ष होते. त्यांची असूया कांचनला जाणवत होती. सुखावत होती.

“कांचनताई,” अशी स्वच्छ मराठी टोनमध्ये हाक येताच तिने चमकून मागे बघितले.

“ओह! मिसेस जहागीरदार. कशा आहात तुम्ही?”

“कांचनताई, अभिनंदन हं! हेमेंद्रभय्याने भारीच कष्ट घेतले होते केससाठी; पण मला तरी बाई हा सगळा खटाटोप व्यर्थच वाटतो. मेली कुत्री ती काय आणि त्यांच्यासाठी एवढा आटापिटा तो काय. मरेनात का. रात्रभर धुडगूस आणि भुंकून भुंकून कल्लोळ. वैताग नुसता...”

मिसेस जहागीरदार तिकडे ग्वाल्हेर की इंदूरकडच्या जुन्या प्रतिष्ठित घराण्यातल्या. मुंबईत त्यांच्या नवऱ्याच्या बऱ्याच वडिलार्जित इस्टेटी आणि चाळी आहेत. शेअर मार्केटमध्ये ते मोठे जाणकार; पण खाक्या सारा संस्थानिक. आजच नाही, कधीही त्या लग्नाला निघाल्यासारख्याच शालू, गोठ, पाटल्या अशा साजऱ्या सरंजामात असतात. चांगल्या केंब्रिज ग्रॅज्युएट आहेत; पण अशा हायफाय वातावरणात आणि कॉस्मोपॉलिटन ग्रुपमध्येसुद्धा त्या तिच्याशी आवर्जून मराठीच बोलतात आणि ‘कांचनताई’ असाच उल्लेख करतात. तिला या गोष्टींची कायम चीड येई. कधी सुधारणार ही माणसं म्हणून ती त्यांची कीव करी.

मिसेस जहागीरदारांना काही सणसणीत उत्तर द्यायचे ठरवत असतानाच मनेका गांधी येत असल्याचे समजले. त्यांना तिथेच सोडून ती झपाट्याने लॉबीकडे निघाली. मनेका गांधींना रिसीव्ह करताना ती हेमेंद्रसोबत असणे आवश्यक होते. मीडियाचे लोक कॅमेरे लावून सज्ज असल्याचे तिला माहीत होते. टीव्ही आणि प्रेसमध्ये नवऱ्याच्या बाजूला दुसऱ्या कोणा नटवीला ती कशी सहन करणार?

प्रेझेंटेशनचे साऱ्यांनीच कौतुक केले. फुल ऑफ फॅक्ट्स ॲन्ड फिगर्स तपशीलवार असूनसुद्धा आटोपशीर! मोठमोठ्या पाश्चात्त्य विद्वानांच्या भरपूर कोटेशन्समुळे वजनदार पण हलक्याफुलक्या विनोदांची पखरण असलेले. भरपूर तक्ते आणि स्लाइड्सनी सजवलेले. नंतर डिनरमध्ये मात्र न गुंतता दोघांनी शिताफीने सुटका करून घेतली. मध्यरात्र कधीच उलटून गेली होती. पहाटे लवकर पुष्करला एअरपोर्टवर सोडायचे होते. सोन्यासारखा मुलगा दीड महिना दूर राहणार या कल्पनेने कांचन बेचैन होती. दोन-तीन दिवसांच्या शाळेच्या ट्रीप किंवा स्काउट कॅम्पशिवाय तो कधी दूर राहिला नव्हता, तेव्हा तीपण सोडायला जाणार होती. दुपारीच सारी तयारी करून ठेवल्याने टेन्शन नव्हते.

कितीही मन आवरले तरी पुष्कर सिक्युरिटी चेकसाठी निघाल्यावर कांचन रडू आवरू शकली नाही. बाप-लेकांनी तिची चांगलीच थट्टा केली.

“तुम्हाला काय होतं हसायला? जरा कधी आई होऊन बघा; मग समजेल कसं वाटतं ते.”

अॅडव्हान्स-मॉड कल्चरचे सगळे पडदे दूर होऊन तिची मूळ भारतीय आईची मातृभावना उफाळून वर आली होती. परतताना ए.सी. बंद ठेवून कारच्या खिडक्या उघड्या ठेवल्या होत्या. पहाटेचा थंड वारा छान वाटत होता. हळूहळू मन हलके झाले.

अपेक्षा होती त्याप्रमाणे सुप्रीम कोर्टात अपील झाले. त्याची तयारी करण्यात आणि त्याच्या खर्चाच्या फंड रेझिंगसाठी ठेवलेल्या म्युझिकल कॉन्सर्टच्या गडबडीत दीड महिना कसा गेला कळलेच नाही. जोडीला हेमेंद्रच्या कंपनीचे कामही वाढले होते. या साऱ्यामुळे पुष्करला रिसीव्ह करायला माणिकला घेऊन कांचन एकटीच गेली. तिच्या दोन बाजूंना बसून वाटभर मुलांची नुसती मस्ती चालली होती. पुष्करला किती सांगू आणि किती नको असे होत होते तर माणिकला दीड महिन्यांची कसर भरून काढायची होती.

स्नान करून आलेल्या पुष्करला कपडे देतादेता कांचनला त्याच्या पोटरीवर दोन लाल ओरखडे दिसले.

"अरे! काय झाले रे हे? काही लागलंय का? कुठे पडला-बिडलास की काय?" काळजीने ती एकामागे एक प्रश्न विचारत होती.

"काही नाही गं. आम्ही रात्रीची गाडी पकडण्यासाठी सियाल्ढा स्टेशनवर जात होतो ना, तर अंधारातून एक कुत्र्यांचे टोळके भांडत आमच्या अंगावर आले. त्यातल्या एकाचे दात जरा लागले. आमच्या लीडरनी डेटॉल वगैरे लावून, स्वच्छ करून लगेचच ड्रेसिंग केलं. थोडं दुखलं; पण बाकी काही त्रास झाला नाही."

"अरे, मग काही इंजेक्शन वगैरे घेतलं की नाही?"

"मॉम, तू पण अशी आहेस ना. अगं, ट्रेकिंगमध्ये आमचं शेड्युल किती टाइट; तिथे कुठला वेळ? आणि त्या जंगलात मी कोणाकडून इंजेक्शन घेणार होतो? दोन दिवसांत बरंसुद्धा झालं. तू ना उगीचच काळजी करत असतेस. चल, आता लवकर वाढ, मला खूप भूक लागली आहे. इतके दिवस रोज बाहेरचे खाऊन कधी एकदा तुझ्या हातचे जेवतो असे झाले आहे."

तो विषय मग तेवढ्यावरच राहिला. ट्रेकिंगच्या गमती सांगण्या-ऐकण्यात आणि लवकरच शाळा सुरू होत असल्याने त्याच्या तयारीत त्याचा जणू विसरच पडला. शाळा सुरू होऊन पंधरा-वीस दिवस झाले. पावसाची लक्षणे दिसत होती. सकाळपासूनच आभाळ कुंद होते. शाळेत जाताना पुष्करच्या अंगात कणकण असल्याचे आणि त्याचे डोळे लाल झाल्याचे कांचनच्या लक्षात आले. डोके दुखत असल्याची तक्रार दोन दिवसांपासूनच तो करत होता. वेदर चेंजमुळे सर्दी होत असेल म्हणून तिने दुर्लक्ष केले. क्रोसीन देऊन त्याला शाळेत रवाना केले. आज तीही थोडी गडबडीत होती. दुपारच्या किटी पार्टीची तयारी करायची होती. मिसेस

मिरचंदानीकडे झालेल्या पार्टीपेक्षा ती वरचढ व्हायला हवी होती. मिसेस रुस्तुमजीसारखी तिनेही हार्ड स्टफची व्यवस्था केली होती.

दुपारपूर्वीच पावसाला जोरदार सुरुवात झाली होती. पावसाची झड वाढताच पुष्कर अस्वस्थ होऊ लागला. सकाळपासूनच तो बेचैन होता. कणकण वाटत होती. डोके पाठीमागच्या बाजूने दुखत होते. पोटात ढवळत होते. उलटी येईलसे वाटत होते; पण तसाच तो शाळेत आला होता. डॅडीकडे सर्व लाड चालत; पण अभ्यासाची टाळाटाळ जराही खपत नव्हती. त्याबाबत मॉमचे धोरण पण कडकच होते. आता तर त्याच्या सर्वांगाला कापरे भरून आले. पावसाच्या धारांकडे त्याला बघवेना. विचित्र भीती आणि बेचैनी दाटून येत होती. त्याची अवस्था टीचरच्या लक्षात येत होती. काही मिनिटांतच त्याने विचित्र आवाजात जोरात किंकाळी मारली. तो आकडी आल्यासारखा तडफडू लागला. मुले घाबरून बाजूला झाली आणि डेस्कच्या दोन रांगांमध्ये पुष्कर तडफडत होता. सुदैवाने प्रिन्सिपल आसपासच राउंड घेत होते. ते लगेच वर्गात शिरले.

शिपायांनी पुष्करला उचलून लगेच स्टाफरूममध्ये नेऊन निजवलं. शाळेच्या डॉक्टरला आणि कांचनला फोन करून बोलावून घेतलं. सारी कामे टाकून ती हरणीसारखी शाळेत पोहोचली, तेव्हा गंभीर चेहऱ्याने डॉक्टर तिचीच वाट पाहत होते. पुष्कर आता बराच शांत झाला असला, तरी त्याची नजर कावरीबावरीच होती. आता ताप भयंकर चढला होता. चेहरा लालबुंद झाला होता. डोळ्यांत वेगळाच भाव दाटला होता. त्याच्या घशाला सूज आली होती. बोलणे शक्य होत नव्हते. मॉमला बघताच त्याने जोरात हाक मारण्याचा प्रयत्न केला; पण विचित्र घरघर निघण्यापलीकडे आवाजच आला नाही. कांचन घाबरूनच गेली. त्याला कवटाळून रडायलाच लागली. काही मिनिटे तशीच गेली. डॉ. राव मग हळूच म्हणाले,

"मिसेस देशपांडे, या घटकेला निश्चित काही सांगणे शक्य नाही; पण पुष्करला त्वरित हॉस्पिटलमध्ये हलवावे लागेल. तसे तुम्ही आताच मिस्टरांना कळवा."

सुदैवाने हेमेंद्र ऑफिसातच होता. प्रथम प्रिन्सिपल व नंतर डॉक्टर राव त्याच्याशी सविस्तर बोलले. पुष्करला जसलोकमध्ये नेण्याचे ठरले. तेच सर्वांत जवळचे चांगले हॉस्पिटल होते. गाडीत बसवताना अंगावर पावसाचे थोडे थेंब पडताच पुष्कर पुन्हा अस्वस्थ झाला. घाईघाईने गाडी हॉस्पिटलकडे रवाना झाली. मागोमाग दुसऱ्या गाडीने प्रिन्सिपल दोन सहकाऱ्यांना घेऊन निघाले.

एकुलत्या एक लाडक्या मुलाच्या अशा विचित्र आजाराची बातमी ऐकून हेमेंद्र हबकलाच. त्याच्या रक्तातला प्रशासक जागा होता. त्याने झटपट हालचाली केल्या. जसलोकच्या मुख्य ट्रस्टींना व चीफ मेडिकल सुपरिंटेंडंटना थोडक्यात सारी

परिस्थिती सांगून पुष्करला ॲडमिट करून घेण्याची सारी तयारी करून ठेवण्याची विनंती केली. वाटेतच मोबाईलवरून त्याने चार-पाच संबंधित मित्रांना परिस्थितीची कल्पना देऊन बोलावून घेतले. त्याच्या सेक्रेटरीने डोके चालवून कंपनीच्या डॉक्टरांना जसलोकमध्ये पोहोचण्याची विनंती केली. चेअरमनच्या कानावर ही बातमी घातली. त्यांनी हेमेंद्रच्या मदतीसाठी तीन-चार जबाबदार अधिकारी रवाना केले. हेमेंद्रचे सोशल वर्क असे होते की, क्षणातच सारी सूत्रे हलून भराभर मदत उभी राहत गेली. पुष्कर पोहोचण्यापूर्वीच तो स्ट्रेचर व डॉक्टरसह त्याची वाट पाहत दारात उभा होता.

एव्हाना पुष्कर ग्लानीत होता. कदाचित डॉ. रावांनी दिलेल्या इंजेक्शनचा परिणाम असेल. ताबडतोब उपचार सुरू झाले. भराभर ऑर्डर्स सुटत होत्या. मोठमोठ्या स्पेशालिस्ट डॉक्टरांना एसओएस कॉल्स गेले. अर्ध्या तासाच्या आत पुष्करची खोली मुंबईमधील नामांकित डॉक्टरांनी भरून गेली. थोड्याच वेळात शेजारच्याच मोकळ्या रूममध्ये फक्त क्लिनिकल पर्सन्सची मीटिंग बसली. डॉ. राव यांनी आपली अटॅक आल्याबरोबची निरीक्षणे आणि दिलेली ट्रिटमेंट सांगितली. त्यांना विचारताच त्यांनी आपले प्रायमरी डायग्नोसिसही सांगितले. कॅज्युअलिटी मेडिकल ऑफिसर अन् सिनिअर रजिस्ट्रारनी त्यांची निरीक्षणे सांगितली. त्यावर चर्चा झाली.

इकडे पुष्करच्या दोन्ही बाजूंना हेमेंद्र व कांचन त्याच्याकडे टक लावून पाहत उभे होते. ग्लानीतसुद्धा तो थरथरत होता. शरीराला झटके देत होता. हेमेंद्र काहीच समजत नसल्यासारखा थिजून बघत होता. कांचन घळघळा रडत सतत म्हणत होती, ‘‘अहो, पाहा ना. हा असा का करतोय? याला काय झालंय? अरे पुषू, सोन्या माझ्याकडे बघ. आपल्या मॉमकडे बघ. बेटा डोळे उघड. माझ्याशी बोल. काय होतंय तुला सांग.’’

काही मिनिटांत हेमेंद्रला मीटिंगमध्ये बोलावून घेतले. त्याला बसवून घेऊन डॉ. काशीकर त्यांचा हात थोपटत म्हणाले, ‘‘मि. देशपांडे तुमच्या मुलाला कधी कुत्रा चावल्याचे आठवते का? आणि असेल तर अँटी-रॅबीज दिले होते का?’’

‘‘नाही. डॉक्टर आमच्या दोन्ही मुलांना आम्ही अतिशय हेल्दी कंडिशनमध्ये वाढवतो. त्याचा अभ्यास आणि तब्येतीविषयी कांचन फारच पर्टिक्युलर असते. असे कधी घडले असणे शक्यच नाही.’’

‘‘आम्ही सलायव्हा, युरीन, ब्लड वगैरेचे सॅंपल्स लॅबमध्ये पाठवले आहेत. तासाभरात त्याचे रिपोर्ट्सही येतील; पण पेशंटची कंडिशन आणि सिम्प्टम्स स्पष्टपणे हायड्रोफोबियाकडेच निर्देश करताहेत.’’

‘‘आय ॲम सॉरी डॉक्टर, प्लीज पार्डन मी; पण कुठेतरी काही चूक होतेय.

असे कधी घडलेलेच नाही.''

"तुम्ही म्हणता ते खरे असू शकेल. तरी आपण एकदा मिसेस देशपांडेंनाही विचारून पाहू. कदाचित त्यांना काही कल्पना असेल.''

कांचन खोलीत येऊन हेमेंद्रच्या शेजारी बसली. त्याने तिचा हात घट्ट धरून ठेवला. हेमेंद्रला विचारलेला प्रश्नच डॉ. काशीकरांनी तिला विचारला.

"नाही डॉक्टर. असे कधीच घडले नाही. तो बहुतेक वेळ आमच्या नजरेसमोरच असतो. खेळायला गेला तरी नॅशनल स्पोर्ट्स क्लब किंवा शाळेच्या जिमखान्यात. त्याला किंवा त्याच्या कोणत्याही मित्रांना अवेळी भटकण्याची सवय नाही. त्यांचे शेड्यूलच इतके बिझी असते की, त्याला तसा वेळही नसतो.''

"तरी तुम्ही एकदा नीट आठवून पाहा. कोणाच्या घरच्या पाळीव कुत्र्याचे दात खेळताना लागले असतील किंवा कुठे बाहेरगावी गेला असताना असे कधी घडले असेल. प्लीज, नीट आठवायचा प्रयत्न करा.''

डॉक्टर काशीकरांचे हे शब्द ऐकताच कांचनवर जणू वीजच कोसळली. पुष्कर ट्रेकिंगवरून आल्यादिवशी दिसलेले त्याच्या पोटरीवरचे लाल ओरखडे तिच्या डोळ्यांसमोर नाचू लागले आणि तो सारा प्रसंग चित्रासारखा तिच्या डोळ्यांसमोर उभा राहिला.

"डॉक्टर, मी माझ्या मुलाकडे दुर्लक्ष केले. मी पापीण आहे. मला मारून टाका,'' असे म्हणत ती जोरजोरात रडू लागली. काही वेळ तिला तसेच रडू देण्यात आले. डॉ. काशीकरांनी नर्सला तिला ग्लुकोजचे पाणी प्यायला देण्यास सांगितले. पाणी पिऊन थोडी शांत झाल्यावर तिने त्या वेळी झालेले सारे संभाषण डॉक्टरांना सांगितले. पुन्हा तिचा बांध फुटला.

"आय ॲम सॉरी मि. देशपांडे. आता सारे चित्र स्पष्ट झाले आहे. ही रॅबीजची कन्फर्मड् केस आहे. आम्ही प्रयत्नांची पराकाष्ठा करूच; पण दुर्दैवाने आजपर्यंत या रोगावर इलाज सापडलेला नाही. आता सारी भिस्त परमेश्वरावर. त्याच्यावर विश्वास ठेवा. सारे ठीक होईल, अशी आशा करू या.''

"थँक्स डॉ. राव, तुमचे डायग्नोसिस परफेक्ट होते. स्टाफ, पेशंटला आयसोलेशन रूममध्ये ताबडतोब शिफ्ट करा. अत्यंत आवश्यक स्टाफशिवाय कोणाला त्या रूममध्ये प्रवेश द्यायचा नाही. नॉट इव्हन पेरेंट्स. मला दर अर्ध्या-पाऊण तासाने रात्री दहा ते सहा सोडून त्याच्या कंडिशनचा रिपोर्ट पाहिजे. तुम्हाला काही वेगळे वाटल्यास मला रात्री डिस्टर्ब करायला हरकत नाही.''

फाइलमध्ये ऑर्डर्स लिहून सारे डॉक्टर्स पेशंटकडे निघून गेले. रूममध्ये केवळ दोन पाषाणमूर्ती उरल्या. हेमेंद्र आणि कांचन. हेमेंद्रच्या कानात मणिरत्नमचे शब्द घुमत होते, "...रॅबीज इज हंड्रेड परसेंट फेटल.''

पुढचे तीन दिवस दोघेही आपल्या पाडसाचा मृत्यूकडे होणारा प्रवास अगतिकपणे उघड्या डोळ्यांनी पाहत होते. तोंडात पाण्याचा थेंब न घेता आयसोलेशन रूमच्या काचेच्या दारातूनच केवळ बघायचे. तो जास्तजास्त आक्रमक होत होता. उघड्या तोंडातून सतत लाळ गळत होती. डोळे निखाऱ्यासारखे लालबुंद होऊन त्यात हिंस्र भाव दिसत होता. चेहऱ्यावरचा सारा गोडवा नाहीसा होऊन तो रानटी जनावरासारखा ताणला गेला होता. नर्स आणि वॉर्डबॉयवर हल्ला करण्याचा प्रयत्न केल्याने त्याचे हात-पाय कॉटला बांधून ठेवले होते. मोठ्या मिनतवारीने कांचन एकदाच त्याच्या जवळ गेली; पण त्याने मॉमला ओळखले नाही. मध्येच तो भुंकल्यासारखा ओरडे. रात्रभर विचित्र आवाजात गळे काढून रडे. हेमेंद्रचे सोशल सर्कल मोठे होते. शेकडो लोक भेटून गेले; पण त्याची कोणालाच शुद्ध नव्हती. दोघेही दारापासून क्षणभरही दूर होत नव्हते. कोणाशी काही संभाषण करत नव्हते.

आज सकाळी आठच्या सुमारास सारे संपले. हेमेंद्रच्या खांद्यावर थोपटून डॉ. काशीकर निघून गेले. कांचनचा आक्रोश भिंतींना पाझर फोडेल असा होता. मिसेस जहागीरदार आईच्या मायेने तिला जवळ घेऊन थोपटत होत्या. शांत करण्याचा प्रयत्न करत होत्या. हा आवेग थोपवणं शक्य नाही, हे त्या जाणत होत्या. मनुष्यबळाची कमतरता नव्हती. भराभर फोन जात राहिले. भराभरा माणसे गोळा होऊ लागली.

आल्याबरोबर परिस्थितीचा अंदाज घेऊन नवीनभाई पारिखांनी सूत्रे हातात घेतली. हॉस्पिटलच्या अधिकाऱ्यांशी आणि हेमेंद्रच्या नातेवाइकांशी चर्चा करून बॉडी सरळ चंदनवाडीत इलेक्ट्रिक क्रिमेटोरियममध्ये नेण्याचे ठरले. सारे सोपस्कार पूर्ण होऊन बॉडी ताब्यात मिळेपर्यंत साडेअकरा वाजले. पूर्णतः प्लॅस्टिकमध्ये गुंडाळून आणलेल्या आपल्या लेकराला स्पर्श करण्याची खुद्द आईलासुद्धा परवानगी नव्हती. प्लॅस्टिकमधून त्याचा चेहरा ओळखू न येण्याइतका भयानक दिसत होता. हेमेंद्र संज्ञा हरपलेल्या प्रेताप्रमाणे झाला होता. नवीनभाईच त्याच्याकडून आवश्यक गोष्टी करून घेत होते. तो रोबोसारखा ते करत होता. त्याच्या डोळ्यांत पाण्याचा थेंब नव्हता. पुष्करपासून कांचनला दूर करण्याचे आणि घरी घेऊन जाण्याचे अशक्यप्राय काम मिसेस जहागीरदारांनाच करावे लागले. अर्थात डॉक्टरांनी कांचनला एक इंजेक्शन दिल्यानंतरच ते काहीसे शक्य झाले.

चंदनवाडीच्या हॉलमध्ये त्या चिमुकल्या देहावर जे हार पडले, त्याचे वजन त्या कोवळ्या शरीराच्या कितीतरी पट अधिक होते. पुष्करच्या शाळेतील त्याचे मित्र दोन-तीन बसेसमधून आले होते. प्रत्येकाने आपल्या छोट्या मित्राला एक एक गुलाबाचे फूल वाहून निरोप दिला. शिक्षकांबरोबर मुले निघून गेल्यानंतर अत्यंत उद्ध्वस्त मनःस्थितीत हेमेंद्रने पुष्करचे कलेवर अग्नीस अर्पण केले. फर्नेसचे शटर

बंद होण्यापूर्वीच तो खाली कोसळला.

सर्व विधी आटोपून हेमेंद्र घरी परतला. काही मोजकेच लोक त्याच्यासोबत होते. तीनच दिवसांपूर्वी हसते खेळते गोकूळ असलेल्या आपल्या घरात शिरताच त्याला सजवलेल्या थडग्यात शिरत असल्यासारखे वाटले. तो दारात पाऊल टाकत असतानाच कोपऱ्यातल्या फॅक्स मशीनवर मेसेज येत होता. कोणीतरी तो कागद त्याच्या हातात ठेवला. फॅक्स दिल्लीवरून सोसायटीच्या वकिलाने केला होता.

''कॉंग्रॅट्स! अपील डिसमिस. मुंबई हायकोर्टाने आपल्या बाजूने दिलेला निर्णय कायम! इतकेच नव्हे, तर तो निर्णय देशभरात लागू केला. आता देशभरात कोणी गरीब बिचाऱ्या कुत्र्यांना ठार मारू शकणार नाही.''

हेमेंद्रने अत्यंत त्वेषाने त्या फॅक्सच्या कागदाच्या चिंध्या चिंध्या करून, उधळून दिल्या आणि जोरात स्फुंदत तो कोचावर कोसळला.

(७ डिसेंबर, २००१)

◆

गौरीहार

अस्थानी आणि अनाठायी निष्ठेची शोकांतिका

सरकारी बँकांनी घरकर्जावरील व्याजदर कमी केल्यामुळे माझ्या कर्जावरील व्याजाचा दरसुद्धा कमी व्हावा, ही माझी मागणी ज्या शाखेतून मी कर्ज घेतले होते त्या शाखेचे अधिकारी मनावर घेईनात, म्हणून मी बँकेच्या मुख्य कार्यालयात जाऊन संबंधित सर्वोच्च अधिकाऱ्याची भेट घेण्याचे ठरवले.

शाखेतर्फे भेट घेण्याचे प्रयत्न विफल झाले, तेव्हा स्वतःच धडक मारण्याचे ठरवून, एक दिवस रजा घेऊन मी बँकेच्या मुख्यालयात पोहोचलो. इथे मला शाखेपेक्षा अगदीच वेगळा अनुभव आला. मी वेळ न ठरवता (अपॉइंटमेंट) गेलो असलो, तरी तिथल्या स्वागत कक्षाने मला फारच चांगली वागणूक दिली. संबंधित अधिकारी कोणी मॅडम असून, त्या काही निकडीच्या कामात व्यग्र असल्याने जर माझी तासभर थांबण्याची तयारी असेल, तरच भेट मिळेल, असे सांगण्यात आले. माझी हरकत असण्याचे काहीच कारण नव्हते.

संबंधित अधिकाऱ्याच्या प्रतीक्षा कक्षात मी वाट पाहत बसलो. अधिकाऱ्याच्या दालनाच्या दारावर चकचकीत पितळी अक्षरांची पाटी झळकत होती. 'सुप्रिया कशाळकर'. नाव कुठेतरी ऐकलेले होते. नुसतेच ऐकलेले नाही, तर चांगलेच परिचित होते. कुठे, कसे ते आठवेना. रिकामाच बसलो होतो. आठवण्याचा प्रयत्न करता करता वीज चमकावी तशी आठवण चमकली; पण म्हटले, कशावरून ही तीच असेल? नावासारखी नावे कित्येक असतात. कदाचित असेलसुद्धा! कोणी सांगावे?

आठवणींचा पट डोळ्यांसमोरून सरकू लागला. सुप्रिया कशाळकर माझ्या मोठ्या बहिणीची - नीलिमाची सख्खी मैत्रीण; त्यामुळे ती आमची सर्वांचीच मैत्रीण होऊन गेली होती. भले आम्ही तिच्यापेक्षा पाच-सहा वर्षांनी लहान होतो, तरी आमचे

संबंध खूपच मैत्रीचे आणि घरोब्याचे होते.

'अनुपम सौंदर्य म्हणजे काय, असे कोणी विचारले तर उगीच वर्णन करत बसण्यापेक्षा त्याला सरळ सुप्रिया दाखवावी,' असे आमचे बाबा नेहमी म्हणत. खरोखरच ती खूप सुंदर होती. मला स्पष्ट आठवते, ती रस्त्याने जाताना पुरुषच नव्हे, तर स्त्रियासुद्धा तिच्याकडे वळूनवळून पाहत. त्या फारसे काही न कळण्याच्या वयातसुद्धा तिचे सौंदर्य जाणवे. तिच्या बोलण्यात, चालण्यात, वागण्यात काही वेगळाच डौल होता. मोहकता होती. सौंदर्याला बुद्धीची जोड असण्याचा दुर्मिळ योग सुप्रियाच्या बाबतीत जुळून आला होता.

सुप्रियाचे वडील आप्पा कशाळकर म्युनिसिपालिटीत मोठे अधिकारी होते. त्या काळात त्यांची मोटारगाडी होती. घरामध्ये श्रीमंती सुखसोयींची लयलूट होती. संपूर्ण कॉलनीत फक्त त्यांच्याच घरी टेलिफोन होता, रेकॉर्ड चेंजर होता. सुप्रिया तशी एकुलती एकच. तिचा मोठा भाऊ तीन-चार महिन्यांचा असतानाच गेला, असे कधीतरी आई बोलून गेली होती. साहजिकच ती घरात अतिशय लाडकी होती. रूपा-गुणांमुळे सारे तिचेच सतत लाड करत; त्यामुळे तिचा स्वभाव मात्र चांगलाच हट्टी झाला होता. तिला हवे असेल ते करवून घेतल्याशिवाय ती राहत नसे.

तिचे मॅट्रिकचे मार्क पाहून तिने सायन्सला जावे आणि पुढे डॉक्टर व्हावे, अशी आप्पांची फार इच्छा होती; पण 'घाण वाटते' अशी सबब सांगून तिने हट्टाने, त्या काळात (१९६०चे दशक) मुली क्वचितच जायच्या त्या कॉमर्सला प्रवेश घेतला. तिने कॉलेज चांगलेच गाजवले. सतत चार वर्षे 'बेस्ट ऑल राउंडर'आणि 'कॉलेज क्वीन'चे बहुमान तिने पटकावले.

याच दरम्यान कधीतरी तिच्या नावासोबत कोणी जयवंत खंडागळेचे नाव आईच्या अन् ताईच्या बोलण्यात येई. त्यामध्ये नापसंतीचा सूर स्पष्ट जाणवत असे. मात्र, सुप्रियाच्या समोर कोणी ते नाव घेण्याचे धाडस करत नसे.

बी.कॉम.ची परीक्षा झाली आणि गडबडीला सुरुवात झाली. परीक्षेनंतरचा दुसरा किंवा तिसराच दिवस असेल. रात्री सुप्रियाचे आई-वडील, माई आणि आप्पा घरी आले. आम्हाला आतल्या खोलीत दडपण्यात आले आणि ते आई-बाबांसमोर रात्री उशिरापर्यंत हलक्या आवाजात चर्चा करत राहिले. मग कधी ते आमच्याकडे, तर कधी आई-बाबा त्यांच्याकडे असे काही दिवस सुरू राहिले. कित्येकदा आई सुप्रियाला काहीतरी समजावून सांगताना दिसायची; पण कोणाचे ऐकणे आणि तसे वागणे हे हट्टी सुप्रियाच्या स्वभावाला मानवणारे नव्हतेच मुळी.

हलके हलके गोष्टी कानावर येऊ लागल्या. जयवंत खंडागळे म्हणून सुप्रियाच्या कॉलेजात स्पोर्ट्समन होता. कागल अशा विचित्र नावाच्या गावात त्याचे घर होते. जुने वतनदारी घराणे. भरपूर शेतीवाडी. घरचे कोणीतरी मंत्रीसुद्धा होते. त्याच्याशीच

लग्न करण्याचा सुप्रियाचा हट्ट होता. आपली आधुनिक संस्कारांत, लाडाकोडात वाढलेली सालस, सुंदर मुलगी परजातीत, खेडेगावात आणि जुनाट विचारांच्य घरात देण्यास आप्पा अन् माई तयार नव्हते; पण अखेर हट्टी सुप्रियाने त्यांना तिच्या हट्टापुढे झुकायलाच लावले. शेवटी निरुपायाने त्यांनी लग्न करून द्यायचे ठरवले. तिच्या लग्नाची बैठक आमच्याच घरी झाली. स्वतः जयवंत खंडागळे, त्याचा चुलत भाऊ आणि एक गाववाला असे तिघेच बैठकीला आले होते. जयवंत रुबाबदार आणि खास तालीमबाज शरीर प्रकृतीचा होता. व्यक्तिशः त्याच्या रूपात काही वावगे नसले, तरी तो सुप्रियाच्या पासंगालासुद्धा पुरणारा नव्हता. त्यांच्या घरून दुसरे कोणी वडीलधारे न आल्याने बाबांनी आश्चर्य व्यक्त केले; पण जयवंताच्या भावाने खास देशावरच्या सरदारी ढंगात बाबांना उत्तर देऊन विषय निकालात काढला. मुला-मुलीचा कपडा, पंधरा तोळे सोने, वीस हजार रुपये हुंडा (ज्या काळात सोन्याचा भाव दोनशे रुपयांच्या आत होता.), शंभर वऱ्हाड्यांचा येण्या-जाण्याचा, तीन दिवस राहण्या-खाण्याचा खर्च म्हणून दहा हजार वेगळे आणि रिसेप्शनसह संपूर्ण लग्न करून द्यावे, असे ठरले. याशिवाय जवळपास ८०-९० मानकऱ्यांना पातळे आणि शेला-पागोटे देणे हा मानपान वेगळाच!

मुलाकडची मंडळी काय करणार, यावर त्यांनी दिलेले उत्तर मला आजसुद्धा लख्ख आठवते. भाऊ म्हणाला होता, “आमच्या घराण्याला साजेसे आम्ही करणारच; त्यात वेगळे सांगायचे आणि ठरवायचे ते काय?” गावचे घर वगैरे बघायला जाण्याची किंवा साखरपुडा गावी करण्याची कल्पनासुद्धा त्याने उडवून लावली. त्यांच्या घराण्यात म्हणे साखरपुडा करण्याची रीत नव्हती. मात्र, लग्न लवकर उरकण्याची त्यांना घाई होती.

एकदा करून द्यायचे ठरल्यानंतर आप्पा-माई उत्साहाने लाडक्या लेकीच्या लग्नाच्या तयारीला लागले. शिवाजी पार्कचा वनिता समाजचा हॉल ठरवला. जुलै महिन्यातली आणि सीझनमधली शेवटची तिथी कशीबशी गाठता आली होती. खरेदीची झुंबड उडाली. सुप्रिया आमच्यासुद्धा जणू घरचीच असल्याने आमचीही त्याता लुडबुड असे. केळवणांची तर नुसती झडच लागली होती. बोलणी झाल्यानंतर आठ-दहा दिवसांतच जयवंतचा भाऊ हुंड्याचे अन् वऱ्हाडाच्या खर्चाचे पैसे, तसेच त्यांच्या घराण्याच्या रीतीरिवाजाप्रमाणे गावच्या खात्रीच्या आणि पिढीजात सोनाराकडून दागिने घडवायचे म्हणून त्याचे पाच हजार रुपये वेगळे मागण्यास आला.

आप्पा बाबांकडे सल्ला घेण्यासाठी आले. बाबांना अशा प्रकारे पैसे मागणे पटले नाही; पण जिथे जन्मभराचे संबंध जोडायचे, तिथे सुरुवातीलाच अविश्वास दाखवून मुलीला त्रास निर्माण करून घेणे नको, असा पोक्त विचार त्यांनी केला. मात्र, ते पैसे घरच्या जबाबदार व्यक्तीकडे सोपवण्याची आप्पांची इच्छा जयवंत

आणि त्याच्या भावाच्या रौद्रावतारामुळे व सुप्रियाच्या हट्टाने पूर्ण होऊ शकली नाही. त्या दिवशी रात्री जेवताना बाबा आईला म्हणाले, ''मला तरी लक्षणं ठीक दिसत नाहीत. काय आहे पोरीच्या नशिबात न कळे.''

लग्नाच्या दोन दिवस आधी आमच्या घरी केळवण झाले. जयवंत खंडागळेसुद्धा केळवणाला आला होता. थट्टा-मस्करीला नुसता ऊत आला होता. सुप्रियाचा आनंदाने फुललेला चेहरा मला आजसुद्धा तस्साच आठवला. बोलण्याच्या भरात पावसाळ्याचे दिवस असल्याने, ऐनवेळचा घोटाळा टाळण्यासाठी वऱ्हाड त्या रात्री येणार असल्याचे जयवंत बोलून गेला; पण वऱ्हाड नेमके कुठे उतरणार या प्रश्नाला त्याने सफाईने बगल दिली. सारेच आनंदात आणि थट्टेच्या मूडमध्ये असल्याने कोणाचे तिकडे विशेष लक्ष गेले नाही.

लग्नाच्या दिवशी आम्ही स्पेशल बस करून सकाळी सात वाजताच हॉलवर पोहोचलो. देवक मांडण्याचे विधी लगेच सुरू झाले आणि संपले. सुप्रिया आतल्या खोलीत गौरीहार पूजत बसली होती. तिच्यावर चढलेल्या नव्या नवरीच्या तेजाने आज ती काही वेगळीच दिसत होती. ताई आणि तिच्या दुसऱ्या निवडक मैत्रिणी तिची चेष्टा करत भोवती बसल्या होत्या. कशाळकरांकडील पहिले आणि शेवटचे असे एकच कार्य असल्याने हॉल पाहुण्यांनी गच्च भरला होता. गप्पागोष्टी अन् हसण्या-खिदळण्याच्या आवाजाने दुमदुमत होता.

मुहूर्ताची वेळ जवळ आली, तरी अजून वऱ्हाडाचा पत्ता नव्हता. आप्पांच्या आणि त्यांच्या घरच्या मंडळींच्या आत-बाहेर चकरा सुरू झाल्या. जसजसा वेळ जात होता, तसतसे आप्पा-माईंच्या चेहऱ्यावरचे रंग उडू लागले. हसण्याची जागा काळजीने घेतली. हळूहळू हसणे-खिदळणे थांबले. गप्पा बंद होऊन सचिंत कुजबुज सुरू झाली. मुहूर्ताची वेळ टळली. वऱ्हाडाचा पत्ता नव्हता. त्यांना शोधायला जाण्याचा बूट निघाला; पण शोधणार कुठे? वऱ्हाड कुठे उतरले हेच कोणाला माहीत नव्हते. सुप्रिया अन् जयवंतच्या कॉलेजातील जी मित्रमंडळी लग्नाला आली होती, तीसुद्धा त्यांना ठाऊक असलेल्या दोन-चार ठिकाणी आधीच बघून आली होती. तिथे त्यांना दारावरच्या कुलुपाव्यतिरिक्त कोणीच भेटले नव्हते. तिथल्या शेजाऱ्यांना लग्नाचे वगैरे काहीच माहीत नव्हते. जसजसा उशीर होऊ लागला, हॉलमधील वातावरण तंग होत गेले. कंटाळून सुप्रियाच्या मैत्रिणी उठून बाहेर आल्या. ताई तिलाही बाहेर चलण्यास सांगू लागली; पण सुप्रियाने ठाम नकार दिला. ''ते येणार. माझा विश्वास आहे. ते येणारच. काहीतरी घोटाळा झाला असेल; पण ते आल्याशिवाय राहणार नाहीत. माझा विश्वास आहे. माझी गौरीहाराची पूजा निष्फळ ठरणार नाही. मी त्यांची वाट पाहत राहीन.'' ती शांतपणे गौरीहाराजवळ बसून त्याला अक्षता वाहत राहिली. ताईची थोडा वेळ तिच्याजवळ, तर थोडा वेळ

बाहेर अशी उलघाल सुरू राहिली.

दुपार टळली. वाढप्यांनी यांत्रिकपणे पाने वाढली; पण पानावर बसणार कोण? हळूहळू एक एक पाहुणा काढता पाय घेऊ लागला. बघताबघता सारा हॉल रिकामा झाला. कशाळकरांच्या घरची काही मोजकी आणि आमच्या घरची एवढीच मंडळी हॉलमध्ये उरली. आप्पा-माईंकडे तर बघवत नव्हते. दोघेही पुतळ्यासारखे निश्चल बसून होते.

संध्याकाळ झाली. बाबांनी पुढाकार घेतला. सुप्रियाच्या काकांच्या आणि इतर नातेवाइकांच्या मदतीने त्यांनी सर्वांना घरी पोहोचवले. गौरीहारासमोरून सुप्रियाला उठवणे ताईला चांगलेच जड गेले. आई-बाबा आणि ताई सुप्रियाच्या घरून परत आले, तेव्हा रात्रीचे अडीच वाजून गेले होते.

सकाळी जाग यायला उशीरच झाला. झोप मोडली ती कामवालीच्या आवाजाने. कशाळकरांच्या घराला कुलूप असल्याचे ती आईला सांगत होती. त्यानंतर जवळपास तीस वर्षे उलटून गेली होती. या काळात कशाळकरांकडील ना कधी कोणी दृष्टीस पडले, ना त्यांची कुठली बातमी समजली. सुप्रियाचा विषय आमच्या घरातून जणू बादच झाला होता.

''एक्सक्युज मी सर, मॅडम तुम्हाला बोलावत आहेत,'' पीएच्या शब्दांनी माझी तंद्री भंगली. केबिनचे दार उघडून मी आत पाऊल टाकले. क्षणभर तसाच थबकलो. ती, तीच होती. प्रश्नच नाही. तीस वर्षांच्या काळात चेहऱ्यावर प्रौढपणा येण्यापलीकडे लवमात्र फरक नाही.

थोडा घुटमळून मी पुढे झालो. मनातील सर्व विचार दाबून ठेवून, मी कामाचे बोलण्यास सुरुवात केली. माझ्या अर्जावर पूर्वीच निर्णय होऊन मला व्याजदरात सूट मंजूर करण्यात आल्याचे तिने कागदपत्रे पाहून सांगितले. त्याप्रमाणे कार्यवाही करण्याचे आणि शाखेतील कर्मचाऱ्यांनी केलेल्या टाळाटाळीची दखल घेऊन योग्य उपाययोजना करण्याचे तिने स्वतःहून आश्वासन दिले.

काम संपले होते; पण मला खुर्चीतून उठवत नव्हते. ती पण जरा अस्वस्थ असावीशी वाटली. काही वेळ अस्वस्थ चुळबूळ करत दोघेही बसून राहिलो. शेवटी मीच अडखळत कसाबसा बोललो, ''मी वसंत केळकर, नीलिमाचा धाकटा भाऊ.''

''मी बघितल्याबरोबरच ओळखले. कागदपत्रांवरून खात्री झाली. म्हटले, बघावे तू ओळखतोस का?''

तोच तीस वर्षांपूर्वीचा स्वर. तसेच गोड मोहक हसणे. माझ्या मनावरचा ताण आपोआपच दूर झाला. आग्रह करून तिने फराळाचे दोन-तीन जिन्नस मागवले. चहा मागवला. खाताखाता तिने सगळ्यांची चौकशी केली. स्वतःबद्दलही सांगितले.

मुंबई सोडून लगेचच ते इंदोरला निघून गेले. वडिलांच्या इच्छेप्रमाणे ती सी.ए.

झाली. मॅनेजमेंटची मोठी पदवी घेतली आणि बँकेत अधिकारी झाली. 'त्या' दिवसानंतर तिच्या आईने अंथरूणच धरले. वडील बरेच वर्षे होते. वगैरे सर्व बोलणी झाली. मी तिला घरी येण्याचे आमंत्रण दिले. निरोप घ्यायच्या आधी बराच वेळ मनात खुटखुटणारा प्रश्न विचारलाच.

"अजून तू कशाळकरच? पुन्हा लग्नाचा विचार नाही केलास?"

सुप्रियाचा चेहरा लगेच गंभीर झाला. बराच वेळ टेबलावरील पेपरवेटशी चाळा करत ती बसून राहिली. मध्ये एकदा तिने नजर उचलून माझ्या नजरेला भिडवली. जणू माझ्या डोळ्यांतून माझ्या मनात उतरून ती मला जोखत होती. बऱ्याच वेळाने तिने मान वर केली. मनातील विचारांवर ताबा मिळवण्यात तिला यश आले होते. तिचे नेहमीचे हसू हसत ती सहज बोलत असल्यासारखी म्हणाली, "पुढच्या रविवारी तुझ्या घरी नक्की येईन. दुपारी जेवायलाच येईन हं! ए, नीलिमाला बोलावून घेशील का रे?"

"प्रश्नच नाही. ती आनंदाने येईल; पण तू माझा प्रश्न टाळलास."

"वसंता, अरे कुमारिका गौरीहार एकदाच पूजते. एकाच हरासाठी."

◆

नाडीपरीक्षा

स्वातंत्र्य म्हणजे स्वैराचार या अपसमजातून घडलेल्या चुकीचे दाहक परिणाम

''भँवरलाल शेठ, या वर्षीचा मुहूर्त तुम्हाला असा लाभदायक ठरेल की, गेल्या पंचवीस वर्षांत कधी तुम्हाला असा लाभ झाला नसेल.''

दिवाळीतली, नवीन वर्षाच्या मुहूर्ताची पूजा आटोपल्यावर अहेर व दक्षिणा पडशीत ठेवताठेवता, पंडित डाह्याभाई जोशी आपले पिढिजात यजमान शेठ भँवरलाल गालांना तोंडभरून आशीर्वाद देत होते.

''एम केम ब्राह्मण देवता, असे तर तुम्ही दर मुहूर्ताला म्हणता. धंदा-पाणी वर खाली होतंच राहतो; पण मला आता आस लागली आहे, घरात जावई येण्याची. एकदा कोमलची डोली विदा केली की, मी आपली वृंदावनला जाऊन राहायला मोकळी.''

डाह्याभाईंसमोर मिठाई आणि मेव्याने भरलेले ताट ठेवत फुलवंतीबेन म्हणाल्या.

''शेठाणीजी, माझे पोट केवढे! मी काय इतकी मिठाई खाणार? मी आपला फक्त मसाला दूध घेतो. बाकी बांधून दिलेत तर घरी पोरे-बाळे दिवाळी नजेत करतील.''

''ते देते; त्याची चिंता करू नका. सदान्कदा लक्ष तिकडेच. मी काही सांगितले, तर तिकडे लक्ष देणार नाही.''

''असं कसं शेठाणीजी, मी स्वतःच तुम्हाला सांगणार होतो, तर तुम्हीच विषय काढलात बघा. माझे दुसरे एक यजमान आहेत, शेठजी ओळखतात त्यांना. शेठ लखीचंद छेडा. फार मोठी आसामी आहे. मोठे दोन्ही मुलगे वडिलांच्या धंद्यात लक्ष घालतात. एक जावई अमेरिकेत, तर दुसरा न्यूझीलंडमध्ये. त्यांचेही मोठे बिझिनेस आहेत. त्यांचा सर्वांत धाकटा मुलगा आहे, डॉ. प्रवीणभाई. खूप हुशार आहे.

एम.बी.बी.एस.ला दाखला मिळत असताना आयुर्वेदाचा डॉक्टर झाला. स्वतःची चांगली प्रॅक्टिस तर आहेच; पण सगळे भाईलोक मिळून देशी दवाईची फॅक्टरी काढत आहेत. दोन्ही जावईसुद्धा इंपोर्ट-एक्सपोर्टवाले, मग सगळी दवाई फॉरेनला पाठवणार. मुलगा एकदम लाख माणूस आहे. आता त्यांच्याचकडे जाणार आहे. हुकूम केला तर बात चालवतो.''

''हां हां, मी चांगला ओळखतो शेठजींना. आपल्या जातीचे पंच आहेत, लखीचंद शेठ. एकदम मस्त माणूस. धंद्याला चोख. शब्दाला पक्का. त्याचे पोरेलोक पण मेहनती. काही हरकत नाही. चालवा बात.''

''संपदा बेनला तर मीसुद्धा ओळखते; पण त्यांचा धाकटा तर डांगच्या जंगलामध्ये काहीतरी सोशल वर्क करायला गेला होता कामधंदा सोडून; त्याचं वय पण जास्त आहे.''

''शेठाणीजी, प्रवीणभाई ग्रेट माणूस. डॉक्टर झाला आणि आदिवासी लोकची सेवा करायला डांगमध्ये गेला; पण शेवटी बेपारी बच्चा. तिकडे आदिवासी लोकला जडीबुटी शिकवली आणि आता त्यांचाच माल फॅक्टरीत बनवून एक्स्पोर्ट करणार. ते लोकची सेवा अन् आपलापण फायदा. हं, आता उमर तीस वरस आहे. बस तेवढाच वांधा आहे.''

''काय? तीस? चक्क दहा वर्षांचा फरक.''

''असू दे. काय वांधा नाही. आपल्यामध्ये किती फरक आहे? तुला काय कमी झाला? डाह्याभाई तुम्ही आजच बात चालवा.''

शेठ भँवरलाल गाला म्हणजे मुंबईच्या दाना बाजारमध्ये बडे प्रस्थ. घरात लक्ष्मी पाणी भरत होती. त्यांच्या दोन्ही मुलांवर कारभार सोपवून शेठजी ज्ञातीचे आणि समाजाचे काम करत होते. सर्वांत धाकटी म्हणून कोमल जरा लाडावलेलीच होती. कॉलेजात शिक्षणापेक्षा मौजमजेतच तिचे जास्त लक्ष होते; त्यामुळे शेठजी आणि शेठाणींना तिची काळजीच वाटत होती. भाऊ लाड पुरवत होते म्हणून ती भावजयींनाही जुमानत नव्हती. त्यांचे इशारे ती अजिबात मानत नव्हती.

भाईदूज झाली आणि दुसऱ्याच दिवशी पं. डाह्याभाई जोशी यजमानांच्या दारात दाखल झाले. डॉ. प्रवीण आणि कोमलची जन्मकुंडली जमत होती आणि भँवरलाल शेठसारख्या समाजामधील मातब्बर आसामीशी सोयरीक जुळून येणे शेठ लखीचंदना फायद्याचे होते. कोमलचे सौंदर्य पाहून घरातल्या सगळ्यांनाच हा रिश्ता मंजूर होता. फक्त धाकट्या सुनेने जरा नाराजीचा सूर लावला होता; एवढेच. तिची छोटी बहीण कोमलच्याच कॉलेजात होती आणि तिच्या मौजमस्तीचे अनेक किस्से ती घरी सांगत असे; पण जमाना पुढारलेला आहे. कॉलेजात आपल्या पोरांनी मौजमस्ती नाही करायची तर मग कोणी? अशा गोष्टींकडे कानाडोळा केलाच पाहिजे, असे सर्वांचे

मत पडल्यावर तो प्रश्नही निकालात निघाला. मात्र, डॉ. प्रवीणचा आग्रह होता की, फक्त पंडितजींवर विसंबून न राहता, समक्ष जाऊन मुलगी पाहावी, तिच्याशी बोलावे. शेठ भँवरलाल आणि फुलवंती बेनना त्यात काहीच वावगे वाटले नाही. लगेच दोन्हीकडून फोनाफोनी झाली. दुसऱ्याच दिवशी सकाळी दहा वाजता भेटीचा कार्यक्रम ठरला. म्हणजे मग सगळेच आपापल्या कामधंद्याला मोकळे होणार होते.

कोमल सुंदर होतीच, चटपटीत वागणे-बोलणे आणि मोकळा स्वभाव याची सर्वांवर चांगलीच छाप पडली. छेडा मंडळी तिच्यावर खूश झाली. मॅनेजमेंटचे शिक्षण घ्यायला आणि फॅक्टरीच्या अनेक कामांची जुळवाजुळव करायला डॉ. प्रवीण लवकरच अमेरिकेला रवाना होणार होता. मग दोन वर्षं तरी त्याला परत येणे जमणार नव्हते. त्याच्या दोन्ही बहिणीही दिवाळीसाठी भारतात आलेल्या होत्या. म्हणून येत्या पंधरा-वीस दिवसांतच लग्न उरकावे, असा लखीचंद शेठ आणि संपदा बेनचा आग्रह पडला. लग्नानंतर कोमल नवऱ्याबरोबर अमेरिकेला जाणार होती; पण त्याआधी नव्या सुनेला घेऊन त्यांना नाथद्वारला श्रीनाथजींचे दर्शन करून यायचे होते.

देवदयेने साधनांची मुळीच कमतरता नव्हती. दोन्ही घरचे उपाध्याय एकच आणि ते बैठकीला उपस्थित. बसल्या बैठकीतच मुहूर्त ठरला. ताबडतोब सगाईची रसम पुरी करायचे ठरले. तरुण मंडळी खरेदीला धावली, तर वडील मंडळी नोकरांकडून बाकी व्यवस्था करवून घेण्यात गुंतली. फोनवरूनच पटापट आमंत्रणे गेली. दुपारी एक-दीडपर्यंत शेठ भँवरलालजींच्या घरीच सगाईचा कार्यक्रम करून मंडळी बड्या हॉटेलात जेवायला निघालीसुद्धा! घटना इतक्या वेगाने घडत गेल्या की, कोणाला फारसा विचार करायला वेळच मिळाला नाही. लग्नाची तयारी, अमेरिकेत जाण्याची तयारी, खरेदी, व्हिसा, आमंत्रणे, मित्र-मैत्रिणींना पार्ट्या या साऱ्या धामधुमीत प्रवीण आणि कोमल फक्त फोनवर बोलूनच भेटल्याचे समाधान मिळवत होते. सगळ्या गडबडीत लग्नाचा दिवस कसा उजाडला कोणाला कळलेच नाही.

लग्न पारंपरिक पद्धतीने रात्री होणार होते; पण जेवणावळीची धमाल दुपारपासूनच सुरू होती. रोषणाईमुळे दिवस मावळून अंधार पडलेला जाणवलाच नाही. शेठ भँवरलालच्या वाळकेश्वरच्या हवेलीसमोरच भला मोठा मांडव घातलेला होता. एकुलत्या एक आणि सर्वांत लहान मुलीचे लग्न. घरातील शेवटचे कार्य. वैभवात कुठेच कमतरता नव्हती. उत्साहाचे मोर मांडवात थुईथुई नाचत होते. मुलांचा गोंधळ, तरुण-तरुणींचा जल्लोष आणि मोठ्यांची लगबग. सगळी धमाल उडून गेली होती.

लांबून फटाक्यांचे बार ऐकू येऊ लागले. मागोमाग बँडचे स्वर कानांवर येऊ

लागले. बारात जवळ आल्याचे संकेत मिळताच, वरातीच्या स्वागतासाठी सर्व मंडळी प्रवेशद्वाराशी सज्ज झाली. निरांजने ओवाळली. कॅमेरे रोखून सज्ज झाले. घोड्यावर बसून पारंपरिक पोशाखात दुल्हेराजा आले. वरातीचा आणि वऱ्हाड्यांचा नूर तोडीस तोड होता. बारीकसारीक रीतीरिवाज आणि सगळ्यांचे मानपान सांभाळत वरातीचे स्वागत झाले. वऱ्हाड्यांना जलपान झाले.

मंगल वाद्यांच्या गजरात, मंगलघोषात आणि मंगलमय वातावरणात विवाह विधींना सुरुवात झाली. मंगलाष्टके होऊन वरमाला घातल्या गेल्या. लाडक्या लेकीला चांगले स्थळ मिळाले, याचा आनंद आणि तिच्या वियोगाचे दुःख, अशा संमिश्र भावनांनी गाला पति-पत्नी भारावून गेले होते. कन्यादानाची वेळ आली. कोमलचे कन्यादान करण्यासाठी आणि स्वीकारण्यासाठी वधू-वरांचे माता-पिता समोरासमोर उभे राहिले. मध्यभागी वधू-वर एकमेकांसमोर उभे होते. मंत्रघोष सुरू होता. ब्राह्मणांनी पाणिग्रहण करण्यासाठी कोमलचा हात हातात घेण्याची प्रवीणला सूचना केली. भोवताली दोघांच्या मित्र-मैत्रिणींच्या थट्टामस्करीला ऊत आला होता. आता तर ती टिपेला पोहोचली. स्मितानेच थट्टेचा स्वीकार करत प्रवीणने कोमलचा हात हातात घेतला.

"छे! छे!! असा शेकहँड नाही करायचा. हात चांगला पक्का मजबूत धरायचा. संपूर्ण तळवा आपल्या हाताच्या पकडीत धरायचा. एकदा धरला, म्हणजे असाच सात जन्म धरून ठेवायचा. सोडायचा नाही."

पं. डाह्याभाईंनी हसतहसत अशी सूचना करताच हास्याचा मोठा कल्लोळ उडाला. कोमल लाजून चूर झाली. तिरप्या नजरेने पाहत प्रवीणने तिचा संपूर्ण तळवा आपल्या विशाल आणि मजबूत पंजाने धरला. अनायासेच त्याचा अंगठा तिच्या मनगटावर आला. बघताबघता प्रवीणची चर्या बदलली. चेहरा पांढराफटक पडला. कपाळावर घामाचे थेंब चमकू लागले. काळजात जोरदार कळ उठावी तशी तीव्र वेदना त्याच्या मुखावर उमटली. झटकन त्याने कोमलचा हात सोडला. दोन्ही हातांनी मस्तक दाबून धरून तो विवाह वेदीवरून बाजूला झाला. कोणीतरी त्याला लगेचच शेजारच्या कोचावर बसवले. मांडवातील नूर झपाट्याने पालटला. उत्साहाची जागा काळजीने घेतली.

मोठ्या भावाचा आधार घेत प्रवीण शेजारच्याच एका खोलीत गेला. बराच वेळ दरवाजा बंद राहिला. चिंताक्रांत चेहऱ्याने प्रवीणचा भाऊ खोलीबाहेर आला. दाराशीच उभ्या असलेल्या प्रवीणच्या आणि कोमलच्या आई-वडिलांना आत सोडून, दरवाजा बाहेरून बंद करून तो दारातच थांबला. प्रश्नांचा मारा करून साऱ्यांनी त्याला भंडावून सोडले. सर्व प्रश्नांना त्याचे 'विशेष काही नाही' एवढेच उत्तर होते. त्याने दोन्हीकडील वयस्कर नातेवाइकांना आग्रहपूर्वक सांगितले, "काळजीचे काही कारण

नाही. थकव्यामुळे चक्कर आली आहे. थोड्याच वेळात सर्व ठीक होईल. तोपर्यंत कृपा करून पाहुण्यांना खोळंबून ठेवू नका. जेवणे सुरू करा.''

उभय माता-पिता खोलीत आले. एका सोफ्यावर हात-पाय पसरून प्रवीण अस्ताव्यस्त पडला होता. वेदनेने पिळवटलेला त्याचा चेहरा बघवत नव्हता. वडील मंडळी आत येताच तो सावरून बसला. संपदा बेन गाईसारख्या पाडसाकडे झेपावल्या आणि त्यांनी त्याला कुशीत घेतले. आईच्या कुशीत तोंड लपवून तो बराच वेळ गदगदत राहिला. शेठ लखीचंद अस्वस्थपणे त्याच्या पाठीवरून हात फिरवत राहिले. काहीच न उमगल्याने शेठ भँवरलाल आणि फुलवंती बेन दिङ्मूढ होऊन टकामका बघत उभे राहिले.

काही वेळाने प्रवीण आईच्या कुशीतून दूर झाला. त्याने आता मनावर ताबा मिळवला असला, तरी तसे करताना त्याला भयंकर त्रास झाला होता. चर्या शांत दिसत असली तरी नेहमीचे निर्व्याज हसू मावळले होते. त्याची जागा गांभीर्याने घेतली होती.

कातर स्वरात लखीचंद शेठनी विचारले, ''बेटा काय झाले, अचानक? लग्नविधी अर्धवट टाकून असा इकडे येऊन का बसलास? डॉक्टरांना बोलावू का?''

''आता मी ठीक आहे बापू. फक्त मला तुम्हाला जे सांगायचे आहे, ते मला मध्ये न अडवता ऐका. बसा. आधी सगळे खाली बसा.''

मन चिंती ते वैरी न चिंती. अशुभाच्या आशंकेने थरथर कापत गाला पती-पत्नी शेजारच्याच खुर्च्यांवर टेकले. लखीचंद शेठ मुलाचा हात हातात धरून एका बाजूला, तर डोक्यावरून हात फिरवत संपदा बेन लेकाच्या दुसऱ्या बाजूला बसल्या. खोलीत तणावपूर्ण शांतता पसरली. खोलीबाहेरची कुजबुज आणि अस्वस्थ हालचाल आत जाणवत राहिली.

''कोमलची बा, जरा कोमलला बोलावून घ्या. एकटीच. सोबत दुसरे कोणी नको.''

धास्तावलेली कोमल खोलीत आली. आईच्या शेजारी बसली. तिने तिच्या थरथरणाऱ्या हातात आईचा थरथरणारा हात घट्ट धरून ठेवला होता. तिच्याकडे एकटक पाहत, गंभीर स्वरात, प्रवीण म्हणाला, ''बापू, बा, मला क्षमा करा. काळजावर दगड ठेवून, पूर्ण विचार करून, सर्व शक्यता तपासून मी हा निर्णय घेतला आहे; मला त्याशिवाय दुसरा काही मार्गच दिसत नाही. मला हे लग्न करणे शक्य नाही.''

तापलेल्या शिशाचा रस शिरावा, तसे ते शब्द गाला मंडळींच्या कानांत शिरले. कोमल अन् फुलवंती बेनच्या तोंडून एकदम विचित्र चीत्कार बाहेर पडला. बसलेला धक्का एवढा जबरदस्त होता की, डोळ्यांतून अश्रूसुद्धा ठिबकला नाही. काही

क्षणांच्या भयाण शांततेनंतर सर्वांत प्रथम भानावर आल्या त्या संपदा बेन.

"प्रवीण बेटा, अरे हे तू काय बोलतोस? आपण काय करत आहोत, त्याचे परिणाम काय होतील, तुझ्या लक्षात येतंय का?"

"बा, तुला माहीत आहे, मी कुठलीही गोष्ट अविचाराने करत नाही. मी जो निर्णय घेतलाय त्याला सबळ कारण आहे. कोमलला ते कारण माहीत आहे."

तोपर्यंत भँवरलाल शेठसुद्धा सावरले होते. थरथरत्या, कापऱ्या आवाजात ते कसेबसे बोलले, "बेटा, काही गैरसमज असेल तर, काही नाराजी असेल तर किंवा काही हवे असेल तर आपण नंतर सावकाश ठरवू. तुझी कोणतीही इच्छा पूर्ण करण्याची ठाकूरजींच्या कृपेने माझी कुवत आहे. बेटा, लग्नाचे बाकी सर्व विधी पूर्ण झालेच आहेत. आता फक्त पाणिग्रहण आणि फेरे तेवढे बाकी आहेत. असा कुठला आततायी निर्णय घेऊ नकोस. तुम्हा दोघांच्या साऱ्या आयुष्याचा प्रश्न आहे. ऊठ बेटा, चल. बाहेर सगळे खोळंबले आहेत. मुहूर्त टळून चालला आहे. कोमलची काही चूकभूल असेल, तर तिला क्षमा करा. तिच्यासाठी मी माफी मागतो."

"नाही, कोमलचे बापू. आता ते शक्य नाही. आता सारे संपले आहे. चूक असेल तर क्षमा होते; पण फसवणुकीला क्षमा करणे कसे शक्य आहे? हे लग्न होणे शक्य नाही."

मुलाचा हा प्रकार पाहून हतबुद्ध झालेले लखीचंद जरा तीव्र स्वरात म्हणाले, "मघापासून तेच तेच बोलतो आहेस; पण कारण काय आहे ते सांगशील की नाही?"

वडिलांचे कठोर शब्द ऐकण्याची वेळ प्रवीणवर आजवर कधीच आली नव्हती. ओठ दाताखाली घट्ट दाबून तो थोडा वेळ गप्प राहिला. काही वेळाने त्याने सावकाश मान वर केली. आईला बिलगून पाषाणपुतळीसारख्या उभ्या असलेल्या कोमलकडे पाहत, मनातील कटुता लपवण्याचा किंचितही प्रयत्न न करता; पण अतिशय संयत स्वरात, स्पष्ट आवाजात, एक एक शब्द तुटक तुटक उच्चारत तो म्हणाला, "कोमलला दिवस गेले आहेत. तूच सांग बा, अशा परिस्थितीत मी तिच्याशी लग्न करणे कसे शक्य आहे?"

एका जोरदार हुंदक्याशिवाय कोमलच्या तोंडातून शब्द फुटला नाही. 'नाही नाही' अशा अर्थाने तिची मान मात्र हलत राहिली. सगळ्यांवरून एकदा नजर फिरवून, प्रवीणकडे रोखून बघत लखीचंद शेठ म्हणाले, "प्रवीण, तू भानावर आहेस ना? सगाईपासून आजपर्यंत तुमची एकसुद्धा भेट नाही. मग तू हे जे म्हणतो आहेस, ते कसे कळले? असे धरून चालू की, तुला कोणीतरी सांगितले किंवा तसे कोणाचे पत्र आले. जर असे असेल, तर सेहरा बांधण्यापूर्वीच आम्हाला तसे सांगायचे होतेस. वेळीच या गोष्टीची शहानिशा करून घेतली असती. दोन्ही घरांची

अशी बेइज्जत करण्याची काय गरज होती?''

"बापू, तुमच्या लाडक्या प्रवीणवर तुमचा विश्वास नाही का? मला कोणी काहीतरी सांगितले आणि त्याची सत्यासत्यता न पडताळता मी ते तसेच मानले, असे आजवर कधी झाले आहे का? ही गोष्ट मला स्वतः कोम्लनेच सांगितली. आत्ता कन्यादानाच्या वेळीच सांगितली.''

हे ऐकून सारेच थक्क झाले. भँवरलाल शेठ आणि फुलवंती बेनच्या चेहऱ्यावर संताप उमटला. कोमल अधिकच घाबरली. लखीचंद शेठ व संपदा बेनसुद्धा अविश्वासाने आणि आश्चर्याने त्याच्याकडे बघत राहिले. अस्वस्थ शांततेचा भंग करत संपदा बेन म्हणाल्या, "अरे, काय हे असे वेड्यासारखे करतोस. आम्ही सगळे तिथेच तुमच्यासोबत हजर होतो ना? मग आम्हाला कसे काहीच ऐकू आले नाही? कोमल, खरोखरच तू याला असे काही सांगितलेस का? हा काय प्रकार आहे?''

कोमलच्या तोंडातून शब्द फुटेना. तिची आईची गळामिठी अधिकच घट्ट झाली आणि सारे अंग हुंदक्यांनी अधिकच गदगदू लागले. तिच्याऐवजी प्रवीणनेच उत्तर दिले,

"प्रत्येक गोष्ट तोंडाने सांगण्याची वा कानाने ऐकण्याची प्रत्येकालाच गरज असते असे नाही. बा, मी डॉक्टर आहे. तेसुद्धा आयुर्वेदिक. नाडीपरीक्षेचा मी तज्ज्ञ समजला जातो, हे तर तुला माहीत आहे ना? आजपर्यंत कधीच मी नाडीपरीक्षा करून केलेले निदान खोटे ठरलेले नाही. कोणत्याही प्रसंगी, सदासर्वदा माझ्यातला डॉक्टर शंभर टक्के जागृत असतो. पाणिग्रहणासाठी तुम्हा सर्वांच्या साक्षीने मी कोमलचा हात हातात घेतला, त्याबरोबर तिची नाडी स्पष्ट शब्दांत आणि आवाजात मला सांगत होती- ती गर्भवती आहे. सहा आठवड्यांपेक्षा जास्त; पण आठ आठवड्यांपेक्षा कमी दिवस गेले आहेत. या माझ्या निदानात थोडी जरी चूक झाली असे निष्पन्न झाले, तर आयुष्यात परत कधीच कोणाची नाडी पाहणार नाही आणि डॉक्टरकी सोडून देईन.''

प्रवीणच्या नजरेतील वेदना आणि स्वरातील आत्मविश्वास स्पष्ट सांगत होता की, तो जे बोलला त्याची आणि त्याच्या होणाऱ्या परिणामांची त्याला पूर्ण खात्री होती. भँवरलाल शेठ आणि फुलवंती बेनवर तर जणू विजेचा लोळच कोसळला. दोन्ही खांदे गदागदा हलवत फुलवंती बेन कोमलला म्हणू लागल्या, "सांग कोमल, सांग; हे खोटं आहे. धादांत खोटं आहे. याचा आत्मविश्वास अनाठायी आहे. माझी कोमल मनमोकळी आहे, थोडी उच्छृंखल आहे; पण अशी बेजबाबदार नाही, मूर्ख नाही. मला पूर्ण खात्री आहे, तू पूर्ण शुद्ध आहेस. निष्कलंक आहेस. पवित्र आहेस. सांग कोमल, सांग.''

आईचे शब्द ऐकून कोमलने हंबरडाच फोडला. सोसाट्याच्या वादळात गदगदा

हलणाऱ्या वेलीसारखी ती हुंदक्यांनी घुसळत होती. डोळ्यांतून अविरत अश्रू ओघळत होते. ओठ कापत होते; पण शब्द उमटत नव्हते. आईने आर्त स्वरात पुनःपुन्हा विचारल्यानंतर सिसकत सिसकत ती एवढेच बोलू शकली,

"बा अगं, हे जे बोलताहेत ते काय खरे आणि काय खोटे, मला काहीच माहीत नाही; पण बा, बा, मला क्षमा कर. मी तुझ्या विश्वासाला पात्र नाही. माझ्या हातून तुझ्या विश्वासाचा भंग झाला. बा, बापू मी चुकले. मी मोहात पडून वाहात गेले. माझ्याकडून मर्यादेचे उल्ल्लंघन झाले. बापू, मला क्षमा करा."

कोमलच्या तोंडून अशी जवळजवळ स्वीकारोक्तीच ऐकून फुलवंती बेन झाड उन्मळून पडावे तशा खाली कोसळल्या. इतका वेळ लटलट कापत उभे असलेले भँवरलाल शेठ मटकन खालीच बसले. लखीचंद शेठ आणि संपदा बेनच्या चेहऱ्यावर तिरस्कार उमटला. ते दोघे काही क्षण गाला मंडळींकडे तिरस्काराने आणि विषादाने बघत उभे राहिले. मग हळूहळू जड पावलांनी लखीचंद शेठ दरवाजाकडे वळले. त्यासरशी सर्व शक्ती एकवटून भँवरलाल शेठ उठले. डोक्यावरची भरजरी भाटिया पगडी उतरवून त्यांच्यापुढे करत ते अतिशय कळवळून म्हणाले, "शेठजी, शेठजी, थांबा. असे कठोर होऊ नका. अजाणतेपणे माझ्या लेकीच्या हातून चूक झाली. तिला माफ करा. तिच्या मनात पाप नाही. तिला पदरात घ्या. अशी टाकून देऊ नका. आज माझा सारा सन्मान, सारी प्रतिष्ठा, इज्जत, पत तुमच्याकडे गहाण आहे. माझी लेक तुमच्या घरात बटीक होऊन राहील. आम्ही ब्र उच्चारणार नाही. तिची आणि माझ्या घराण्याची इज्जत अशी मातीमोल करून जाऊ नका. माझ्या पदरात एवढी भीक घाला. मी माझ्या कातड्याचे जोडे तुमच्या पायी घालीन."

कशाबशा सावध होत, स्वतःला सावरत फुलवंती बेन म्हणाल्या, "समधन, मी लेकीच्या चुकीवर पांघरूण घालत नाही, तुम्हीसुद्धा आई आहात. आईच्या अंतःकरणाने तिला एकदा क्षमा करा. तिचा अपराध पोटात घ्या. तिला सुधारण्याची एक संधी द्या. प्रवीण बेटा, तू स्वतः डॉक्टर आहेस. यावरचा उपाय तुला माहीत आहेच. ज्ञातीसाठी, समाजासाठी, दीन-दुःखितांसाठी तू एवढा झिजतोस. आम्हा दीनांवर दया कर. आम्हाला असा अनाथ करून, वाऱ्यावर सोडून जाऊ नकोस. माझ्या लेकीला एक संधी दे. तिची इज्जत अशी बाजारात मांडू नकोस. बेटा, दया कर आमच्यावर."

"कोमलच्या बा, घडली गोष्ट या खोलीबाहेर कोणाला समजणार नाही, असे मी स्वतः आणि बा-बापूंच्या वतीने तुम्हाला वचन देतो; पण मी अगतिक आहे. तुमची विनंती मी मान्य करू शकत नाही."

"भँवरलाल शेठ, तुम्ही ज्ञातीचे पुढारी. तुमच्या शब्दावर आपल्या ज्ञातीच्या माणसांचा मोठा भरवसा. तुम्हीच त्यांना नीतिअनिती शिकवणार. तुमच्या घरात काय चालते हे तुम्हाला समजू नये? आश्चर्य आहे! आमच्या घरातसुद्धा लेकी-सुना

आहेत. त्या काही गोषात आणि पडद्यात वावरत नाहीत; पण बरोबरीला आलेल्या मुली-बाळींना किती मोकळीक द्यायची, याला मर्यादा हवी. त्यांच्या जाण्या-येण्याच्या वेळांवर, पेहरावांवर, मित्र-मैत्रिणींवर आई-बापाचे लक्ष हवे. माझ्या सुसंस्कारित घरात, स्वतःच्या हाताने हा जळता निखारा घेऊन मी घराला आग लावू शकत नाही. मीसुद्धा ज्ञातीचा पंच आहे. उद्या एखादा असाच बखेडा माझ्यासमोर आला, तर निवाडा देताना माझे हात स्वच्छ हवेत.''

''शेठजी, तुम्ही कर्णासारखे उदार आणि धर्मराजासारखे दयाळू आहात, न्यायी आहात, हे सारी ज्ञाती जाणते. माझ्या पोरीचा अपराध पोटात घ्या. माझी इज्जत, माझा जीव वाचवा. माझी पगडी ठोकरून असे जाऊ नका.''

भँवरलाल शेठनी आपली पगडी लखीचंद शेठच्या पायांशी ठेवली. दोन्ही हातांनी त्यांचे पाय धरून त्यांना आसवांनी अभिषेक सुरू केला. लखीचंद शेठ थोडेसे गलबलले; पण प्रवीणची निर्विकार मुद्रा आणि संपदा बेनच्या डोळ्यांतील तिरस्कार पाहून त्यांनी मन घट्ट केले. पाऊलभर मागे सरकून त्यांनी आपले पाय हलकेच सोडवून घेतले. पगडीला पाय लागणार नाही याची काळजी घेत, ते पगडी ओलांडून पुढे झाले. तिघेही छेडा खोलीतून हलकेच बाहेर आले.

बंद दाराआड खोलीत बराच काही गंभीर प्रकार सुरू आहे, हे जाणून पाहुण्यांनी आधीच काढता पाय घेतला होता. दोन्ही पक्षांची मोजकीच - फक्त घरचीच - मंडळी खोलीच्या दाराशी उत्कंठेने उभी होती. अधिक उणा एक शब्द न बोलता लखीचंद शेठनी आपल्या कुटुंबीयांना घरी परत चलण्याचा आदेश दिला आणि ते प्रवीण व संपदा बेनसह गाडीत जाऊन बसले. काही मिनिटांतच वऱ्हाडी मंडळी निघून गेली आणि गालांच्या घरची मंडळी घाबऱ्याघुबऱ्या खोलीत दाखल झाली.

खोलीतील दृश्य काळजाचे पाणी करणारे होते. गुडघ्यात मान घालून कोमल स्फुंदत होती. फुलवंती बेन शुद्ध हरपून गालिच्यावर अस्ताव्यस्त पसरल्या होत्या. भँवरलाल शेठ लखीचंद शेठचे पाय धरण्यासाठी वाकले होते, तसेच गोठल्यासारखे दिसत होते. तोंडावर पाणी मारल्यावर फुलवंती बेन तर सावध झाल्या; पण भँवरलाल शेठना उठवण्याचा प्रयत्न करताच ते खाली कोसळले. त्यांचे प्राण त्यांचे शरीर सोडून साऱ्या भाव-भावनांच्या पलीकडे निघून गेले होते. काही वेळापूर्वी मंगल वाद्यांनी आणि मंगलमय मंत्रांनी दुमदुमणारी हवेली शोकात, विलापात, आक्रोश आणि आक्रंदनात बुडून गेली.

काळ कोणासाठीच थांबत नसतो. दुसऱ्या दिवसाची मध्यान्हीची वेळ. हवेलीच्या दारात मांडव तसाच होता; पण आता त्याच्यावर सुतकी कळा पसरली होती. पांढऱ्या वस्त्राने झाकलेले भँवरलाल शेठचे शव दिवाणखान्यात ठेवले होते. एका भिंतीला टेकून फुलवंती बेन पत्थराच्या मूर्तीसारख्या निश्चल बसून होत्या. शून्यात नजर

लावलेली कोमल त्यांच्या खांद्यावर डोके टेकून विद्ध पक्षिणीसारखी बसली होती. तिच्या अंगावर वधूवेष अजून तसाच होता. तिच्या भावजया आणि भाऊ जवळच बसले होते. अंत्ययात्रेची तयारी पूर्ण झाली होती. एवढ्यात फाटकाशी दोन कार थांबल्या. त्यातून लखीचंद शेठ पत्नी, सुना व तीन मुलांसह खाली उतरले. त्यांच्या येण्याची कोणीच दखल घेतली नाही. सारे कलेवराजवळ आले. नमस्कार करून पुष्पांजली वाहिली.

गाला कुटुंबातील कोणीच शब्दसुद्धा उच्चारला नाही वा हालचाल केली नाही. प्रवीणची थोरली भावजय पुढे झाली. कोमलच्या शेजारी ती जमिनीवरच बसली. तिने कोमलला जवळ ओढून कुशीत घेतले. रात्रीपासून तिरस्काराच्या नजरांचा सामना करणाऱ्या कोमलला त्या स्पर्शातले आश्वासन जाणवले. तिने तिच्या गळ्याला घट्ट मिठी मारली आणि रडण्याला वाट मोकळी करून दिली. संपदा बेन फुलवंती बेनच्या शेजारी बसल्या. त्यांनी हलकेच त्यांच्या मस्तकावर हात ठेवला; पण कुठलीच प्रतिक्रिया उमटली नाही. पुरुषमंडळी अस्वस्थ हालचाली करत थोडा वेळ तशीच उभी राहिली. लखीचंद शेठनी नजरेने खूण करताच थोरला पुढे झाला. कोमलच्या मोठ्या भावासमोर येऊन हलक्या आवाजात तो म्हणाला, "भाईसाब, जरा थोडेसे बोलायचे आहे. थोडे बाजूला येता का? प्लीज?"

भावनांना आवर घालत, स्वरातून तिरस्कार व्यक्त होणार नाही याची काळजी घेत त्याने उत्तर दिले, "मला वाटते, तुम्हाला जे बोलायचे होते ते बापूंबरोबर बोलून झाले आहे. आता बोलण्यासारखे काही उरले असेल, असे वाटत नाही. तुमची आमच्यावर आधीच खूप मेहेरबानी झाली आहे. आता एक शेवटची कृपा करा. आमच्या संयमाचा बांध फुटण्यापूर्वी इथून निघून जा."

लखीचंद शेठ पुढे झाले. त्याच्या पाठीवर थोपटत भरल्या गळ्याने ते म्हणाले, "बेटा, आत्ता तू जे बोललास ते अत्यंत स्वाभाविक आहे. तुझ्या जागी मी असतो तर कदाचित याहीपेक्षा कटू बोललो असतो. जे घडले आहे, त्याचा मला जबरदस्त धक्का बसला आहे. तुमची क्षमा मागण्यासाठी मला तोंड नाही; पण बेटा, मला जे सांगायचे आहे ते जरा ऐकून घे. तेवढे उपकार माझ्यावर कर. या म्हाताऱ्याच्या शब्दाचा एवढा मान राख. चल, जरा बाजूला चल. तुला तुझ्या बापूंची कसम."

पुन्हा तीच खोली. बंद दरवाजा. तणावपूर्ण वातावरण. फरक फक्त इतकाच की, भँवरलाल शेठ खोलीत नव्हते, तर त्यांचे कलेवर बाहेर विसावले होते. काही वेळ कोणीच काही बोलू शकत नव्हते. पाझरत्या डोळ्यांनी फक्त एकमेकांकडे बघत राहिले. हुंदक्यांमध्ये दडलेल्या शब्दांत लखीचंद शेठ म्हणाले, "प्रवीण, बेटा तुला जे सांगायचे ते लवकर सांग, बाहेर गर्दी खोळंबली आहे."

"कोमलच्या बा, मी तुमचा गुन्हेगार आहे. माझ्या कृतीचे एवढे गंभीर परिणाम

होतील याची मला कल्पना नव्हती. माझ्या या गुन्ह्याला क्षमा नाही हे मी जाणतो. माझ्यामुळे तुम्हा सर्वांचे जे नुकसान झाले आहे, ते कशानेही भरून निघणार नाही. तरी मोठ्या मनाने मला पदरात घ्या. क्षमा करा. कोमल, फक्त स्वतःचा, स्वतःपुरता विचार करण्याचे, स्वातंत्र्य घेण्याच्या नावाखाली स्वैराचार करण्याचे, वडीलधाऱ्यांचे न ऐकण्याचे परिणाम केवढे भयानक होऊ शकतात ते तू पाहिलेस? आपल्या घराण्याच्या प्रतिष्ठेचे, इभ्रतीचे, स्वतःच्या अब्रूचे, इतकेच काय, तुझ्या शीलाचे मोल तुझ्या या पापभीरू, सज्जन, देवलसी पित्याने आपल्या प्राणांनी दिले आहे. काल त्यांनी त्यांची पगडी बापूंच्या पायी ठेवली. आम्ही हतभागी तिची इज्जत राखू शकलो नाही. तुझ्या बापूंच्या शुद्ध चारित्र्याची किंमत ओळखू शकलो नाही. आमच्या या चुकीचे प्रायश्चित्त ते घेतील, अशा प्रकारे जिवाची कुरवंडी करून घेतील, अशी पुसटशीसुद्धा कल्पना आम्हा करंट्यांना आली नाही. यासाठी आम्ही सारे छेडा शरमिंदे आहोत. भाई, या अनर्थाला बऱ्याच अंशी मीसुद्धा जबाबदार आहे. माझ्या चुकीचे परिमार्जन मला केलेच पाहिजे. काल रात्री कोमलने फोन करून बाला नेमके काय आणि कसे घडले ते सारे सांगितले आहे. तिने पश्चात्ताप व्यक्त केला आहे. त्यात तिचा पूर्णांशाने दोष होता, असे म्हणवत नाही. तिच्या सांगण्यात सच्चेपणा असल्याचे, तिचा पश्चात्ताप खरा असल्याचे बाला जाणवले. तिच्या आणि बापूंच्या आज्ञेने आणि संपूर्ण छेडा परिवाराच्या वतीने मी तुम्हाला वचन देतो, कोमलवर आलेला हा ठपका आणि गाला परिवाराला लागलेला हा कलंक आम्ही आमच्या हातांनी धुऊन काढू. तुमच्या बापूंसारख्या देवमाणसाची कुर्बानी व्यर्थ जाऊ देणार नाही. तेराव्या दिवसाचे विधी पूर्ण होताच राहिलेले फेरे, श्रीनाथजींच्या साक्षीने नाथद्वाराला पूर्ण होतील. कोमलच्या बा, भाईजी याचा अव्हेर करू नका. माझी चूक सुधारण्याची एक संधी मला द्या आणि कृपा करून बापूजींना खांदा देण्यापासून आम्हाला वंचित करू नका.''

यानंतर शब्दांनी काही सांगण्या-विचारण्यासारखे शिल्लकच राहिले नाही. भारावलेल्या गाला मंडळींनी गळामिठी घालून एकमेकांना स्पर्शानेच सारे सांगितले.

भँवरलाल शेठची अंत्ययात्रा हवेलीतून बाहेर पडली, तेव्हा फुलवंती बेन विहिणीचा आधार घेऊन पतीचे अंत्यदर्शन घेत उभ्या होत्या. आक्रंदणाऱ्या कोमलला तिच्या जावांनी सावरले होते. चारही खांद्यांवर छेडा परिवाराच्या सदस्यांनीच भँवरलाल शेठचे कलेवर बाणगंगेकडे चालवले होते.

(२८ जून, २००५)

◆

दिवसापण खेळ चाले

कोकणात कधीही, कुठेही, काहीही घडू शकते याचा झणझणीत प्रत्यय

आमी फटफट्या घेऊन कोकनात जाऊन आलो, ही खबर लोकमतमध्ये छापून आली का म्हाइत नाय; पन बेटं जो भेटते तो आपला त्यावरूनच टोकते. परवाच्याले न्याव मंदिराच्या फाटकातून निघत होतो त मन्यानं गाडी आडवी घालून थांबवलं. टपरीवर माज्याच पैशान चाय पिऊन वर मलेच झापलं,

"का बे नान्या, तू मने कोकना-बिकनात हिंडून आला मने. ते बी सोताची फटफटी घेऊन? अबे, आमी मेलो होतो का बे? आमी बी आलो नसतो का?"

मन्या म्हंजे बडी आसामी, उद्या कार्पोरेशनात वॉर्ड मेंबर गिंबर झाला त? कामाचा मानूस. त्याले काही झटकता येत नाई.

"अरे का भाऊ का बोलता जी? अबे तुला कसा सोडीन गा मी? तू तं चार दोन स्पॉन्सर गिन्सर आनले असते. पन गड्या ह्ये ट्रिप अव्या जामठेनं काहाडली व्हती. आता तुले त माईतच हाय का अव्या जामठे म्हंजे टाइम टू टाइम. खाना-पीना बंदी. अरे भाऊ, माझा नंबर लागला तोबी मी मेकॅनिक हावो म्हनून. ते बी खर्रा खानार न्हाई या बोलीवर."

"असं? समदे त तुजंच नाव घेऊन बोंबलून रायले. अव्या आन त्याचे पोट्टे होत का? अव्या... मानूस लाख, पन मजा मस्तीच्या कामाचा नाय. अव्यानं काहाडली का ट्रिप? पन यार नान्या ध्यानात ठेव, या डिसेंबरात आपण जायचं. आता त तुले रस्ते गिस्ते पन म्हाइत झाले असतीन. आन हो तुहावाला समदा जिम्मा आपला. तू फक्त यायचं. एक पैचा खर्च नाय. काय?"

"बिलकूल. बिलकूल. आता ह्ये इलेक्शनचा धिंगाना संपला का भेटतो तुले फुरसतीने. डिसेंबरात जायचं त जुलै-आगस्टात तयारी कराव लागते."

"ते तू पायजो. खर्च काय लागन ते सांग."

मन्या सोमलकरला त समजावलं, पन दर दिवसा दोन दिवसाआड कोनतरी भेटे आन छेडीत राय. त्याले कारन पन तसंच व्हतं म्हना. आमच्या सोबत आलेले पोट्टे ट्रिपचे किस्से असे रंगवून रंगवून सांगाले लागले का पब्लिक येकदम दंग. आधीच आपल्या विदर्भवाल्याइले हिंडाची भल्ली हौस. काहीच नाही तं शहरातून खेड्यात आन् खेड्यातून शहरात जात-येत रायतील. आता मले सांगा, विदर्भात का कमी जागा आहात का हिंडाले? नाई; पन याइले मुंबई-पुन्याचीच अस. चिखलदऱ्याले चांगलं हिल स्टेशन आहे, पन यानला महाबळेश्वरच पायजे. लागन तं विदर्भात अष्टविनायक आहेत; पन ह्ये चालले पुन्याले अष्टविनायक दर्शन कराले. आता येक खरं, का विदर्भात समुद्र नाय. त्यासाठी कोकनात आन गोव्याला जानं आलंच.

तं भाऊ त्येचं आसं जालं, का अव्या जामठे मले म्हनाला कि गड्या बाइक घेऊन मोठी मजल मारायची. तो त मने की लेह-लडाख करू मने. मग मी त्याले समजावलं, पयले जवळपास हिंडून आपल्या महाराष्ट्राचेच घाट-गिट पाहू. जरा मोठा टप्पा ठेवून पाहू, मग दोन-एक वर्षांत जाऊ लेह ले. हाय काय अन् नाय काय. अव्या मंजे डोकं खांद्याव आन पाय जमिनीत असा मानूस. पटलं त्याले. मग आखली 'महाराष्ट्र-कोकन दर्शन सहल.' अव्याच्या ग्रुपमध्ये सगळी पोरं शिस्तशीर; त्यामुळे आखणी सोपी झाली. थंड थंड प्रवास म्हनून डिसेंबरमध्ये जायचं. एकूण प्रवास पंचवीस दिवस. एक एक जागा पाहत कोल्हापुराले जायचं, अंबाबाईचं दर्शन करून कोकनात. गणपतीपुळे करून पाली. तिथून पुन्याले अन् दोन दिवसांत नागपूरले परत. आता येवडं हिंडलं त किस्से असनारच. कोकन म्हटलं का भूत-खेत. पोट्टे मारे रंगवून रंगवून सांगतात. त्यातलाच येक तुमाले सांगतो.

ठरल्याप्रमानं आम्ही कोल्हापुराले पोहोचलो. अंबाबाईचं दर्शन झालं. देवीचं दर्शन कराचं म्हनून खानारे पन तोंड दाबून होते. पुढचा रस्ता बराचसा घाटांचा त ठरलं होतं का दोन दिवस मुक्काम कराचा, गाड्यांना तेलपानी कराचं आन मग निघाचं. आता माझी धरून बारा गाड्यांचं काम त इतका टाइम लागनारच. मग रात्री खानारे गेले तांबडा-पांढरा रस्सा खायले आन आमी गेलो कोल्हापुरी मिसळ खायाले. मुक्कामी आलो तं रस्सा खाऊन आलेल्या पोट्ट्यांची तोंडं आंबट.

"का बे? का झालं? कुट काय झेंगाट करून ठेवलं का?"

तं तोंड जास्तच आंबट करत बन्या मनला, "नाय बा. झेंगट-गिंगट काय नाय, पन गड्या काई मजा नाय."

अन्या म्हने, "अबे थांब, मी सांगतो. अबे हे मुंबई-पुनेवाले उगाच बोंबलतात तांबडा-पांढरा करू करू. सगळं बोगस, फुस्स! या लेकाच्याईंले आपला सावजी खाऊ घातला पायजे, मग समजेल या लोकाईले तिखट कशाले म्हंतेत. सालं, तुमच्या संगत मिसळ खाले येतो तरी बनतं."

"अरे यार आमचं बी असंच फुस्स! त्याले डबल मसाला सँम्पल मागितलं तर कुठं मिसळ मिसळ झाली. काही म्हणा यार कस्तुरचंद पार्कची पोहा तर्री आन इतवारी टांगा स्टँडची आलूबोंडा, समोसा तर्रीची मजा नाही."

गगनबावड्याच्या घाटातून कणकवलीला कोकनात उतराचं. आम्ही साडेपाचला मुक्काम सोडला. विदर्भाची आठवण करून देणारी थंडी होती. हायवेवर लागलेल्या पयल्याच पंपावर सगळ्या गाड्यांच्या टाक्या फुल करून घेतल्या. त्ये डोस्कं अव्या जामठेचं. सगळ्या गाड्या येकाच वेळी फुल केल्या का मध्येच कोणी थांबला, मागे रायला भनभन नाय. टपरीवर एक एक गरमागरम सिंगल मारला. अव्याची गाडी सर्वांत पुढं आन मी सर्वांत शेवटी. कारन मी मॅकेनिक, कोनाचा काय प्राब्लेम गिब्लेम झाला तर मला लगेच समजलं पायजे म्हनून. दिवस उजाडता उजाडता घाट सुरू झाला. बापा-बापा काय तो चढ, काय ते वळणं! शान्या मान्सानं एकट्या दुकट्याने सोता गाडी चालवत ह्या असल्या घाटात जाऊ नोय ह्येच खरं. काही प्राब्लेम न होता घाट पार झाला. पुरी दमछाक झाली. दोस्तांच्या मनातलं अव्याले बरोबर समजते. पयल्याच ढाब्यासमोर त्यानं गाडी लावली. उसळ-पाव, आलुबोंडे, डबल चाय असा भरपेट नास्ता करून आम्ही कणकवलीच्या दिशेने निघालो. आता आमी कोकनात उतरलो होतो.

पंधरा-वीस किमी. गेलो आसू त लेकाच्या बग्या देवघरेनं गाडी रस्त्याकडेला लावली. काय गडबड झाली गा म्हनून मी बी मागोमाग गाडी स्टँडवर घेतली.

"का बे बग्या? का झालं बे? काऊन थांबला?"

त लमडिच्यानं दात काढत करंगळी दाखवली. आता ह्ये त लेक साथीचा रोगच. येकाला लागले का सोबतच्या दुसऱ्याले बी लागतेच. मंग मी बी वावरात उतरून येका मोठ्या झाडामांग झालो. रस्त्याव येऊन पायतो त झकलट लेकाचा बग्या गायब. चार-पाच झणझणीत वऱ्हाडी शिव्या हाणत मी किक मारली. डिसेंबरचा मयना असून लेकं ऊन चांगलंच तापलं होतं. बग्या आन बाकी पोट्ट्यांना जल्दीन गाठाव म्हनून मी जरा स्पीड वाढवली. अंगावरचे गरम कपडे नकोसे झाले होते. बराच वेळ झाला तरी कोणी टप्प्यात येईना. मी आपला चाललो येकटाच. भानाव आलो त लक्षात आलं का गचके खात मी कच्च्या रस्त्यावर चालतोय. रस्त्याच्या बाजूले जंगलासारखी झाडी. मी त पार चक्रावून गेलो. म्हनलं सालं हायवे सोडून मी कुठं आलो? अजून काही भानगड व्हायच्या आधी कोनाला तरी रस्ता विचारावा. एका भल्या दांडग्या पिंपळाला बांधलेला पार पाहून गाडी स्टँडला लावली. घसा कोरडा झाला होता. पायतो त पान्याची बाटली रिकामी. नास्ता पार जिरून जाऊन पोटात भूक भडकलेली. हात-पाय ताणून, उड्या मारून जरा मोकळा झालो अन् कुणीतरी येण्याची वाट पाहत गाडीवरच बसून रायलो. बराच वेळ गेला.

रस्त्यानं बेटं कोणी फिरकलंच नाही. मोठ्या फिकरीत पडलो. चाला, आले बा कुनीतरी म्हनून नीट बसलो.

"काय पावन्यानूं रस्तो चुकलासा दिसतहा. खय जाताव?"

"हो जी कणकवलीले जाऊन रायलो; पन बेटा रस्ता चुकलो. जरा पाणी मिळेल..."

अबे! काय अजब मान्स ××××. मी बोलूनच राह्यलो, त बेटे तरातरा निघून गेले मला वलांडत. अजून असेच आठ-दहा मान्स बाया गेले. काय करावं समजेना. आजवर तहान-भुकेनं इतका त्रास कधी देल्ला नवता. पार परेशान झालो. मग एक एकटाच जाणारा माणूस आला. त्याच्या खांद्याव शहाळ्याची एक मोठी मोळी होती. भारा पारावर ठेवून तो घाम पुसत रायला. रामाची कृपा त्यानं माझ्याकडे पायलं.

"काय पावन्यानू? दमछाक झाली? आमचो कोकनी रस्तो ह्यो असोच. मानसांचा कस बघतेलो."

"व्हय जी. लय ताहान लागली. पानी भेटलका जी थोडसं?"

त्यानं एक शाहाळं हाताव ठेवलं. मी पैसे इचारले.

"अवो पैस कित्याक? घेवा असाच. आमचा पाहुनचार समजा. पानी बी पेवा आन खोबरो बी खावा. तान-भूक दोनी जातली. माड म्हंजे कल्पवृक्ष हा कोकणचो."

मी आपला थेंक्यू-गिंक्यू म्हनेतो बेटा गायब. काय लेकाचा हवेत विरघळला का काय? छोड यार. आता हा नारळ सोलाचा कसा आन् पानी काढाचं कसं? मी टूल बॉक्समधून चाकू काढून ते प्रकरण छिलण्याची खटपट सुरू केली. ढिम्म. काही सालटी निघेना. पन मी एकदम खनपटीलाच बसलो.

"काय पावन्यानू, शेळो सोलता हां?"

प्रश्न विचारणारा कुठून कसा उगवला लेकं समजलंच नाही. मी कानकोंडी होत म्हणालो, "हौ न जी; पन ल्येकं जमूनच नाय रायलं?"

"रस्तो चुकलानसा दिसत हा. खयसून इलास? जाता हा खय?"

"नागपूरवरून येऊन रायलो."

"नागपूर? ह्या काय गावाचो नाव?"

"गाव? अवो चांगलं मोटं शेहर आहे. भौ उपराजधानी म्हाराष्ट्राची. म्हाइत नाय?"

"असान दे. म्हाराष्ट्राच्या खयच्या भागात येतलो तुमचो ह्यो शेहर?"

"दूर तिकडे विदर्भात येतं."

"इदर्भ? हा तांच ना शेतकरी आत्महत्या करतले. तां? मरान दे. आमका काय त्येचा. पावनं जाता हा खय?"

"कणकवलीले जाऊन रायलो जी."

"ह्या वाटंनं? रस्तो चुकलान सा दिसता. येकलाच निघालात का काय?"

"नाय बा. मोटा ग्रूप हाय."

"मगे येकलंच आलाहा हयसर? सडक सोडून हय कित्याक? चकवो. तुमका चकवो लागलोसा दिसतहा. नक्की, चकवोच ह्यो. नाय थय धार मारतंत माणसा. मगे ह्ये असा होवाचोच."

मी कानकोंडी होत नुसताच हासलो.

"ऱ्हावन दे. झाला ता झाला. आता काय? शेळो सोलूचो हा?"

"हौ. लय तहान आन भूक लागली आहे."

"आना म्या देतय सोलून. कितक्यालो पडलान?"

"एका बाबाजीनं देल्ला. असाच."

"असाच? हां म्हंजे फुकट. आं फुकट? नवलच म्हनायचो. नाय पन काय मना, कोकनची मानसा मात्र नारळावानी. वरसून दिसताहा खरबडीत; पन आतून गोड पान्यानं भरलेली. हां मात्र ये हा त्यांचो. जसो नारळ सोलूक त्रास, तसोच कोकन्या फलूक कठीण. ऱ्हवान दे. तुमका गावलान ना फुकट? बास. घ्येवा तो शेळ हय."

मी मुकाट्याने शहाळ त्येच्या हाती देल्लं. तेन कंबरला बांधलेला मस्त धारवाला कोयता काहाडला आन् शहाळ्याव सपासप घाव घालाय लागला.

"शेळो सोलूक तुमचो चाकू कामाचो नाय. त्येका हवी कोयतीच. कोयतीन सालटी काढली का मिळतंहा गोड पानी. अमृत. आन मगे जोरकस घाव घालूनशी तुकडे केलेनी का घावतहा खोबरो."

शहाळं हातात घेत मी पुटपुटलो, "कोकन्या शाहाळ्यासारखा म्हंजे असाच का काय?"

"ज्योक मारतावका पावन्यानू? हां पन खरा हाय तां."

शहाळ्याचं पाणी खरोखरच अमृतासारखं गोड होतं. पाणी प्यायल्यानंतर तेनं खच्चकन घाव घालून शहाळ्याचे दोन तुकडे केले. लुसलुशीत खोबरं खाऊन आत्माराम शांत झाला. मग त्या माणसानं शहाळ्याचे भकले आणि खाली पडलेले तुकडे उचलून आपल्या गाठोड्यात टाकले.

"अरे व्वा! स्वच्छ भारत अभियान का?"

"नाय तसा काय नाय. करवंट्या चुलीत जळण आन ह्यापासून सुंभ बनतेलो."

"सुंभ? म्हंजे?"

"अवं रश्शी. पिळा घातलेली."

"ह्यापासून? कशी बनवतात?"

"आता ह्या वाळला का ह्येका मोगरीन कुटुचा. मगे त्येचो योक योक धागो

मोकळा होतेलो. मग त्येका पान्यात भिजवूनशी परतून मोगरीत कुटून पीळ घालूचा. मगे तयार होतेले सुंभ. सुंभाचा पीळ असो मजबूत असतेलो की जळान, पन सुटूचो नाय. कोकन्याचो पीळ बी तसाच, सुटूचो नाय मग कायपन होवान दे.''

''व्हय, पन मोगरीन कुटल्यानंतर.''

''ज्योक चांगला करताहा पावन्यानू. ता ऱ्हवान दे पन आता जाशान... कशे?''

''भौ, जरा रस्ता सांगान का? येकदा हायवेला पोहोचलो का प्राब्लेम नाय.''

''तुमच्या फोनात त्ये वाट दावनारं चेटूक नाय का?''

''वाट दावनारं चेटूक?... हां हां... अहो, त्ये काय चेटूक-गिटूक, जादूटोना नसतो. त्ये सायन्स हाय. त्याले आप म्हनतेत.''

''असान दे. ज्ये हाय त्ये. ज्ये समजान येत न्हाय ता समदा चेटूकच. पावन्यानू, आता तुम्ही हय इलास. सोता गाडी चालवत इलास. कशे? समजान पडलो? नाय नां? मगे तां चेटूक. जे समजता तां सायन्स. नाय समजता तां? नाय समजतां ता चेटूक. पाड जमिनीवं पडतलो. लोकांक नाय कळत का त्येका जमिनीनं खेचून घेतलो. मगे त्येकां वाटतो द्येवाची करनी. काय? आता शोधला का गावतो समदा. पन शोधूक होया. शोधून काढूक वेळ खय हा? जो तो माका काय गावतंय ता पदरात पाडूक गुंतलेलो.''

''लॉजिक मस्त हाय. व्हय त्ये चेटूक हाय माज्या फोनात. पन इथे माज्या फोनाले रेंज नाय, त तो आप ओपन होऊन नाय रायला. जरा तुमी रस्ता सांगान का?''

''न सांगाक काय झालां. त्येका काय पैशे पडतले? हां पन माका घराक सोडशान त सांगान.''

''त्याले काय हरकत असणार? तुमचं घर वाटेवरच आहे का? सोडीन तुम्हाला.''

''नाय बा. घर वाटेच्या कडंला हाय. चला दावतंय.''

''या. बसा. पन भौ तो कोयता सांभाळा. फालतूच लागला गिगला त नस्ती आफत.''

''नाय. असा कसा लागनार? पन तुमका भेव लागता हा तर त्येका बोचक्यात ठेवताय. चला.''

कंबरेचा कोयता बोचक्यात खुपसून बोचके डोक्याव घेऊन गडी गाडीवं चहडला. इतका येवस्थित, का मले जरा झटका जानवला नाय. गढ्ढे-गुढ्ढे वलांडत तो सांगेल तसा मी गाडी चालवत होतो. चांगला तीन-चार मैल गेलो असन. जाता जाता त्याच्या तोंडाची टकळी सतत सुरूच होती. त्याच सपाट्यात तो रस्त्यात काही बाही दाखवत होता.

''ह्यो बघा, ह्यो शेवड्यांचो वठार... ह्यो मरीआयचो देवाळ... ह्यो परबांची

वाडी... ह्यो भैरोबा... तां तिकडे खारव्यांची घरा... ह्यो चवथरो म्हंजे मूळ पुरुषाचं स्थान... ह्यो वेतोबा... ही आसरांची हीर... ह्यो मुंजाबाचो पार... हां आन आता डावा वाकण का ह्ये आपलो घर. पावन्यानू मानसान वाटेनं येता-जाता खानाखुना ध्यानात ठेवूक होव्या. मगे चुकाचो सवाल न्हाय, काय? ह्ये आपलो घर. वडिलोपार्जित असा. चला भोतूर चला. येवा घर आपलंच हा. चाय करूक सांगतंय बायलिक. घेवा गरम गरम घोटभर.''

एका भल्या मोठ्या जुनाट घरासमोर तेनं उभा केलं. घराच्या कौलांवर गवत वाहाडलं होतं. अंगण गवत आनं झाडोऱ्यानं गच्च भरलं होतं. सगळी दारं-खिडक्या गच्च बंद. लई दिवसांत कोनी ती खोललली असतील असं वाटत नव्हतं. घराच्या दोन्ही बाजूंना खूप गच्च आणि मोठमोठी झाडं होती. झाडाचं पान हालत नवतं. माझा दम घुटाले लागला. हेल्मेटमधून निघालेली घामाची थंडगार धार पाठीवरून ओघळत कंबरेपर्यंत पोहोचली.

"नको. थँक्यू. पहिलेच भल्ला उशीर झाला हे. दोस्त फिकिरत पडले असतीन. आता पुढे कसा जाऊ?''

"फुडे? फुडे कित्याक? ह्यसून फुडे खासग आन खाडी. जसे इलास तसेच जायाचो.''

"म्हंजे?''

"वाघाचे पंजे. मगा तुमका वाटेतल्या खुना कित्याक सांगल्या? टायमपास? त्या खुना ध्यानात ठेवूक सांगल्या त्या कित्याक? आता नीट ध्यान द्येवा. गाडी फिरवूनशी घ्या... हां. बरोबर. हां आता नीट ध्यानात ठिवा. हयसून नीट समोर... मगे उजवी... वाकण वलांडला का मुंजाबाचो पार.. मगे आसरांची हीर... मूळ पुरुषाचो स्थान... उजव्या अंगास खाली खारव्यांची घर... मगे भैरोबा... परबवाडी... मरीआयचो देवाळ... मगे शेवडे वठार... नीट तसाच खाली जावचा डावी घेतली का जरा फुडे आपुन भ्येटलो तां सतीचा पार... तसाच जरा ढेंगभर फुडे मारतीचा देवाळ, देवाळ वलांडून डावी घेतली का ढेंगभरावर तुमचो त्यो डामरी रस्तो, कणकवलीक जातेलो. समजलान? सडकेवर गेलान का तुमचो तो वाट दावनारो चेटूक बी सुरू होतेलो.''

मी अवाक् होऊन त्या माणसाच्या तोंडाकडे पाहत ऱ्हायलो त त्याचा चेहरा लेक कोरडा ढिम्म. म्हणजे मी बसलो होतो तिथून ढेंगभरावर रस्ता असताना ह्या मानसानं मले चार मैल दूर उलट्या रस्त्यानं आनलं. मले माजाच मोठा संताप आला. डोस्कं भनभनून गेलं. पन आपन परक्या अनोळख्या ठिकानी. चूप रायलो. राग गाडीव निगाला. कच्चकनी किक मारली. गाडी थरथरली. मनात काही भलतंच चमकून गेलं. डोळ्यांसमोर काळोखी येतेय का सांजावतंय, काही ध्यानात येईना.

"सांभाळून जावा. खुना नीट ध्यानात ठिवा. अंधारतं हा. अंधार पडन्याच्या आत सडक गाठा. मध्यानरातीपरास भर दुपार आन् तिनिसांजा वाईट. या टायमाक दैवी शक्तीची चालत नाय. पावन्यानू, ह्या कोकन असा ध्यानात ठिवा. मागसून कोन हाका मारतलो त मागे वळून पाहूचा नाय. उलटी जबाब देऊचो नाय. आज तुमचे नशीब जोराव हा. सुकरूप जाशान ठिकानाव. येवा असाच कंदी तरी. कोकन आपलंच हा."

नजर रस्त्यावर वळवली. शब्दही न बोलता गिअर टाकला आणि जमेल तशी दामटत गाडी पुढे काहाडली. उजवे वळण घेतले आन जरा धीर आला. मले दरदरून घाम आला अन् हीव भरून आली. अचानक माझ्या ध्यानात आलं, का बेटं इतक्या गछ्या-गुछ्यातून गाडी गेली, पन बाबाजीचा मले जराही स्पर्श झाला न्हाय. माह्या गाडीव ह्ये भल्ली टूलबॉक्स, म्हनून त गाडीवं मी येकलाच. डबलसीट बसाले जागाच न्हाई. त हे बाबाजी डबलसीट बसला कसा? बरं झालं बाप्पा त्याच्या पायाकडे पायलं न्हाई. नाय त मले झीटच आली असती.

राम-राम-राम म्हनत मनातली भीती कमी केली. सोताले सावरलं. माहं नशीब माहा गाडीवरचा ताबा सुटला नाय. रस्त्यातल्या खुना पाहात पाहात मी जात रायलो. मी थांबलो होतो ते पार असलेलं पिंपळाचं झाड आलं. खरोखर तिथून फक्त पंधरा-वीस कदमांवर देऊळ, मारुतीचंच असणार. इतका वेळ बसलो होतो; पन बेटं तेव्हा ते कसं दिसलं नाय. देवळाला खेटूनच रस्ता डावीकडे वळत होता. वळलो त खरंच ढेंगभरावर हायवे. उजवीकडचा रस्ता दूरपर्यंत दिसत होता. रस्त्याव येका रांगेत फटफट्या उभ्या असलेल्या. नक्की आमचेच पोट्टे. स्पीड वाढवली. येका ट्रकला चुकवत गाडी हायवेला लावली अन् जीव भांड्यात पडला. स्टँड लावत असतानाच बग्या आन् अव्या समोर आले. कसंबसं हेल्मेट आरशावर टांगलं अन् अव्याला गच्च मिठी मारली.

अव्या थोपटत रायला. मग मोकळा झालो त बग्यानं मिठीत घेतलं.

"सॉरी यार, मी थांबाले पायजे होतं तुह्यासाठी. माही भंकस चांगली महाग पडली. सॉरी."

"चालते यार. नवा अनुभव भेटला."

"अबे भयताड हो, आता चालता का इथंच तंबू ठोकता. सालं घंटाभर उन्हात तापून रायलो. पोटातले उंदीर वाघ व्हायाले लागले आता. चाला चाला भुका लागल्या."

माझ्या ध्यानात आलं, चांगलं टळटळीत ऊन होतं. मला वाटलं होतं, मी पाच-सहा तास दोस्तांपासून बिछडलो होतो आन् हे त म्हनून रायले, माझी वाट घंटाभर पाहून रायले. मी कच्च्या रस्त्याव होतो त मला वाटत होतं अंधार पडून

राहिला. इथं तर मस्त ऊन आहे भर दुपारचं. माझं त डोकंच चालेना.

अव्यानं माझ्या पाठीव थाप मारली. "अबे छोड यार. आला नं तू सलामत. आता मस्त जेवू. सेलिब्रेट करू. मग तू सांग काय झालं आन् हे पाय, तुही गाडी माझ्या गाडीच्या मागोमाग ठेवजो. भय्या, नान्याव ध्यान ठेव."

पाचच मिंटावर एक भलं प्रशस्त होटल होतं. अव्यानं बहुधा कुणालातरी पुढे पाठवून जागा राखून ठेवली होती. भुकेपोटी कोकणी जेवणसुद्धा बढिया वाटलं. पोटं भरल्यावर सगळ्यांनी सवालांच्या फैरी सोडाले सुरू केलं. मग सगळ्याइले गप्प करून बग्याच्या करंगळी दाखवण्यापासून सगळं सांगितलं. पोट्टे बिलकूल सन्न झाले. तरुण पोट्ट्यांचा येवढा मोठा ग्रूप; पन शांत शांत पाहून आश्चर्य वाटलेला हॉटेलचा मालक संशय वाटून आमच्या भोवती भोवती राहून आमच्या गोष्टी ऐकत होता. मी माझी कहाणी सांगाय लागलो त बेटा खुर्ची घेऊन आमच्यातच येऊन बसला. माझं निरूपन संपल्याव म्हनला,

"साहेब, नशीबवान हाय तुमी. त्यो पार झपाटलेला हाय. शेजारी मारुती हाय; पन काय उपेग नाय. पिंपळाव येक ब्रह्मराक्षस आन येका सतीचा वास हाय. तेंच्या आसऱ्याला चार-सहा अजून हत आसपास; पन काय मना, तुमका मात्र मारुतीनं वाचवल्यानी. बरा झाला तुमी गाडी सोडली नाय तां. अव गोल चाकां हाता-पायाशी असल्यान त ह्यांचो बळ चालत नाय. त्या ×××× न तुमका खाली उतरवन्याची खटवट क्येली, पन देव तुमचो पाटीराखो, तुमी गाडी सोडली नाय. तुमच्या गाडीचो मीटर बघा. येक-दोन मैलाचोच फरक धावेल. त्या ××× क घेवान तुमी खय ग्येला नाय आन खयसून परतून आला नाय. त्यो शेळो बी लटको आन त्या जाना-येना भी लटको. कोकनात फिरतान सांबाळून ऱ्हवा. येक दुसऱ्याची साथ सोडू नगा."

अगदी अशेच नाही, पन काही किस्से घडले. कोकनातल्या माणसांचे वेगवेगळे अनुभव आले; त्याचे किस्से अजूनच भन्नाट. परत आल्याव पोट्ट्यांनी ते गावभर केले आन् मले हिरो करून ठेवलं.

(२९ मार्च, २०१६)

◆

आतड्याचा पीळ

'नारळासारखी माणसे' घाटावरसुद्धा ठायीठायी आहेत, याचा प्रत्यय

कंडक्टरने डबल बेल मारली आणि बाकदार वळण घेत बस डेपोमधून बाहेर पडली. बस वळण घेत असतानाच पांढरा लेंगा-शर्ट, गांधी टोपी, हातात कापडी पिशवी अशा खास ग्रामीण वेषातील एका मध्यमवयीन गृहस्थाने धावत येऊन बस पकडली. त्याचे ते जीवघेणे बस पकडणे पाहून बघणाऱ्यांच्या ह्रदयाचा ठोका तर चुकलाच; पण कंटक्टरसुद्धा भडकला. धडपडत, झोकांड्या देत कशीबशी त्याने माझ्या मागची खिडकीची सीट पकडली.

कंडक्टर त्याच्या जवळ येऊन डाफरला, ''काय गाववालं? ही कोणती रीत बस धरायची? का जगातली शेवटची बस वाटली की काय? काय जिवावरचे खेळ खेळायचे ते जत्रेत खेळा. इथे आमच्या जिवाला नस्ता घोर नको.''

''काय करनार मास्तर? घाय हाय. पर तुमचंबी बरूबर हाय. आमचं जरा जादाच झालं. अजून धडधडतया काळीज. हास्पिटलात डबा घिऊन चाललो हाय, बापासाटी. म्हातारं ताटकळलं त लई भडकतया. गावली बाबा बस येकदाची आन खिडकी ब्री. चुकती त पावना घंट्याची खोटी व्हती. काय करनार? येक जे.जे. हास्पिटल द्य.''

तिकीट देऊन कंडक्टर पुढे गेला. मी सहजच मागे वळून पाहिलं. गडी खांद्यावरच्या पंचाने तोंड पुसून रिलॅक्स होत होता. वरच्या खिशात ठेवलेला मोबाइल काढून त्याने कोणाला तरी फोन लावला. त्याच्या निःश्वासात्रून माझ्या लक्षात आलं, फोन लागला होता. त्यानं अगदी मोकळ्याढाकळ्या आवाजात बोलायला सुरुवात केली, तेव्हा शेजारी बसलेला एक पोरगा उठून मागे गेला-

''हां रामराम... मी बोलतुया... न्हाई बाबा न्हाई. धावत हुतो बस धरन्यासाटी. म्हनून न्हाय घ्येता आला... बस का? राजं अवं आता तुमीच आसं बोलू लागलात त कसं व्हावं आमचं?... असं कसं द्येवा? गावात ऱ्हायचंया आमाला... आता?

करा चेष्टा गरिबाची. बाबानू ही ममई हाय. हतं बशीनंच हिंडावं लागतंया... काय राव, हितं काय गराम पंचाइत, जिला परिषद हाय का कंच्या सोसायट्या हाइत गाड्या उडवाया... रोज धरून परवडतिया व्हय टॅक्सी... कसलं राजकारनी आपुन आपली तळा गाळातली कार्यकरती... हुईल की. काय जालं न व्हाया. तुमी हायसा पाटराकन करनारं आन् आबासाहेबांचे आशीरवाद हायती डोक्यावर. हुईल आज नाय त उद्या, न्हायतय व्हय?... नाय नाय आपन येकदा निष्टा व्हायली ती व्हायली... तर? गरीब हावोत पर खानदानी हावोत... मंग काय? कोल्हाटनीवानी दर जत्रंला नवा ठाव धुंडाळायचा का काय? छ्या, छ्या...

... हास्पिटलात निगालुया डबा घिऊन... बाप हाय ना जे जे मंदी... हाय बाबा ठिवलाय तेला तत. काय करनार? आता तुम्हा संगट खोटं बोलनं जमतंय व्हय आमाला? ज्ये हाय ते सांगिटला तुवा... गाववाल्यांना कसं सांगनार? व्हय तेना पराइवेटमधी हाय असंच सांगनार... आमची लाज तुमच्या हातात. सांबाळून घ्या द्येवा... तुज्या सामनी लटकं न्हाई बोलता येत. ह्ये म्हंजे सोताशीच लिपाछिपी खेळनं जालं न्हाय का?... आरं बाबा, काय सांगू? हितं विलेक्षनची लगीनघाई आन् तिच्या आयला तिच्या, आमच्या बापाला बी हीच येळ घावली बेमार व्हाया... हितं ढुंगन खाजवाया फुरसत न्हाई आन् वर ह्ये हास्पिटलाचं हेलपाटं... तिच्या आयला ही काय हाय कमांडची आर्डर आलीया की काय? कारयकरत्यांची ढुंगन खाजवाया मानसं न्येमा म्हून... न्हाय त काय! सायबाजवळ बोलतू असंच रातीला काल त त्ये बी थेट ह्येच मनलं म्हून इचारलं... खरं हाय बाबा तुजं. त्ये काय आपल्या हातात नसतंया. पर ह्ये दुकनं काय येऊन कोसळल्येलं न्हाय त ओडून घ्येतलेलं हाय... लई धावाधाव व्हतिया गा म्हून कावतो जीव... आरं बाबा, तीन मयन्यात चवती ख्येप हाय हास्पिटलात ठ्येवन्याची... पयल्या खेपी ठिवलं होतं की, मोट्या हास्पिटलात... आरं त्ये न्हाय का अंबानीच्या बायकुच्या नावाचं... हां हां त्येच... मंग काय? व्हतं म्हातारं धा-इस दिस येअर कंडिशनमंदी... तं, चांगलं येक लाख तीस हज्जार वतलं की हास्पिटलाच्या मढ्यावं... न्हाय बोलायचा... न्हाय रं बाबा, सवाल पैक्याचा न्हाय. आरं पर म्हाताऱ्यानं बी सांबाळावं की न्हाई सोताला? हास्पिटलात व्हतं तवाच मंदी मनली, म्हाताऱ्याला संडाससाटी भाईर जाया लागू नोय. घरातच बांदा म्हनली संडास. मंग बांदला की... नाय कसं? वापरतू की, पर नड व्हती खरचाची पर क्येला की जुगाड. त सांगायचं आसं परश्न पैशाचा न्हाय... मंदीच करत व्हती सासऱ्याचं समदं हातोहाती. हास्पिटलातून आलं त आट-धा दिवसांत चांगलं हिंडाया फिराया लागलं म्हातारं... कुटलं काय? येक दिस म्या आपला सायबासंगट मंतरालयात ग्येलेला, तितं मंदीचा फोन. सकाळधरनं म्हातारं कुटं दिसंना म्हून. द्येवळात जातू सांगून ग्येलेलं त तिकडचंच जालं. लय सोदलं मनली. सांगितली

करमकथा सायबाला आन ट्याक्सी करून आलो घरला तर दाराम्होरं ही गर्दी. मनात म्हनलं ग्येलं की काय म्हातारं... कसचं जातंय, करज फेडायचं बाकी हाय न्हवं आमचं. तिच्या आयला तिच्या, कोन रांडंचं भ्येटलं त्याला कळंना, म्हातारं पीत बसलं व्हतं म्हनं. येका कारयकरत्यानं पायलं आन् त्यानं उचलून घरी आणून घाटलं... काय व्हनार, रात्री पुन्यांदा हास्पिटलात... न्हाय तितं न्हाय न्येलं. आरं बाबा इतकी हातघायीची येळ आली का समुर पयलं घावलं त्याच हास्पिटलात दाकल क्येलं न काय... वांती झाल्ती आन् रगात घ्येवूनच समदी दारू भाईर आली. वरचा सास वर आन खालचा ऱ्हायला खाली... त, झालं की ठीक पावना लाख खाऊन.

"...कशी संपावी करम कहानी हितंच बाबा! पंदरा दिस मंदी आन श्येवंता डोळ्यांत त्येल घालून जपत व्हत्या, पर पुन्यांदा कोनीतरी पाजली म्हनं... नाय ना. म्हातारं नाव सांगना झालया म्हनून तर, न्हाय त तोडलाच असता भडव्याला... तसं न्हाय, आपल्या मानसांनाबी सांगिटलं हाय, काडतील कुत्रं हुडकून. जातंय कुटं? येवडं विलेक्षन व्हवू दे मंग बगतो... न्हाय ह्या खेपी कूपर हास्पिटलात ठ्येवलं व्हतं... त्येचं आसं जालं, दोन दुकानांची जागा घावली आडसट्ट्यात, त व्हता नवता पैका गुंतवला. हातात काय ऱ्हायलं न्हाई बग... मस मिळतं की, पर भेव वाटतंया; बाबा करज घ्याचं, त्या पायीच तर झाल्ते आमच्या आयुक्षाचे दशावतार. सायब बी घेत हुते, पर मिंद जाल्यागत वाटतं. आब ऱ्हात न्हाई आपला... आमची कुटली अक्कल बाबा, आबासायबांनी मनी रुजवलं हाय त्येच चालवतोया... सायबाची वळख हाय, म्हनलं, प्राइवेटवानीच सोय व्हयील, त क्येलं दाकल कूपरमंदीच पेशल रूममधी. लय धावपळ झाल्ती न् दोपारी कारयकरते म्हनले का भाऊ निवांत भाकर खाऊन या, आमी आवोत ध्यान ठिवायाला. त निगालो घरला; इचार क्येला, म्हातारं मानूस काय लागलं, सरवरलं त असावं म्हून दोनशे रुपय ठ्येवले उश्याखाली... ऐक त पुढचं आक्रित, हतं रिक्शातून उतरतो त फोन हास्पिटलातून, म्हातारं खाटंवर न्हाय, कुटं दिसंना झालंय म्हनं... काडली भडव्यांची आय भन. दाराभाईरनंच मंदीला समदं सांगिटलं आन् हास्पिटलात जायला निगनार त राज उतरतायत रिक्शातून दाराम्होरं... इतकं गुनाचं हाय व्हय आमचं बाप? वळखीनास व्हय त्येला? आमच्या आयला नाय बदलं कंदी. आमाला बदतंय, कसं व्हावं?... मोप सांगिटलं, पर म्हातारं हास्पिटलात पुन्यांदा जायला राजी हुई ना. आखरी मंग मंदीच बोलली ऱ्हाव दे म्हातारं घरीच, करू जसं जमंल तसं. बलावू म्हनली डाग्दर घरीच. पैका तर खरच व्हनारच हाई असा न्हाय त तसा... व्हय हायच मंदी समजूतदार. आपल्या सासूवानी सोशीक बी हाय. करती समद्यांचं जीव लावून... हं... हं... हं... व्हय... हं... नाय बा...

...चाललं गप गुमान येवस्थित दोन हप्तं... मंग काय? कुत्र्याचं शेपूट वो, त्ये का नळीत घातलं म्हून सिधं हुवायचं व्हय? ग्येलं की वळनावर... आता काय

सांगावं? त्याचं काय जालं, परवा ग्येला त्या बुधवारची गोठ बघ. श्येवंताच्या मावळणीच्या लेकीचं वट भरनं व्हतं, त येरवाळीच ग्येली बाय मावळनीकडं... आमी कशाला हरकत घ्येनार? आपुन का म्हाईर तोडनार होवो का काय? छ्या!... न्हाय सवाल श्येवंताचा न्हाय, आंद्याचं म्हंतुया म्या... आता वट भरनीत बापय मानसांचं काय काम? ग्येलं बेनं शेपटी हालवीत बायली मागं... मोप सांगिटलं का बाबा हतं म्हाताऱ्याचं करताना, आन विलेक्षन घाईनं लय धांदल हुतिया, जरा धंद्यावं ध्यान ठिव, त उलट बेन लागलं तंटाया. आता व्हान चावली पायाला काय करतो आपुन? तसंच समजून ऱ्हायलो गप. काय करनार? नगं वाटतं बग असं तंटनं. लई सोसलया अशा तंट्यापायी... न्हाय त्याच्या जान्याचा म्हाताऱ्याशी समंध न्हाई, माज्याशी हाय. टकुरं फिरलं व्हतं माजं... न्हाय उगा तेला छेडून ताप कोन वाडिवनार?... आता डोस्कं थंड कराचा गावरान उपाय करावा म्हनलं. येकदा प्वाट थंड झालं की हुतंय डोस्कं थंड आपल्या आपूनच. मंदीला मनलं, लई दिसात काय झनझनीत झालं न्हाय घरात, तर बरबाट कर चांगलं तांबड्या रश्शात आन कळनीच्या भाकऱ्या बी त्या संगट... ऐक त. ज्येवन बनवून ठिवलं आन मंदी ग्येली पिंकीला साळत सोडाया. मी व्हतो पार्टी हापिसात काय बाय करत... व्हय वाटंवरच हाय साळंच्या... मला मनली का ज्येवन तयार हाय, उगा उंडारत ऱ्हाव नगासा, पयलं ज्येवा आन मंग काय हिंडायचं हिंडा गावभर... न्हाय ष्टाइल हाय असं काय बाय बोलून माजं डोस्कं शांत करन्याची... म्हनली म्हातारं येकलंच हाय घरी... ध्यान ठिवाया पायजे... मागं दोन खेपी केल्ता की परताप, मंग आता ताक बी फुंकून पेयाचं, न्हय का? तवा येकटं न्हाय ठिवत म्हाताऱ्याला... काम ठिवलं बाजूला आन घरला आलो. पाय धुवाय ग्येलो त मोरीत पितळी पडल्याली आन म्हातारं मस झोपलेलं तोंडावं धोतर घ्येऊन... त्येवड्यात आलीच मंदी पाटोपाट. त पुसलं म्हातारं ज्येवलं का म्हून. त न्हाय म्हनली. म्या म्हनलं मोरीत पितळी हाय पडलेली... मंग मंदीनं पायलं त भगुल्याभायर कालवन सांडल्यालं आन रोळीत तीन भाकऱ्या कमी... दुसरं कोन? हानलं की म्हाताऱ्यानंच. मंदीच मनली जाव द्या, उगा डोस्क्यात राक घालून घेऊ नगासा... सोसतंय व्हय असलं खानं, चांगली तरनी ताटी पोरं जड पडतंया म्हंतात त म्हाताऱ्याचं काय व्हय... मंग? मंग सांजपोतुर लागली धार ढुंगनाला. झाड्यातून रगत जाया लागलं. पार ढेपाळला गडी... नाय त काय. मंदी घाबरनारच की. येकलीच व्हती घरात. फोन करून मला बोलिवलं, त सिदा डाग्दर संगट घिवून ग्येलो घरला. सायबबी आलं संगट. हातातली कामंधामं टाकून... डाग्दर म्हनलं, चांगल्या हास्पिटलात ठिवाया लागतंया. न्हाय त काय खरं न्हाय म्हनला... मला काय सुरदना जालं. त सायबच म्हनला आपल्या हडळे पाटलाचं पोरगं जे.जे. हास्पिटलात डाग्दर हाय. करतो म्हनला तेलाच फोन, घेवन

जा म्हनं म्हाताऱ्याला टाकोटाक. त्यो करंल समदं बैजवार... नेला. काय वं पावरफुल मानूस! बसल्याजागी क्येली समदी फोनाफोनी. आंबुलंस बलावून घ्येतली आन न्येवून घाटलं म्हातारं जे.जे. हास्पिटलात... असं कसं? तुला म्हाईत न्हाय व्हय? आर त्यो पल्याडच्या लांडगंवाडीचा हडळे पाटील त्यो... न्हाय त्यो हेकन्य न्हाय. तिच्या आयला त्याचं पोरगं कुकडनं व्हतंय डाग्दर? बेनं करंल त म्हशीचं बाळांतपन करीन न काय. त्या हेकन्याचा भाव न्हाय, त्यो पुन्याला असतो... हां त्योच. त्याचंच पोरगं ह्ये... हा बरोबर त्योच. आता आठिवलं बग तुला. त्योच तो... व्हय, लई हुशार हाय. सज्जन बी तसाच... बरूबर. हडळे पाटलांच्या भांगतली तुळसच म्हनायची. लय झटून काम करतुया गाववाल्यांसाटी...

...त्येच त. म्हनून त मनलो तुला मंगाशी... चाललिया... तिकिटाची धावाधाव चालू हाय... व्हय त, सायबाचं नाव तसं पक्कंच हाय, पर राजकारनाचं काय सांगता येतं व्हय? गाफील ऱ्हावून कसं चालनार? ह्ये, त्ये, करावं लागतंच की... त्येच त म्हनत हुतो. ह्या धामधुमीतच तिच्या आयला त्याच्या म्हाताऱ्यानं ह्यो घोळ घाटला... म्याच. दुसरं कोन?... त्ये कामचुकार. त्येचावं सोपिवला त कल्यानच जालं म्हनायचं. रात-दिस म्याच बसून हाय हास्पिटलात... निबतंय कसंतरी. डाग्दरानं सांगिटलंया केंटिनवाल्याला; घ्येतंय बिचारं ज्येवान... न्हाय त्याचं काय न्हाय. तेला हास्पिटलात आनला, तवाधरून बेसुधच हाय... लिवर का काय असतंय ते बिगडलं हाय म्हंतो डाग्दर. काय सांगवत न्हाई म्हनं... खरं हाय. काळजी करन्यायेगळं हाय काय आपल्या हाती? डाग्दर आन पांडुरंग काय करेल त्ये. आपून फकस्त बगत ऱ्हायचं बास.

...बरूबर हाय... व्हय... व्हय... तुजं रागी येनं लटकं न्हाई. आज-उंद्या कळविनारच व्हतो. तुज्या मागं बी सतरा बियादी. तुज्याशी बोलनं काय दोन मिन्टात आटपतं व्हय? तसं आंद्याला सांगिटलं व्हतं कळीव म्हून... न्हाय बोलला का? माजा अंदाज व्हताच. धा शा खाईल तवा येक काम करनार... सवड घावली की करनार हुतोच बाबा... न्हाय तसा रात-दिस बसूनच हाय खाटंशेजारी... असतंय की रिकामपन, पर गड्या खरं सांगू, डोस्कं नसतंया ठिकानावर... तसा त्येचा आता तरास काय न्हाय, पडलेलं असतंय बिचारं गपगुमान उलट्या बाटल्या लावून आन नाकात नळ्या घिवून. आन आपुन बसायचं तेच्याकडं पाहत जळत आतल्या आत... तुज्यापासून काय लपून हाय का? समदंच त ठाव हाय. आटवत ऱ्हातं काय बाय... तसं कसं? आबा सायबांची सावली आन् तुजी सात ऱ्हायली म्हनून आज दोन घास खातोया आमी इज्जतीचं. न्हाय त भिका तरी मागितल्या असत्या किंवा जेलात तरी बसलो असतो बापाचा खुनी म्हनून... व्हय सोडून त दिलंच हाय कवाचंच, पर सय येतीच रं कंदी परसंगा परसंगानं...

... तुला त ठाव हाय, आमचा बाप. काय कमी व्हतं? वाटन्या झाल्या पर पाच येकराचं रान व्हतं वाटनीला. हीर व्हती भली दांडगी रानात. पांढरीत सवत घर व्हतं. मस राबावं रानात. मस खावं, पन अवदसा आटवली... आमचंच नसीब खोटं. हेच दोस्त कोन? त इनामदार आन् त्याची ती हरामजादी कुत्री... आइक की, आता आपला आन इनामदाराचा लागतोया का कुटं पाड? पन तेची बरुबरी करायची. हेला अबिमान कसला तर इनामदाराचा डावा हात म्हंतात लोक तेचा. बाय आन बाटलीत दोगांची साथ गुळपिटावानी... ठाव हाय तुला. मंग?... ग्येलं ना अवघं रान आन गावातलं घर भिमन्ना शेठच्या नरड्यात. येक डोरलं बचावलं कसंबसं आयच्या अंगाव, बाकी सोनं आन भांडीबी ग्येली बाजारात. आन कोल्हाटनीच्या पालात... आइक की. ह्ये राजं बाजीरावाचं अवतार. कोल्हाटनीला टोपपदरी जरीकाटी आन लग्नाच्या बायकुला दांड लावलेली लुगडी. ती बी किती? त येक गांडीला न दुसरं दांडीला. तालुक्याच्या साळत जाईपोत्तुर आमच्या चड्ड्या म्हंजे पुडून उगड्या आन मागून खिडक्या. तुज्या जुनेऱ्यावरच साळा निबली आमची... सोडून दिलयाच की कदीचंच, पर सय येतंच की... ते बेसुद पडलेलं आन आपुन रिकामं बसलेलं. रिकामं मन सैतानाचा कारखाना. आटवत रायतं काय बाय... आइक की, बोलू दे. तुला समदं ठाव म्हनूनच बोलायचं. आयुक्षभरात आयचे दोन नेम कंदी चुकले न्हाईत. ऊन, वारा, थंडी, पाऊस काय बी ऱ्हाव दे. त्यात कंदी खंड पडला न्हाय... त्येचं त्ये एक पिंपळाच्या आन् भवानीआयच्या परदक्षिना आन दुसरं नवऱ्याच्या हातचा मार... आइक की. आबासायेब काय बाय मदत करायचे... कंदी दानं, कंदी कापडं, कंदी वाडप धाडायचे, त ती इनामदाराची कुत्री, टवाळखोर भोसडीची, हरामजादी, न्हाय न्हाय ते वाईट वंगाळ बोलायची. अगदी बापा म्होरं... मंग? बसलं की सोशयाचं भूत ह्येच्या मानगुटीवं. सुरू झाला रोजच तमाशा. ती मावली आमच्यासाटी समदं सोशित रायली. कोनी तिची कड घेऊ पाहिलं त रानातली समदी जनावरं तेच्या आयबापाला लावून आमचं बाजीराव मोकळं... आटवतं तुला... व्हय. शिमग्याचा सन व्हता. घरात दाना नवता. आमी इथं-तिथं गावल ते खाईत हुतो; पर आयच्या पोटात कन नवता अन्नाचा दोन दिवस. सनाचं म्हनून तुज्या आयनं वाडप धाडलं व्हतं. आटवतं तुला. तूच घिवून आल्तास... आटवलं?... त ह्या भ.... न्हाय शा न्हाय देत, बाप हाय आखरी रक्ताचा... त आइक की, त लात घालून त्यानं समदं दिलं उदळून. कंदी न्हाई ते आय भडकली. पोरांसाटी काळीज तुटतं आयचं. तेंच्या तोंडचा घास मातीत ग्येला मंग कसं ऱ्हावंवनार, सुटला तोल. घातल्या बापाला शा. करून धरून वर ह्येच शिरजोर. बायकुला हानन्यात आन बाया नाचिवन्यात हेंची समदी मरदानगी. लागलं हानाया. खाली पल्डी आय ती पुन्यांदा उटलीच नाय. जागीच थंड जाल्ती... आटवलं का? तूच व्हतास माझ्या संगतीनं, कवत घ्येवून,

धीर देयाला... जाऊच देयाचं बापा जालं ग्येलं ते... त काय सुटलीच म्हनायची नरकातून दादल्याच्या. आइक की, ती इनामदाराची कुत्री हरामखोर झाली गोळा. भडवा त्यो इनामदारबी ग्येला डोकावून आन बापाला चपटी द्येवून. पन मयतासाठी काय कोन दमडी काडंना... व्हय आठवतंय तुला. तू आन म्याच आनलं उचलून वटीवर आयला. तूच व्हतास माझ्या संगट घरचा सन सोडून उपाशीतापाशी... व्हय आइक की, सांजआदीच मंग आबासायेब आल्ते. तेना अंगनात पायलं त धावलं आमचं बाप शा घालीत तेंच्यावं. आबासायब तालमीत ख्येळलेला गडी, त्ये जुमानतात व्हय असल्या फोळपटास्नी. नुसतं डोळं कहाडलं त बसलं ह्ये गपगुमान दोनी पायांत शेपूट दाबून... कसं विसरनार सांग की? काल घडल्यावानी उबं ऱ्हातंय समदं डोळ्यांम्होरं. आज सुदिक आबासायबांचं शबुद कानात ताजं हाईत. मला म्हनलं व्हतं, 'पोरा, सवाष्नीची पाटवनी म्हायरच्या हिरव्या पातळात करायची रीत हाय. तिच्या भावानं न्येसवायचं हिरवं लुगडं हाय थैलीत. संगत सवभाग्याचं लेनं आन चुडाबी हाय. माज्या भयनीला भरल्या चुड्यानं आन् भरल्या मळवटानं जाव दे. गाडू नगंस. आगिन डाग दे. थैलीत पैसं बी हायत थोडकं. बापाच्या हाती देवू नगंस. म्या येवस्ता केलीया समदी. हैबतीला समदं बगाया सांगितलंया.'' जाताना बापाला दम देऊन आन शपत घालून डोळं गाळीत ग्येलं आबासायब... तुजं बरूबर हाय, तू तरी ल्योक कुनाचा, त्या देव मानसाचाच की. त्येनीच धडा घालून दिलाया की दिलेलं आटवू नय आनि घ्येतलेलं इसरू नय म्हनून... बरूवर, पर आमी घ्येनारं हावोत, आमी कसं विसरावं? बेईमानी हुयाची मंग...

...हां त्येचं काय जालं, काल रातच्याला मीटिंग व्हती येक अर्जंट. मोट्या साहेबांचा दौरा ठरतोया मतदारसंघात. त त्याची आखनी करायची हुती. सायबानी लय आग्रेव क्येला. कसंबी करून येच म्हनलं. भीड मोडवंना. रात्री आंद्याला बशिवलं म्हाताऱ्यासंगट हास्पिटलात बबन्याला देऊन. दोन रात्रीचं जागरन व्हतं. लवकर जाग आली न्हाय. वाढूळ उशीरच झाला. टायमात उठिवलं न्हाय म्हनून हाननारच व्हतो मंदीला. त मनली लय गाड झोपला व्हतासा, जीव न्हाय जाला नीज मोडायचा म्हून नाय उटवलं. म्हनलं तिनं बी क्येलं ते नवऱ्याच्या मायेपोटीच की. म्हनून जरा धावपळीत हुतो, बस धरायच्या... आयला भग्या, सारी सारी चुकलो, माफी कर बाबा, चुकलो तर आपलं भगवानराव... त्ये खरं रं, पर आपली यारी दोस्ती तुज्या काळजात की माज्या काळजात. चार चवघात ज्यानं त्यानं पायरीनं ऱ्हावं आपपल्या. आता तुमी जिला परिषदेचं सबापती, उद्याचं आमदार, आनी... ऱ्हाव द्ये, त्यो तुजा मोटेपना हाय... त मी काय म्हनत हुतो, ह्ये असं हुतंय बग माजं तुज्यासंगट बोलाया बसलं की... खरं हाय. हायच कोन आमाला मायेचं तुमासवत? दुसऱ्या कुनाफुडं आमी पोट मोकळं करनार? गावलास हातात की लावतू म्या माजंच चऱ्हाट... मी

बी त्येच म्हनत हुतो, म्या माजच पवाडं गाइत बसलो आन तू फोन काय म्हून क्येला, इचारायचं ऱ्हाऊनच ग्येलं की...

...असं?... हं... हं...हं... लय ब्येस जालं. माजा अंदाज व्हताच. या खेपी तुजा नंबर लागल्याबिगर ऱ्हायचा न्हाई. साहेबाची खास मानसं तुमी. अबिनंदन मर्दा अबिनंदन. येवू का गावाकडं तुज्यासाटी काम कराया?... कंदी येतुयास?... म्हंजे आजच की?... आरं बरंच जालं. जरा टाइम काहाड गड्या परतता खेपी. जरा हास्पिटलात येऊन भेटशील?... व्हय व्हय अगदी वाटेवरच त हाय. काय कुटं वाकडी वाट करन्याची गरज न्हाय... खरंच ये यार, म्या वाटंकडं डोळं लावून बसलो हाय तुज्या... व्हय... कबूल... न्हाय... न्हाय करायचा आग्रेव... बरं... व्हय... पुन्यांदा अबिनंदन... व्हय भेटू. वाट बगतो... व्हय... व्हय... रामराम... व्हय... अगदी... रामराम...''

फोनवर बोलणं संपलं तरी पठ्ठ्या त्याच पट्टीत स्वतःशी बोलला, ''आरं तिच्या आयला, अझून भायखळाच येतूय? ह्यो भाड्या बस चालिवतोया की खटारा तिच्या आयला?''

फोनची घंटी वाजली म्हणून त्याचे स्वगत तुटले. पुन्हा फोनवर बोलणं सुरू झालं, त्याच ढाण्या आवाजात.

''बायलीला आंद्या? हां बोल रं... का मस चालू हाय की... न्हाय अरं येंगेज व्हता. फोन आल्ता भगवानरावाचा. आता त्याच्याशी बोल... काय म्हंतूस? ग्येलं? कुटं? आन असं कसं ग्येलं? भडवे हो कितिंदा सांगिटलं निगुतीनं ध्यान ठिवा म्हून. झोपा काडीत व्हता व्हय रं रांडिच्यांनो? शोदा नीट. आसन कुटंतरी. त्येला ठावकी न्हाय हतलं रस्तं. बायलीला रातपोतुर त बेसुद व्हतं... आरं द्येवा... खुळ्यागत काय बी बरळू नगंस... गळं काडाया ल्हान हात का? आता गपा. नीट सांग बैजवार... कुनी सांगिटला? इचारलंस नीट डाग्दराला की मनचंच कायतरी लावतुयास? पुन्यांदा निगुतीनं बग म्हनावं येगदा... आर द्येवानं तोंड दिलंया त्ये काय निस्त गिळन्यासाटी व्हय रं? जरा येंगाडावं डाग्दराम्होरं, फुटायचं न्हाय त्ये... हडळे पाटलाच्या मध्यानं पायलं का?... न्हाय? मंग? जा शोधून काहाडा त्येला. बोलावून आना. खालच्या वार्डात त्या गोऱ्या डाग्दरनीसंगट बोलत बसतुया त्यो ह्या टायमाला. बोलीव त्याला. म्हनावं त्ये काय काळजात द्येतात त्ये विंजेक्शन दे म्हनावं... हाय म्हनावं पैका... बक्कळ हाय, म्येलावर काय मढ्यावं न्येनार हाइस व्हय रं फुकनीच्या?... मंग आरं टाकू की फुंकून दुकान. जातंय कुटं? घ्येवू पुन्यांदा. पर ग्येलं मानूस येतंय व्हयं मागारा?... बबन्याला ठिव म्हाताऱ्यासंगट. तू पळ डाग्दरामागं... व्हय म्या आलूच पाच मिल्टात पोहोचलोच म्हन. बशीतच हावो... आता का उडत येवू म्हनतो का? ठिव. आलोच म्या. आं... म्या बघतो. डाग्दरामागं जा म्हनलं त बसलंय दळत. पळ म्हनलं पळावं... व्हय ठिव आता... ठिव मनलं त ठिव. गपा आता. रडू नगंस.''

सहजच मी मागे वळून पाहिलं. नजरानजर झाली. चांगला आडदांड रांगडा गडी; पण डोळे घळाघळा गळत होते. स्वतःशीच बोलल्यासारखा बोलला, ''ग्येलं, म्हातारं ग्येलं. आमाला पोरकं करून ग्येलं. आता कोनाच्या पाया पडायचं सनावाराला? कोनाला कवतिक सांगायचं? पोरकं जालो आमी. द्येवा इट्टला, आता तूच हायस रं बाबा. अनाथांच्या नाथा तूच सांबाळ आता.''

बोलताबोलता गडी उठला. झपाट्यानं पुढच्या दाराकडे जाऊ लागला. चालथ्या मुठीनं डोळे पुशीत, उरातले कढ उरातच दाबीत आणि कोपरानं गर्दी वारीत पुढे पुढे घुसत गेला. तोपर्यंत कॉरोनर कोर्टाच्या सिग्नलला बस अडखळली. मागे-पुढे न पाहता बसमधून झेप घेऊन तीरासारखा हॉस्पिटलच्या गेटकडे तो धावत सुटला.

वास्तविक दुसऱ्याचे बोलणे असे अनाहुतपणे ऐकणे सभ्य संकेतांना धरून नाही हे खरेच; पण ज्या निर्मळपणे तो गडी जिवलगापुढे आपलं मन मोकळं करत होता, त्याने मी आपोआपच त्यांच्या संवादाचा मूक भागीदार झालो. मित्राशी बोलत असताना असे वाटले होते की, बिचाऱ्यावर बापाने जो काही अत्याचार केला त्यामुळे याच्या मनात बापाविषयी अत्यंत विखारी चीड ओतप्रोत भरून राहिली असेल; पण तोच बाप गेल्याची खबर भावाकडून येताच ध्यानी आले की, तो केवळ क्षणिक उमाळा होता. जिवलगापुढे मन मोकळं करण्यापुरता आलेला. त्याच्या सुसंस्कृत मनात बापाबद्दल प्रेम, जिव्हाळा, ममता, आदर अगदी ओतप्रोत भरला होता. अगदीच निरपेक्ष-निर्मळ. आतड्याचा पीळ म्हणून जो म्हणतात, तो हाच असावा बहुधा. किती छटा असतात नाही माणसाच्या मनाला! केवळ अगम्य, अनाकलनीय. देवो न जानाति कुतो अहम् हेच खरे.

जगरहाटीत जो तो आपापल्या व्यापात. वाटले होते, हा प्रसंग मनातून पुसला गेला असेल; पण काल-परवा असाच एक रांगडा गडी डोळे गाळत प्रेतापुढे मडके धरून चालताना पाहिला आणि मनाचा पापुद्रा उघडा झाला. बसमधले ते एकतर्फी संभाषण शब्दशः पुन्हा समोर साकार झाले. प्रकर्षाने जाणवले, सुशिक्षित म्हणवणारे आपण किती बेगडी, संकुचित आणि पूर्वग्रह बाळगणारे आहोत. काही लोक स्वतःला फणसासारखे म्हणवतात; पण लोकांच्या वाट्याला रसाळ गरे नाही, तर चिकाचा न निघणारा चिकटाच येतो. या कातळासारख्या दिसणाऱ्या रांगड्या, पण भाबड्या लोकांच्या हृदयातला निर्मळ पाण्याचा झरा असा अवचित कधीतरी समोर येतो आणि अजून माणुसकी अन् चांगुलपणा शिल्लक असलेला पाहून मन आश्वस्त होते.

(१९ जुलै, २०१४)

◆

पुरावा

स्त्रियांवरील अन्यायासाठी टाहो फोडणाऱ्यांनी हे ज्वलंत वास्तव ध्यानी घेणे अनिवार्य आहे

सरकारी दवाखान्याला वळसा घालून धुरळा उडवत एसटी स्टँडला लागली. भर दुपारची वेळ. ऊन नुसते रणरणत होते. अगदी वैशाखासारखे नाही; पण चैत्राच्या सुरुवातीइतका कडाका होताच. यंदा विश्वामित्राचा उन्हाळा नेहमीपेक्षा कडक जाणवत होता. चढणारे प्रवासी दाराला भिडले होते. त्यांच्या गर्दीतून वाढ काढत झिलपिलवार मास्तर खाली उतरले. हातातला थैला चांगलाच जड होता. आता वजन उचलणे जमत नव्हते. ओझे सांभाळत कसेबसे ते रसवंतीच्या तट्ट्याच्या सावलीत येऊन उभे राहिले.

वास्तविक उन्हाचा अंदाज घेऊनच मास्तर सकाळी लवकर यवतमाळहून निघाले होते. तशी रोजची पूजा-पाती आटोपली होती. तरी एवढ्या सकाळी काही खाण्याची त्यांना सवय नव्हती. म्हणून फक्त चहा घेऊनच निघाले होते. त्यांच्या अंदाजाप्रमाणे अकरा-साडेअकरापर्यंत बोरीत पोहोचणार होते; पण पांढरकवडा नॉनस्टॉप डोळ्यांसमोर चुकली होती. जरा पाय उचलले असते तर पकडणे अशक्य नव्हते; पण पंचाऐंशीच्या उंबरठ्यावर अशी धावपळ शक्यच नव्हती. सुदैवाने पाटण गाडी शेजारच्याच फलाटाला लागली होती. थेट गाडी मिळाल्याच्या समाधानात चुकलेल्या गाडीची चुटपुट विसरली गेली. मात्र, ती ऑर्डिनरी गाडी निघाली आणि पारवामार्गे आली. चांगलाच वळसा पडला.

उमेदीच्या काळात चळवळीत भाग घेतल्याने आणि अनेक वर्षे जातीचे पुढारीपण केल्याने जिल्ह्यात कोठेही त्यांना ओळखीचे भेटत. हयातभर मास्तरकी करत खेडोपाडी फिरल्याने एवढ्या वर्षांत हजारो पोरे मास्तरांच्या हाताखालून गेली होती. यातलेही कुणीतरी भेटेच; त्यामुळे मास्तरांची अनेक कामे सहज आणि बिनबोभाट पार पडत. शिकवणे म्हणजे नुसते पाट्या टाकणे नव्हते. मुलांना ते पोटच्या

पोरासारखा जीव लावत. म्हणून हाताखालून गेलेली पोरं भेटत तिथे त्यांचा मान करत. अर्थात ओळखीचा कोणी भेटणे म्हणजे भेटणाराच मास्तरांना ओळखे. हजारो पोरांमधून अगदी मोजके सोडता साऱ्यांचे चेहरे आणि नावं लक्षात राहणे अशक्यच. त्यातच वयपरत्वे स्मरणशक्तीही अधू झालेली.

अशाच भेटलेल्या कोणी-कोणी चार-दोन ठिकाणी चहाचा आग्रह केला होता; पण वर्षानुवर्षे कोमटी सोवळ्याच्या संस्काराने हॉटेलात कोणा भलत्याच्याच हातचे खाणे-पिणे त्यांना प्रशस्त वाटत नव्हते. तसेच झिलपिलवार मास्तरांना हॉटेलात चहा पिताना पाहिले असा कोणी बभ्रा करील, याचाही धाक नाही म्हटले तरी मनात होताच.

दम खात तट्ट्याच्या सावलीत उभ्या असणाऱ्या मास्तरांकडे गल्ल्यावरच्या वामन पत्रावळेचं लक्ष गेलं. त्याचा बाप आणि आजोबासुद्धा त्यांच्याच हातचा मार खाऊन शिकले होते. तो उठून बाहेर आला आणि काही न बोलता सरळ मास्तरांचा थैला आणून त्याने आत बाकड्यावर ठेवला. थैल्यामागे मास्तर आपणच आले.

''आता इतक्या उन्हाचं मास्तराले दुकानाबाहेर उभं ठेवलं, तर लोक जोड्यानं मारतील का ठेवतील? चांगलं नानस्टाप पकडून याचं सोडून हा कोंचा डबा पकल्डा. पोटात काही नसेलच. सोवळं आड येतं नं! बसा आता घटकाभर.''

पोटातील माया ओठांवरून उतरली, तर तो वऱ्हाडी माणूस कसचा! मास्तर पण फक्त हसले. काही बोलून उपयोग नव्हताच.

''अबे हास्ते काऊन? व्हय बाजूला,'' असे दाटून चरकावरच्या पोराला तिथून हुसकले. पिंपातले बाल्टीभर पाणी भडाभडा ओतून त्याने त्याच्या मते चरक स्वच्छ आणि पवित्र केला.

स्वतः आपल्या हाताने गंजभर रस काढला. गल्ल्याखालच्या कपाटातून स्टीलचा पेला काढून स्वतः धुतला. मग त्याला पायांतल्या चपलांची आठवण झाली. दाताखाली जीभ धरून चपला पटकन गल्ल्याखाली ढकलल्या. आजकाल मास्तरांनी अशा गोष्टींकडे दुर्लक्ष करायची सवय लावून घेतली होती.

एका हातात रसाचा गंज आणि दुसऱ्या हातात पेला घेऊन तो स्वतःच मास्तरांच्या समोर आला.

''घरी जाऊन जेवाले भक्कम येळ हे. माह्या सोताच्या हातानं कहाडलेला रस तुमाले बनते की नाही?''

''आता! बामनाच्या हातचं बनत नाही म्हनून मले का नरकात पाठवते का? बरफ-गिरफ नको टाकू, गया धरते.''

आग्रह करून चांगला दोन-तीन पेले रस मास्तरांना पाजला. पेले विसळणाऱ्या पोराला थैला घेऊन मास्तरांसोबत रवाना केले. रस पोटात गेल्याने तहान आणि भूक

दोन्ही कह्यात आले होते. काठी टेकत मास्तर गावात निघाले. पोऱ्या मास्तरांच्या चालीने थोडा वेळ चालला; पण त्यांची चाल आणि रस्त्यात भेटणाऱ्या प्रत्येकाचा रामराम घेत चालणं त्याला शक्य नव्हतं. कंटाळून तो भरभर पुढे निघाला.

मास्तर दहा-बारा कवाडं ओलांडून जाईपर्यंत तो थैला मास्तरांच्या घरात टाकून परतसुद्धा आला. जाता-जाता खारीवर नजर टाकून जाण्याचा त्यांचा विचार होता; पण थैला घरी पोहोचल्याने उशीर करून चालणार नव्हते.

जेवून सोंडेच्या खोलीत आडवे झाले आणि अल्ला ओरडला तेव्हाच जागे झाले. कापूस वेचायला खारीत बायका लावल्याचं नातवानं जेवतानाच सांगितलं होतं. अंगात अडकवून, पायांत वहाणा सरकवल्या. हातात काठी घेऊन डोक्यावर टोपी ठेवतच पायरी उतरले. बाहेर जाताना सांगून जाण्यासाठी घरात कोणी मोठं किंवा बरोबरीचं नव्हतं आणि जाताना त्यांना हटकण्याची घरात कोणाची छाती नव्हती.

मास्तर खारीपर्यंत पोहोचले तोवर कापसाचे गाठोडे घेऊन बाया निघून गेल्या होत्या. चाऱ्याच्या भाराने भरलेल्या गाड्या जोतून आवारीसुद्धा घराकडेच निघाला होता.

"चला जी मालक. आता कोनी न्हाई. बसा गाडीत."

"नको. मी दर्शन घेऊन येईन."

गाडी निघून गेली. गावात असले की, मारुती दर्शनाला जाण्याचा त्यांचा नेम कधी चुकला नाही.

दिवस बुडाला होता. झावर-झावर दिसत होतं. गार वारा सुटला होता. पराटी आणि तुराटी वाऱ्यावर हलत होती. दाणा भरलेली जवारी सळसळत होती. गच्च भरलेलं वावर मोठं साजरं दिसत होतं. बापाच्या पश्चात नातू भास्कर मन लावून कास्तगारी करत होता. मॅट्रिक झाल्यावर त्याला झेडपीच्या शाळेत चिकटवण्याची मास्तरांची इच्छा होती. त्यांनी टाकलेला शब्द खाली पडणार नाही याची खात्री होती.

"आज बाबा असते तर धरली असती नोकरी; पण एवढी जमीन कोनाच्या भरोशावर सोडाची. तुमच्याने आता होत न्हाई न् दुसरं कोनी बघनार नाही. मानसाईच्या भरोशावर शेती कराचे दिवस आता ऱ्हायले न्हाइत. जोडीनं वरगंटीवारांच्या मधूसोबत धंदापन करीन." असं सांगून त्यानंच नको म्हटलं आणि शेतीत गुंतवून घेतलं. त्यानं धान्याचा व्यापारही सुरू केला. त्यालासुद्धा चांगली बरकत होती. त्याचंही पटत होतं. जबरदस्ती करण्याची गरज नव्हती.

धुऱ्यावर उभे राहून मास्तर वावरभर नजर फिरवत होते. तेवढ्यात काटी सरकवून कोणीतरी पराटीतून बाहेर पडताना दिसलं. तुरीच्या शेंगांनी भरलेला ओचा इतक्या लांबूनपण मास्तरांच्या नजरेत भरला. आवाज देत ते पुढे झाले, तर तीच बाई थबकून मागे फिरली.

"गप रं ए थेरड्या, लई आरडतोस. शेंगाले त हात लाव. येक बोंब मारली त पुरा वड्डर वेटाळ गोया करीन. बाईच्या इज्जतीले हात घातला त सोडतील व्हय तुले?"

निर्लज्जपणे हसत रस्त्यापलीकडच्या वड्डर वेटाळात ती झपाट्याने निघून गेली. वड्डराची रंगी मास्तरांनी ओळखली. मागे दोन-पाच वेळा त्यांनी तिला चोरी करताना पकडलं होतं; पण दिवसेंदिवस तिचा चढेल उर्मटपणा आणि बेशरमपणा वाढतच चालला होता. गावात 'जागृती' संघटनेचं काम सुरू झाल्यापासून सर्वच लोकांत हक्काची जागृती पुरेपूर झाली होती.

गेल्या साठ-सत्तर वर्षांत त्यांच्या कानांना असे शब्द ऐकण्याची सवय नव्हती. ते आतून-बाहेरून अस्वस्थ झाले. मठात दर्शन घेऊन अगरवालच्या दुकानापुढे रोजच्यासारखे बसले नाहीत. दत्तू वठोळीकराने हटकले, तरी त्यांनी लक्ष दिले नाही; सरळ घरीच आले. रात्री जेवताना भास्करकडे त्यांनी विषय काढला. त्यानंसुद्धा ती रंगीच असल्याची खात्री दिली.

"तुमी जावद्या आबा. तुमी तिह्या तोंडाले लागू नोका. गावाजवयची खारी मनलं की, अशा चोऱ्या-चपाट्या डोयाआड करनं लागतंच. म्या पायतो आता. आवाऱ्याले अन् आवरसानीला सांगतो लक्ष कराले. ती पोट्टी मोठी वाह्यात हे."

सकाळी मास्तर परसाकडे रोजच्यासारखे खारीतच गेले. परत येताना ज्वारीच्या बाजूनं निघाले, तर जवारीत कोणीतरी हिरवा चारा खसाखसा कापताना दिसलं. न राहवून त्यांनी आवाज दिला. आवाजसरशी ती तट्टकन उठली. वड्डरांची रंगीच. गडी माणसांना लाज आणील अशा शिव्यांचा पट्टा तिने सुरू केला. तिची शिरजोरी आणि मुजोरी पाहून त्यांच्या तळपायाची आग मस्तकात गेली. पुढे सरकून तिच्या हातातला विळा हिसकण्याचा त्यांनी प्रयत्न केला.

मास्तरांनी तिचे मनगट धरताच तिने किंचाळायला सुरुवात केली. विळा टाकून ती जवारीबाहेर आली. पदर खाली टाकला. निऱ्या फेडून टाकल्या आणि धुऱ्यावर चढून किंचाळू लागली. हाका मारायला लागली. वड्डराची बाई, अंगात चोळी नाहीच. मोकळे पातळ सकाळच्या वाऱ्यावर फडफडू लागल्याने असून नसल्यासारखेच! रंगीची ती निर्लज्ज हरकत पाहून मास्तर अवाक् झाले. शरमेने अन् भीतीने ते जागच्या जागी थरथरत उभे राहिले.

वेटाळ खारीला लागूनच असल्याने क्षणात पाच-पंचवीस वड्डर खारीत घुसले. रंगीचा नवरा वाघ्या अर्थातच सर्वांत पुढे उभी पराटी तुडवत धावत होता. वाघ्याने रंगीचे पातळ कसेबसे ठीक केले; पण तिचे किंचाळणे आणि रडण्याचे नाटक तसेच सुरू राहिले. रंगीची व्यवस्था लावून घोळका जवारीकडे वळला. थरथरणाऱ्या मास्तरांना पाहून बाकी घोळका धुऱ्यावरच खोळंबला; पण शिव्या घालत वाघ्या पुढे

झेपावला. शिवा वड्डुरानं त्याला कमरेला विळखा घालून अडवलं.

"अबे हो हो. तू का बुढ्या मास्तराले वळखत नाय का? थो का असलं काम करल? अबे चूप... चूप... उभा ऱ्हा.."

"अबे, तू मले नोको शिकवू. ही थेरडीच लई चेकाळतात. वड्डुराच्या बाया म्हंजे त्याइले भाजी वाटते सोताच्या वाडीतली. सोड... सोड मले... सोड... असा दावतो लमडीच्याले की, जनमभर वड्डुराच्या बाईचं नाव न्हाई घेनार."

काही वड्डुर जोरजोरात मास्तरांना, त्यांच्या जातवाल्यांना शिव्या घालत होते. काही तरणेताठे मारायला पुढे घुसत होते. काही त्यांना अडवत होते. सगळ्या गलक्यांच्या वर आवाज लावून रंगी मधूनच किंचाळत, शिव्या घालत होती. मास्तरांनी पातळाला हात घातल्याचा आरोप करत होती. सारा देखावा पाहून त्यांच्या पायांतले वारेच गेले. ते तिथेच मटकन खाली बसले.

कल्ला ऐकून आसपासच्या वावरांमधले एक-दोन कास्तगार भास्करला सांगायला गावाकडे धावले. कोणी चौकीकडे धावले. खारी शेजारच्या हायवेवरून आदिलाबादला निघालेले चार-दोन मोटारसायकलवाले संभावित झिलपिलवारांच्या खारीत काय भानगड आहे, बघायला खारीत उतरले.

गलितगात्र मास्तर, किंचाळणारी रंगी, खवळलेले वड्डुर असे सारे दृश्य पाहून ते चक्रावूनच गेले. वड्डुरांकडून जे काही कळलं त्यावर विश्वास ठेवणं अशक्य होतं. सारा गाव झिलपिलवार मास्तरांना शांत, सज्जन, धार्मिक, सत्त्वशील गृहस्थ म्हणून ओळखत होता. त्यांचं निष्कलंक चारित्र्य तीन-चार पिढ्यांसाठी आदर्श ठरलं होतं. तसंच ते रंगीलादेखील ओळखून होते. तिचीच चोरी पकडली गेल्याने ती भलताच कांगावा करत असल्याचे आणि मास्तरांसारख्या सत्त्वशील माणसावर चिखलफेक करत असल्याचे त्यांच्या लक्षात आले. त्यांनी रंगीला चूप करण्याचा आणि वड्डुरांना शांत करण्याचा प्रयत्न सुरू केला.

या साऱ्या गडबडीत कोणा एका वड्डुरानं एक मोठीशी गारगोटी मास्तरांवर फेकली. खच्चकन कपाळाला खोक पडून भळाभळा रक्त वाहायला लागलं. प्रसंग ओळखून एक मोटारसायकलवाला डॉक्टरला आणायला धावला.

एवढ्यात गेडाम हवालदाराला घेऊन भास्कर खारीत आला. पोलीस शिपाई हाताला न लागल्याने दोन फॉरेस्ट गार्डच त्यांनी सोबत घेतले होते. मिनिटा-दोन मिनिटांतच सारा प्रकार त्यांच्या लक्षात आला.

"भास्कर, तू मास्तराकडं पाय. मी त्या रांडंकडं पायतो. लय माजलीय साली. सोताला सोसल वर्कर समजती भडवी. ह्ये तिची नेमीचीच खेयी हे. तू थिकडं पाहू नोको."

भास्कर आपल्या आबांकडे धावला. शरमेने, धक्क्याने आणि वाहिल्या रक्ताने

मास्तर जमिनीवर लोळागोळा होऊन पडले होते. नशिबानं केळापुरे डॉक्टर गावातच होते. ते पण तडक पोहोचले होते आणि मास्तरांना तपासत होते.

गेडाम हवालदारांनी आपला मोर्चा वड्डरांच्या घोळक्याकडे वळवला. त्याचा अन् शिपायांचा पोलिसी हिसका बसताच वड्डर थंड पडले; पण रंगीच्या किंचाळ्या नव्या जोमाने सुरू झाल्या होत्या. 'जागृती'च्या कार्यकर्त्यांना तिने बोलावू धाडलेला माणूस आतापर्यंत पोहोचायला पाहिजे होता. ते येईपर्यंत तिलाच 'लढा' सुरू ठेवायचा होता.

"सरकार तुमीच न्याव करा. तुमीच गरिबाचं माय-बाप. आमच्या सारक्यांच्या इज्जतीचं मोल तुमच्यावाचून कोनाले कयनार. तो कोमट्याचा थेरडा, भडवा माह्या इज्जतीले हात घालत व्हता. मुडद्यानं माह पातय फेडलं. मले जवारीत वढत व्हता. म्या नाई मनलो त जबरदस्ती करत व्हता..." नव्या जोमानं किंचाळून किंचाळून ती आरोप करत राहिली. पाण्याच्या टाकीच्या बाजूने येणारा मोठा घोळका तिच्या नजरेने टिपला होता.

"ए चूप तुज्या ×××× आता गप होतस की हानू... रांड लमडीची. तुह्या आज्यासारका थो बुढा, थो काय तुह्यासारक्या भवानीच्या वाटंला जाईन. तुही चोरी तेनं धरली असंन म्हनून तू बोंबलून रायली."

"सायब, ह्यो अन्याव व्हे. थेरडीच तरन्यापरीस चेकायतात. काल सांच्याले पन बुढ्याने मले अडिवलं. म्या पयालो त आज पुना धरलं. मी तेंच्या खारीत परसाकडला आल्तो. पघा माहा गडवा, तथिसा जवारितच पल्डा हे. म्या नाई मनलो त् थेरड्याने मले इया दावला आनि माह्यावाल्या निऱ्या हिसडल्या. थो पघा इया पर तथिसाच हे सायब. सायब, तुमी त आमची मानसं. सायब, माजी कपलेट लिवून घ्या सायब. पैसं दिलं मनून तेची कड घेऊ नोका सायब."

रंगी टिपेच्या सुरात किंचाळत होती. वकिलाप्रमाणे युक्तिवाद करत होती. करवादत होती. एकेक पुरावे दाखवत होती. काही वड्डर तिला साथ देत होते. म्हातारे त्यांना आवरत होते.

केळापुरे डॉक्टरांनी मास्तरांच्या डोक्याला पट्टी-गिट्टी केली. इंजेक्शन दिलं आणि त्यांना बसतं केलं. मास्तर पार भेदरून गेले होते. त्यांना काही सुचत नव्हतं की समजत नव्हतं- "मी नाई, मी नाई..." या पलीकडे ते काहीच बोलू शकत नव्हते. त्यांच्या हाता-पायांना इतकं कापरं भरलं होतं की, उभं राहणं मुश्कील. आवाऱ्याने वावरातलाच थोडा हिरवा चारा कापून आणि रंगीनं आधीच कापून ठेवलेला चारा गोळा करून गाडीत दडपा टाकला. वावरातल्याच गुडशातून चादर आणून त्याच्यावर टाकली. उचलून मास्तरांना गाडीत झोपवलं. गाडी घराकडे हलणार, तोच रंगी लांडग्यासारखी गाडीवर झेपावली. बैलांच्या वेसणीलाच तिने

हात घातला.

"अरे वा रे वा! त्याले तुमी कोठिसा न्हेऊन रायले? थो आरोपी व्हे. कंपलेन हे माहीवाली त्याच्यावर. तेनं इज्जत लुटली माही आन् राजरोस पयवता. सायब, थेरड्याले पयले अटक करा. चौकीवर घ्या भडव्याले."

झाल्या गोष्टीची बातमी गावभर वाऱ्यासारखी पसरली होती. झिलपिलवार मास्तरांसारख्या देवमाणसावर असा प्रसंग गुदरावा, हे गावात कुणालाच मानवणार नव्हतं. माणसांचे लोंढे झिलपिलवारांच्या खारीकडे लोटले. त्यात अर्थात निरोप मिळालेले 'जागृती'चे कार्यकर्ते आणि नेतेपण होते. रंगी बैलांना भिडे-भिडेतोवर सारा जमाव खारीत उतरला.

एवढी गर्दी बघितल्यावर रंगीला नव्याने चेव येणार, जागृतीवाले तिला साथ देऊन बखेडा उभा करणार, वड्डुरांच्या पोरांना भडकवणार हे गेडाम हवालदारांनी लगेच ओळखलं. परिस्थिती हाताबाहेर जाऊ शकत होती. त्यांच्या मुरलेल्या पोलिशी डोक्याने झटपट निर्णय घेतला. अस्सल पोलिशी शिव्या देत त्यांनी रंगीच्या कानशिलात अशी काडकन लगावली की, तिच्या हातून वेसणी सुटल्याच; पण पातळपण भिजले. 'जागृती'वाले तिच्या बाजूने काही बोलणार त्याआधीच पहाडी आवाजात त्यांनी धमकावले, "बाजारबसवी भोसडीची. देवमानसाला बट्टा लावते... कोन तुहे थे जागृती का फागृतीवाले हे पायतो एकेकाले. झोपवतो लमड्यांना अथिसाच. ये तुमी लीडर, उचला ह्ये तुमचीवाली सोसल वरकर आणि टळा. अनि अबे अे ×××× वाघ्या, सांभाय तुहीवालीले, पुना अशे नाटक करेल, त नालबंदी करीन दोघाईची बी. आता हलते की, पायजे तुलेपन दट्ट्या. चाला वो लीडर, उचला आपलं वझं, सरका आता."

गेडाम हवालदाराचा एकूण अवतार आणि गावकऱ्यांचा त्यांना असलेला पाठिंबा पाहून 'जागृती'वाले रंगीला घेऊन चूपचाप खारीतून बाहेर पडले. तरी जाता जाता एकानं हवालदारांना सुनावलंच, "सायब, भांडवलदारांची कड घेऊन तुमी एका असहाय मैलेवर हात टाकला, ह्ये साजरं केलं न्हाय."

"अबे जा, तुले का बनंल ते कर."

मास्तरांना घेऊन गाडी घराकडे रवाना झाली. साऱ्या प्रकाराचा त्यांच्या मनावर इतका परिणाम झाला होता की, "मी नाई... मी नाई..." शिवाय ते काहीच बोलू शकत नव्हते. पंधरा दिवस झाले तरी ते घराबाहेर पडू शकले नव्हते. गावभर सगळी हीच चर्चा. दहा लोकांची दहा तोंडं - दहा मतं. एका बाबतीत मात्र सगळ्यांचं एकमत होतं. रंगीनं पहिलंच सावज पकडलं ते योगायोगानं नेमकं झिलपिलवार मास्तरांसारखं म्हातारं आणि साऱ्या गावात चारित्र्यवान म्हणून प्रसिद्ध असलेलं. कोणी ऐरा-गैरा तरणाताठा माणूस असता, तर आयुष्यातून उठला असता आणि ती

टवळी चांगलीच सोकावली असती.

पंधरा दिवसांनंतर झिलपिलवार मास्तर घरातून बाहेर पडले; पण आपल्या पायांनी नाही. गळ्यात हारबीर घालून चौघांच्या खांद्यावर ताटीला बांधून. मागे सारा गाव. त्यात वड्डुर होते आणि जागृतीवालेसुद्धा.

दुपारच्या उन्हात घाटावर सरण रचणं चालू होतं. लोक सावली शोधून इथंतिथं उभे होते. योगायोगानं त्या दिवशी गेडाम हवालदारांना टोकणारा 'जागृती'चा लीडर त्यांच्या बाजूलाच उभा होता. त्याच्याकडे लक्ष जाताच गेडाम हवालदार पन्नास लोकांना ऐकू जाईल अशा पहाडी आवाजात त्याला उद्देशून म्हणाले,

"का जी ओ लीडर, ह्ये पायजा जागृती. आता देवाले डोये म्हनून रंगीले गावले मास्तर. तुमच्या-माज्यासारका कोनी राहता त फुकण्या जाता नं बाराच्या भावात का राहता? आनि वर तुमचेच भाईबंद शेरात न मुमईत मोर्चे काडतात, का बलात्काराच्या केशीत फकस्त बाईची जबानी ह्योच पुरावा धरावा आन आरोपी पुरावा. आता गावागावांत तुमी लोकाईनीच उठवलेल्या रंगीसारक्या हडयी का कमी व्हेत का? समदी झेल फकस्त बलात्काराच्याच गुन्यानी भरतील महिनाभरात."

तोंड लपवत लीडर बाजूला झाला आणि भास्करनी चूड लावताच सरण धडकलं.

◆

पावलीची कोपरी

कुलधर्माचा बाणा पोकळ शब्दांमधून नव्हे तर प्रत्यक्ष जगण्यातून व्यक्त होतो, तरच परिणाम साधतो

आम्ही कोरेगावकर मूळचे गुऱ्हाचे नव्हत. आमचे मूळ गाव कोरे. ते राजापूरच्या पलीकडे कुठेशी आहे. कोकणातील मीठ, इतर वाणसामान तसेच राजापूर बंदरात उतरलेला माल बैलांच्या पाठीवर लादून लमाणांच्या करवी घाट ओलांडून कोल्हापूरच्या बाजारपेठेत नेऊन विकणे, हा आमचा पूर्वापार धंदा. मराठशाहीच्या काळात गुऱ्हे गावाचे खोत लेले आणि आमचे मूळ पुरुष यांची कोणत्याशा लढाईच्या धामधुमीत गाठभेट झाली. ऐन अडचणीच्या काळात त्यांनी लेल्यांना बरीच मदत केली; त्यामुळे त्यांचा स्नेह जमला. लेल्यांच्याकडे खोतीबरोबरच सरदारकीही होती. त्यांनी आमच्या मूळ पुरुषाला त्यांच्या गावात, गुऱ्ह्यात येऊन राहण्याचे आणि तेथून व्यापार उदीम करण्याचे प्रेमाचे आमंत्रण दिले.

आम्ही जातिवंत वैश्यवाणी. व्यापार धंदा वाढवण्याची संधी कशी सोडणार? आमचे मूळ पुरुष गुऱ्हे गावात येऊन राहिले. लेल्यांनी घर आणि आगरासाठी बरीशी जमीन दिली. तेव्हापासून गेली ३००-३५० वर्षे आम्ही गुऱ्ह्यातच वस्ती करून आहोत; पण आपल्या मूळ गावाची आठवण पुढच्या पिढ्यांना कायम राहावी, म्हणून आमच्या मूळ पुरुषाने स्वतःचे आडनाव कोरेगावकर लावण्यास सुरुवात केली.

कोणास वाटेल स्वतःचे मूळ गाव सोडून ही मंडळी गुऱ्हास येऊन राहिली म्हणजे ते चांगले बाजारपेठेचे मोठे गाव असावे. तीनशे वर्षांपूर्वी असावे कदाचित; पण आता मात्र अगदीच आडवळणी खास कोकणी खेडेगाव आहे. बोटींच्या काळात जयगड बंदरात बोटीने उतरून लाँचने भरतीच्या मानाप्रमाणे चापे किंवा राईपर्यंत यायचे. तेथून पुढे होडीने गुऱ्ह्याच्या खारवीत पोहोचायचे. तेथून पुढे बोचकी डोक्यावर घेऊन व्याघ्रेश्वराचा डोंगर चढून जावा लागे.

खाडीच्या अंगाला खारवामध्ये सात-आठ खारव्यांची, म्हणजे मुसलमानांची घरे; पण शेजारची भंडारीवाडी ओलांडून खारवी क्वचितच गवात येत. मात्र, शिमग्याच्या सणाला, गणपतीला, तुळशीच्या लग्नाला आणि सत्यनारायणाच्या पूजेला पूर्वी खारवी लेल्यांच्या आणि कोरेगावकरांच्या अंगणात आवर्जून येऊन बसत. त्यांचासुद्धा मानाचा नारळ काढून ठेवला जाई. पुढे खारव्यांनी देवाचा नारळ स्वीकारण्यास नकार दिल्याने आता ती प्रथा बंद झाली.

व्याघ्रेश्वराचा चढ संपतासंपता कुळबाज्यांची वाडी डावीकडे टाकून लेले आणि जुवेकरांच्या आगरांच्या मधून पाखाड्या उतरत खाली जायचे. पऱ्ह्या ओलांडला की, दोन वाटा फुटतात. डाव्या अंगाला गुरवांची आणि इतरांच्या दोन-तीन वाड्या लागतात, तर उजवीकडे वळून पाखाड्या चढत वर आले की, लागतो वाणी वठार. कालमानाप्रमाणे कोरेगावकरांची एकाची पाच-सहा घरे झालीत. अडी-अडचणीला घरच्या देवाचे करायला कोणीतरी पाहिजे म्हणून बऱ्याच वर्षांपूर्वी गांगणांना आणून वाडीत वसवले आहे. त्यांचीसुद्धा आता एकाची चार घरे झालीत. असा आठ-दहा घरांचा वाणी वठार. प्रत्येक घराभोवती बाग. त्यात माड, पोफळी, पपनस, अननस, चिकू, रामफळ, आंबा, रातांबा अशी भरपूर झाडे. ब्राह्मणांच्या आणि वाण्यांच्या बागांना पाटाचे शिंपण. घराघरांच्या अंगणा-परसात कोंडी बांधलेल्या. त्यातून पाटाचे पाणी साठवायचे. वर्षानुवर्षे पाणी फिरवण्याच्या पाळ्या ठरलेल्या.

वाणी वठाराच्या वरल्या अंगाला देवराई. देवराईत जाकाईचे देऊळ. जवळच आमच्या मूळ पुरुषाची समाधी. आजही प्रत्येक सणाला आणि शुभकार्याला समाधीला नैवेद्य केला जातो. अवसे-पुनवेला राखण दिली जाते. तसेच पुढे चढून गेले की, सडा. माझ्या लहानपणी सड्यावर काहीच नव्हते. आता लेल्यांनी आणि जुवेकरांनी कातळावर खूप कलमे लावली आहेत.

बोटी बंद झाल्या आणि सारेच उलटे झाले. आता खाडीकडचा राबता जवळपास बंद झाल्यातच जमा आहे. जाकाईदेवी वरून येणारी यस्टी दिवसातून तीन खेपा सड्यापर्यंत मारते. हेच येवढे बदलले असे नाही, तर गावातले बरेच काही बदललेय. सारेच जणू उलटपालट झालेय. हिरव्यागार बागा आणि आगर सुकण्याच्या मार्गावर आहेत. मजूर मिळत नाहीत. ज्याला त्याला मुंबईला जाऊन चाकरमानी होण्याची घाई लागलेली. बहुतेक घरांची टाळी उघडतात ती शिमग्याला आणि गणपतीला. बाकी दिवस बिचारी त्या ओसाड घरांची राखण करत मुकाट लटकत असतात. क्वचित कुठल्या घरात एखाद-दुसरं म्हातारं मनिऑर्डरची वाट पाहत बसलेलं असतं.

वाण्यांच्या आठ-दहा घरांपैकी नेमाने सांजवात लागते ती आमच्याच घरात आणि गेल्या काही वर्षांपासून अन्या गांगणाच्या घरात. आम्ही सगळे भाऊ मुंबईत आपापल्या संसारात रमलोत. सारेच चांगल्या चांगल्या नोकऱ्यांवर सुखात आहेत.

आमचे बाबा आणि आई मात्र गाव सोडायला तयार नाहीत. जग बदलले तरी ते दोघे बदलायला तयार नाहीत. आजतागायत दोघे कधी मुंबईला आले नाहीत. त्यांच्या आग्रहामुळे आमच्या घरातली सगळी लग्नकार्ये आम्हाला गावीच करावी लागली. बाबांच्याने होत होते तोवर ते वडिलोपार्जित किराणा दुकान चालवत राहिले. आम्ही कोणी गावी येऊन ते चालवावे अशी त्यांची खूप इच्छा; पण चांगल्या पर्मनंट नोकऱ्या सोडून त्या आडगावात रडत-खडत चालणारे दुकान कोण सांभाळणार?

गिरणीच्या संपात बेरोजगार झालेला अन्या गांगण गावी गेला. त्याने बाबांकडून दुकान मागून घेतले. त्यांच्याने अगदीच होईनासे झाले आणि आम्ही कोणी गावी परतण्यास तयार नसल्याने शेवटी मोठ्या दुःखाने, नाइलाज म्हणून बाबांनी चालवण्यासाठी म्हणून दुकान अन्याच्या हवाली केले. आपले आश्रित वरचढ होत आहेत, हे त्यांना फारच लागले. दुकान सुटल्यानंतर तीन दिवस म्हातारा-म्हातारीने तोंडात पाण्याचा थेंब घेतला नाही; त्यामुळे घाबरून जाऊन तार करून अन्याने मला बोलावून घेतले. कशीबशी त्यांची समजूत काढली. दुकान भले अन्या चालवतोय; पण सारे गाव अजून त्याला ब्रह्मा कोरेगावकरांचे दुकानच म्हणते हे पटवून दिले. मी त्यांना मुंबईला माझ्याकडे चलण्याचा खूप आग्रह केला; पण ते अगदीच ऐकेनात तेव्हा शेवटी युक्तिवादसुद्धा केला-

''गुऱ्हे काही आपले मूळ गाव नव्हे. आपण आलोत सुखवस्तीला. कोरे सोडून मूळ पुरुष आलेच ना इथे. मग गुऱ्हे सोडून मुंबईला गेलो तर काय बिघडलं? आपला वैश्य-वाण्यांचा कामधंद्यासाठी देशोदेशी भटकण्याचा रिवाजच आहे. म्हणजे गुऱ्हे सोडून मुंबईला जाणे आपल्या जातीच्या रिवाजाला धरूनच आहे.''

''दिवाकरा, तू इंग्रजी शिकलेला. सरकारी हापिसर. मला काही तुझ्यासारखी बुद्धी चालवता येत नाही. मला येवढेच कळते, मूळ पुरुष गुऱ्हाला आले, ते दुसऱ्याची चाकरी करायला नाही; तर स्वतःचा व्यापारधंदा करायला. स्वतःच्या हिमतीवर त्यांनी व्यापार केला आणि मेहनत करून खोतांच्या बरोबरीने मिळकत मिळवली. गावात आज लेले खोतांच्या खालोखाल कोरेगांवकरांचा मान होतो. आजपर्यंत आम्ही ना कोणाची चाकरी केली ना कोणाचे तांबड्या पैशाचे मिंधे राहिलो. कोणाची तनसडी कधी फुकट घेतली नाही ना कोणाचं देणं कधी थकवलं. वैश्य-वाण्याची ती वृत्तीच नव्हे. आमच्या पिढ्या सरल्या त्या लोकांना देत देत; घेत नव्हे. लक्षात ठेव आपण देणारे; घेणारे नव्हत. काय करतोस तू मुंबईत? सरकारची का असेना, अखेर चाकरीच ना? कुळाला शोभेसा असा धंदा कर. मग येतो मुंबईला, तुझ्या गल्ल्यावर बसायला.''

दुकान गेले आणि बाबांनी हाय खाल्ली. दोन वर्षांतच ते गेले. त्यांच्या मागे आई त्यांच्याच बाण्याने तशीच घर सांभाळत राहिली. त्याच सचोटीने. कुणाचे

फुकट काही घ्यायचे नाही हे तिचे व्रत तसेच चालू होते. तेही इतके कडक की, कधी सणावाराला मनिऑर्डर पाठवली तर ती परत येई. कुठे आमन्नुले करून विक, तर साटे विक, नाही तर आंबोशी. येवढेच काय साधे माडाचे चुडुतसुद्धा ती फुकट जाऊ देत नसे. असे करतकरत एक एक पैसा गाठीला लावी. त्यातच तिचा घरखर्च चालवी. शिमगा, गणपती, दिवाळी अन् मार्गशीर्षातली सत्यनारायणाची पूजा, सर्व पार पाडी. गाववाले म्हणत, ''पार्वती कोरेगावकरीण महाचिकट. कोणाला काही फुकट द्यायची नाही. भात असो की ढेकूळ, पै म्हणून सोडणार नाही. हां, पै बुडवणारपण नाही. फुकट काही घ्यायची नाही.''

प्रत्येक सणाला आळीपाळीने जाण्याचा रिवाज आम्ही भावांनी निष्ठेने पाळला. गणपतीला मात्र सगळ्या अडचणी बाजूला ठेवून सारे पूर्ण कुटुंबासह जमत. सारे घर नुसते दुमदुमून जाई. त्या दिवसांत आईचा उत्साह नुसता ओसंडत असे. मात्र, या वर्षी तिची भाषा निरवानिरवीचीच वाटली. आमच्यापैकी कोणीतरी परत येऊन घर सांभाळावे, असा तिचा आग्रह होता.

मी शिमग्याला गेलो, तेव्हा ती बरीच थकलेली दिसली. दरवर्षीप्रमाणेच पालखी अंगणात आली. नाचली. पालखीच्या मानाची पूजा आणि मानकऱ्यांचे मान तिने हाताने दिले. पहाटेची चांदणी उगवेपर्यंत अंगणात पालखी खेळली. तिच्या हातचे दडपे पोहे अन् चहा घेऊनच पालखी दिवसभराच्या विसाव्यासाठी देवराईकडे रवाना झाली.

छान टिपूर चांदणं पडलं होतं. आम्ही माय-लेक अंगणातच बोलत बसलो. आणि मध्येच- ''देवा म्हाराजा, यंदाचा वरस निभावलान रे बापा. तुझ्या रहाळात राहिलो. वैभव भोगलं. तुझाच व्यापार जमेल तसा चालवला. त्याच कमाईवर आजवर जगलो. तुझी सेवा केली. तू घालून दिलेली रीत पाळत आलो. कोणाचं पैशाचं मिंधेपण घेतलं नाही. आजवर जमलं तसं केलं, पुढचं आता तुझं तूच निभव रे बापा म्हाराजा.''

बोलता बोलता अचानक कुठलाही संदर्भ नसताना ती असे बोलून मूळ पुरुषाच्या समाधीच्या दिशेने वारंवार नमस्कार करू लागली. मला काही सुचेचना. पुरता गांगरून गेलो. नुसताच बघत राहिलो. जरा वेळाने ती उठून रोजच्या कामाला लागली.

दरवर्षीप्रमाणे मी संध्याकाळच्या एसटीने परत जाण्याची तयारी केली. पांडबा आणि धुरपदीला आईची, आगराची काळजी घेण्याचे बजावले. नमस्कार करायला देवघरात गेलो. आई देवघरातच बसली होती. तिलाही नमस्कार केला. नेहमीप्रमाणे तिने खरखरीत हातांनी चेहरा कुरवाळला.

''दिवाकरा, तीनशे वर्षांचे वडिलार्जित दुकान गेले, व्यापार संपला. आता घरातली सांजवातसुद्धा खंडणार काय रे?''

मला उत्तर द्यायचे सुचेना. डोळे पुसत मी ओटीवर आलो. निघायला जरा वेळ होता. गावातली काही मंडळी भेटायला आली होती. त्यांच्याशी बोलत झोपाळ्यावर टेकलो. पांडबाने सामान बाहेर काढून मांडवात ठेवले. मागोमाग आई उठून बाहेर आली. माझ्या सामानाकडे पाहत म्हणाली, "हे काय? परत निघालास? पालखीला ना आला होतास? मग पालखी गेल्याशिवाय कसा परत जातोस?"

"अगो, पहाटेच गेली ना पालखी? नैवेद्य घेऊन देवराईत जाकाईला भेटून दुपारीच व्याघ्रेश्वराकडे रवानासुद्धा झाली."

"छे! घरची पालखी पंचमीला निघायची. तिचा मान कर. तिचा मान केल्याशिवाय तू कसा जातोस?"

इतक्या वर्षांत आई कधी वायफळ किंवा असंबद्ध बोलल्याचे कोणाला आठवत नव्हते. किंबहुना मोजके, मुद्द्याचे आणि सडेतोड बोलणारी म्हणूनच ती गावात प्रसिद्ध होती. मी बावचळून गेलो. काय करावे सुचेना. ती काय म्हणतेय म्हणून पांडबाला विचारले. त्याने खांदे उडवले. "काय बा! माका नाय ठाव. असा काय कंदी बोलली नाय. ह्या असा पयलाच."

भेटायला आलेल्यांनी म्हातारीच्या समाधानासाठी दोन दिवस थांबण्याचा सल्ला दिला. थांबलो. सकाळी आई नेहमीसारखीच होती; पण तिचे जे काही चालले होते, ते काही मला कळत नव्हते. पऱ्ह्याच्या बाजूचा जुना रायवळ आंबा तिने कधीचाच तोडून घेतला होता. पांडबाच्या मानेवर बसून तिने तो फोडून घेतला. धुरपदाला आणि तिच्या सुनेला जुंपून माळ्यावरच्या सगळ्या गवऱ्या आणि पेंढा खाली काढून रचून घेतला. दुसऱ्या दिवशी अंगण चोपून घेतले. सारवून सारे घर लख्ख करवले. पांडबा आणि धुरपदाचा हिशेब पूर्ण केला.

तिसऱ्या दिवशी बागेतली होती नव्हती ती सगळी फुले गोळा करवली. खीर, वडे, पातोळ्या, सोलाची कढी सारे जेवण स्वतःच्या हाताने बनवले. देवाला नैवेद्य वाढला. मूळ पुरुषाची आणि बाबांची वाडी ठेवली. मला समोर बसवून आग्रह करकरून जेवू घातले. मग माझ्या हाती वाडी आणि दोन नारळ देऊन आणि स्वतःच्या हाती पूजेचं ताट, तर पांडबाच्या हातात फुलांची टोपली देऊन मूळ पुरुषाच्या समाधीकडे निघाली.

देवराईतल्या कोंडीतून पांडबाकडून पाणी आणवले आणि मला समाधी स्वच्छ धुवायला लावली. यथासांग पूजा करायला लावली. एक नारळ देवीला आणि समाधीला दिला. परत आल्यावर मग ती जेवली. तोवर तिन्हीसांजा झाल्या. तिने सांजवात केली. तुळशीपाशी दिवा लावला. रात्री उशिरापर्यंत जुन्या आठवणी काढत, कहाण्या सांगत तिथेच बसून होती.

चौथा दिवस पंचमीचा. रोज कोंबड्याच्या आधी उठणारी आई मी उठलो तरी झोपूनच होती. काळजात धस्स झालं. उठवायला गेलो; पण आता ती कधीच

उठणार नव्हती. तिचा शब्द खरा ठरला. पंचमीला तिची पालखी अंगणातून निघाली.

झाडून सगळे कोरेगावकर कार्याला जमले होते. खूप वर्षांनंतर वाणी वठार पूर्ण गजबजला होता. अगदी गांगणांची घरेसुद्धा उघडली होती. दहाव्या दिवशी पिंड ठेवला. दुपार उलटली तरी कावळा पिंड घेईना. सर्वांचे पुनःपुन्हा नमस्कार झाले. माफी मागून झाली. सुचेल ते ते सगळे बोलून झाले; पण कावळा पिंड घेईना.

माझ्या कानाला लागून धुरपदा हळूच म्हणाली, "शेठानु, कोणाचा काय देणं रवला असान तर देईन कबूल करा. पघा घेतव काय."

मी पुन्हा पिंडासमोर हात जोडून उभा राहिलो. सर्वांना ऐकू जाईल अशा मोठ्या आवाजात म्हणालो, "आई, तुझं कोणाचं काही देणं असेल तर ते सगळे मी फेडीन. घराण्याचे कुठलेच ऋण बाकी ठेवणार नाही."

माझे शब्द संपतासंपताच कावळ्याने पिंड घेतला. सर्वांनी सुटकेचा श्वास सोडला. बाराव्याला सारे गाव जेवून गेले. आश्चर्य म्हणजे तेल, तूप, चहा, साखरेपासून सर्व जिन्नस घरात भरून ठेवले होते. आम्हाला कोणालाच खिशातून एक पैसाही खर्च करावा लागला नाही. कार्य संपल्यावर गावात किंवा आसपास कोणाचं काही देणं राहिलं आहे का, याची खोदूनखोदून चौकशी केली. कुणाचं कुठलंच देणं बाकी नव्हतं. संध्याकाळी माझ्या बायकोनं सांजवात केली. आम्ही सारे अंगणात तुळशीजवळ चर्चा करत बसलो. कोणाचं काही देणं तर नव्हतं, मग देणं फेडण्याचं कबूल केलं, तेव्हाच कावळा कसा शिवला हाच विषय होता. गांगणांकडची मंडळीसुद्धा आमच्यातच बसली होती. काहीतरी आठवून अन्या गांगण मध्येच म्हणाला, "हां आत्ता आठवलं. परवा, पालखीच्या आदल्या दिवशी पार्वतीकाकू दुकानातून एका पावलीची सुंभाची कोपरी घेऊन गेली होती. पैसे धाडून देते म्हणाली. पालखीच्या धांदलीत विसरलीसं दिसतंय. विचार केला, पावली ती काय मागायची? त्यावेगळं काही देणं-घेणं नाही."

अन्याची पावली ताबडतोब चुकती केली. सकाळी उठून सगळ्यांची परत जाण्याची धांदल सुरू झाली.

मी थोरल्या मुलाच्या हाती कागद देत सांगितले, "हा माझा राजीनामा ऑफिसात नेऊन दे. आता मी इथेच राहणार. आईचं देणं फेडलं. आता पूर्वजांचं देणंसुद्धा मलाच फेडलं पाहिजे."

(२३ जुलै, २००५)

◆

पाच नंबर

रक्तात मुरलेले संस्कार लपू शकत नाहीत; त्यांचा आविष्कार झाल्याशिवाय राहत नाही

'पाच नंबर' हे माणसाचे नाव असू शकते? विचित्र वाटत असले तरी ते खरे आहे. निदान मला तरी त्याचे तेच नाव ठाऊक आहे. त्याच्या आई-वडिलांनी अर्थातच हे असे नाव ठेवले असणे शक्य नाही. मात्र, त्याने मला त्याचे हेच नाव सांगितले. अनेकदा, अनेक प्रकारे छेडूनसुद्धा, तो आपले हेच नाव सांगत राहिला. नाही... नाही असा कोणताच गैरसमज करून घेऊ नका. तो काही कोणी गुन्हेगारी टोळीचा म्होरक्या वा शार्पशूटर वगैरे कोणी नव्हता किंवा गुप्तहेरसुद्धा नव्हता. तो होता एक तेरा-चौदा वर्षांचा मुलगा; पण अगदी सोज्वळ, निरागस वगैरे म्हणता येईल असासुद्धा नव्हता. अनाथ, एकाकी मुले वाढत्या वयात असतात तसाच होता तो. छे! छे! हे असे सांगत राहिले तर तुम्ही अधिकच संभ्रमात पडाल. त्यापेक्षा त्याची तुमच्याशी थेट गाठ घालून देणेच ठीक राहील, नाही का?

मी नुकतीच नोकरीला लागले होते, तेव्हाची गोष्ट. त्या दिवसांत विरार-चर्चगेट बडाफास्ट लोकल प्रतिष्ठेची समजली जाणारी लोकल होती. ही गाडी विरार सोडल्यानंतर फक्त बोरिवली, बांद्रा, मरिनलाइन्स आणि चर्चगेट एवढेच थांबे घेत असे. त्या गाडीचे नियमित प्रवासी स्वतःला जरा 'हेच' असे समजत असत. सकाळी नऊ बेचाळीसला बांद्रा आणि दहाच्या ठोक्याला चर्चगेट असा तिचा थाट होता. बांद्र्याच्या प्लॅटफॉर्म नंबर पाचवर असलेल्या चहाच्या स्टॉलसमोरच नेमका त्या गाडीचा लेडीज फर्स्टक्लास येत असे. गाडी चुकू नये, शिवाय नीट चढता यावे, यासाठी आमचा ठरावीक घोळका पाच-सात मिनिटे आधीच स्टेशनवर हजर असे. जवळपास सगळ्याच समवयस्क. मग काय, हाहाऽऽहीहीला नुसता ऊत येत असे. नेमक्या त्याच सुमारास स्टेशनातच राहणाऱ्या सात-आठ भणंग भटक्या मुला-मुलींचे एक टोळके सकाळच्या नाश्त्यासाठी जमलेले असे. वयोगट असेल बारा ते

पंधरा-सोळा. त्यांचासुद्धा मोठा धिंगाणा आणि आरडाओरडा सुरू असे; त्यामुळे आपसूकच त्यांच्याकडे लक्ष वेधले जात असे. त्याच घोळक्यात मला तो दिसायचा. कपडे तसे मळके-फाटके; पण तरी त्यातल्या त्यात व्यवस्थित. त्यांच्यातलाच असला तरी वेगळा, अलिप्त वाटावा असा. बहुतेक वेळा त्या टारगट पोरट्यांनी त्याला 'गिऱ्हाइक' बनवलेले असे. त्याला चिडवणे, त्रास देणे, फिरक्या घेणे असा उद्योग चालत असे. मात्र, तो त्यांना पुरून उरत असे. त्याची शुद्ध, सुसंस्कृत नागरी भाषा माझे लक्ष वेधून घेई. जेमतेम तीन-चार मिनिटांचेच काय ते निरीक्षण; पण तेवढ्यातसुद्धा आमची नजरानजर झाल्याशिवाय राहत नसे. त्याच्या नजरेतला वयाला न शोभणारा अलिप्त गंभीर भाव आणि कोरडेपणा मला जाणवून जाई. त्याच्याशी बोलावे, असे अनेकदा मनात येत असे; पण तेवढ्यात गाडी येई. मुंबईत गाडीत चढून चपळाईने हवी तशी जागा मिळवणे, यापुढे सारे सारे गौण. 'कुणी कुणाचे नाही बाबा' याचा अनुभव आम्ही रोज न चुकता घेतो. मग त्याच्याशी कुठून बोलणार?

एक दिवस मी प्लॅटफॉर्मवर पोहोचले तेव्हा गाडीची अनाउन्समेंट सुरू झाली होती. कुठल्याही क्षणी गाडी येईल. आता अशा वेळी फक्त पोपटाचा डोळा; बाकी जग शून्य! नेमक्या त्याच वेळी कुणीतरी माझ्या पर्सला हलकासा स्पर्श केलेला माझ्या अखंड सावध मनाला जाणवला. पाठोपाठच कानांवर चार आर्जवी शब्द आले,

"दीदी, भूक लागलीय. पाव आहेत माझ्याकडे, फक्त रगड्यासाठी चार आणे द्या ना. मला पैसे देऊ नका. ते स्टॉलवरच द्या आणि रगडा मला द्यायला सांगा. प्लीज दीदी, भूक लागलीय."

मी झटकन वळून बघितले. तोच तो कोरड्या, अलिप्त, गंभीर नजरेचा वेगळा उठून दिसणारा मुलगा. जसे त्याचे शब्द आर्जवी, तशीच नजर मार्दवी होती. त्यात भटक्या भणंग मुलांचा बेफिकीर, टिपिकल बेदरकार उद्धटपणा नव्हता. जाणवणारी अगतिकता होती. भिकाऱ्यांना पैसे देण्याच्या बाबतीत मी टोकाची म्हणावी इतकी विरोधात असते; पण त्या आर्जवापुढे माझा विरोध गळून पडला. नकळत हात पर्समध्ये गेला. हातात एक रुपयाची नोट आली. ती मी त्याच्या पुढे केली.

"नको दीदी, चार आणेच पुरेत. मला नको स्टॉलवर द्या."

"पटकन घे, सुट्टे नाहीत. माझी गाडी आली."

नोट घेऊन तो स्टॉलवर पोहोचेपर्यंत गाडी सुटली. पुढचे दोन-तीन दिवस कसलीशी सुट्टी असल्याने मी स्टेशनवर गेलेच नाही. तिसऱ्या दिवशी मी ब्रिज उतरत असताना, एका खांबाला टेकून ब्रिजवर नजर खिळवून उभा असलेला तो माझ्या नजरेत आला. नजरानजर झाली आणि तो प्रसन्न हसला. मी प्लॅटफॉर्मवर

उतरताच सामोरा आला.

''दीदी थँक्स. परवा तुमची चिल्लर द्यायची राहून गेली. काय करू, गाडीच सुटून गेली.''

तो ज्या टोळक्यात राहत होता आणि त्याचा जो अवतार होता, त्याच्याशी त्याचे बोलणे आणि भाषा अगदीच विसंगत होती. मात्र, त्याच वेळी ते नाटकी न वाटता अगदी सहज आणि स्वाभाविक वाटत होते. मला स्पष्टपणे जाणवले, पोरगा भल्या आणि संस्कारी घरातला असावा; पण मग हा इथे असा या भणंग पोरांमध्ये कसा? घर सोडून पळून आला असेल का? तसे वाटत तर नाही. आपल्याला काय करायचंय?

''अरे व्वा! छान शुद्ध बोलतोस रे तू. असू दे ती चिल्लर तुझ्याकडेच. काही परत करायला नको. ठेव ती.''

''नाही दीदी, मी काम केल्याशिवाय कोणाकडून कधीच काही घेत नाही. खरेतर तुमचा रुपयाच परत करावा असे मला वाटले होते; पण तसे केले तर तुम्हाला अपमान झाल्यासारखे वाटेल, म्हणून फक्त उरलेले बारा आणेच परत करतो. आजच्या खाण्याचे पैसे आहेत माझ्याकडे.''

''छान! तू नक्की कोणीतरी मोठा माणूस होशील बघ. मला तुझा हा प्रामाणिकपणा खूपच आवडला; पण ती मोड आता तुझ्याकडेच असू दे. नीट जपून ठेव आणि पुन्हा जर परवा आली तशी वेळ आली, तर असे समज त्या दिवशीसारखे माझ्याकडून मागून घेतलेस. उगाच उपाशी राहू नकोस.''

''थँक्यू दीदी...''

मला त्याच्या खांद्यावर थोपटण्याची इच्छा झाली होती; पण शरीर धजावले नाही. स्वच्छतेच्या आणि प्रतिष्ठेच्या मर्यादा आडव्या आल्या. त्यानंतर रोज स्टेशनवर आले की, त्याला शोधण्याचा नवा चाळाच नजरेला लागला. तो आपल्या टोळक्यात हमखास असे; पण तसाच वेगळा, अलिप्त. त्याची नजरसुद्धा वाट पाहत असावी. नजरानजर झाली की, तो छानसा हसे. हात हलवून अभिवादन करी. एकदा घरी काहीतरी होते. पाहुण्यांसाठी आणलेले सामोसे, वेफर्स वगैरे जिन्नस उरले होते. आई म्हणाली, ''घेऊन जा की, तुझ्या स्टेशनवरच्या त्या मित्रासाठी.''

आई नुसती बोलली नाही, तर आठवणीनं तिने पिशवीच हातात दिली. रोजच्यासारखी नजरभेट झाली. मी त्याला खूण करून जवळ बोलावले. त्याच्या नजरेत आश्चर्य तरळले. तो जवळ आला. हसला; पण साशंक. मी पिशवी त्याच्यापुढे केली.

''हे घे, माझ्या आईने तुझ्यासाठी खाऊ दिला आहे.''

त्याचा हात काही लगेचच पुढे झाला नाही. नजरेतील शंका अधिकच गहिरी झाली.

“दीदी उष्टे नाही नं? मी उष्टे खात नाही. त्यापेक्षा उपाशी असलो तरी ते सहन करतो.”

आता आश्चर्य वाटण्याची वेळ माझी होती; पण का कुणास ठाऊक, त्याचा तो प्रश्न ऐकून मला त्याचा राग आला नाही, कारण कदाचित त्याच्या स्वरातून आणि आविर्भावातून व्यक्त झालेली मिजास नव्हे, तर अगतिकसा खजीलपणा मला जाणवला असावा. मी गडबडीने म्हणाले, “अरे छे! छे! अजिबात उष्टेमाष्टे नाही. माझी आई तुझ्यासाठी उष्टे कसे पाठवील? हो; पण काल रात्रीचे आहे. चालेल का तुला? बघ. नाही तर त्या पोरांना वाटून टाक.”

“चालेल दीदी. रात्रीचेच आहे ना? मग नक्कीच चालेल. तुम्ही प्रेमाने आणलेत माझ्यासाठी. मी नक्की खाईन. त्या चोरांना का देऊ? माणसाने प्रसंग पडला तर शिळे खावे; पण काही झाले तरी कोणाचे उष्टेमाष्टे खाऊ नये; त्यामुळे दुसऱ्यांचे दुष्ट विचार आपल्या मनात शिरतात, असे आई...”

पिशवी त्याच्या हातात सोपवेपर्यंत गाडी आली. गाडीपुढे सारे गौण. प्रत्येक भेटीत हा पोरगा काही वेगळेच रूप उघड करी आणि माझ्यासाठी नवे प्रश्न निर्माण करून ठेवी. या प्रसंगापासून तो थोडा मोकळा झाला. नुसता हात न हलवता, कधीमधी पुढे येऊन चार-दोन वाक्ये बोलू लागला. आमच्या ग्रुपच्या मते मी जरा जास्तच शिष्ट आणि आखडू म्हणवली जाते; त्यामुळे एका भणंग पोराशी मी हसून बोलते, हा चर्चेचा विषय होऊ लागला. पुढे अनेकदा मी त्याला खाण्याचे जिन्नस दिले. तर कधी आधीच विचारून धाकट्या भावाचे जुने; पण व्यवस्थित असलेले कपडे दिले. एकदा त्याला शंकरपाळे, चकल्या आणि करंज्या दिल्या होत्या. दुसऱ्या दिवशी तो माझी वाट पाहत ब्रिजच्या तोंडाशी उभा असलेला दिसला. चेहरा विदीर्ण होता. झटकन पुढे येत, घाईघाईने म्हणाला, “दीदी रागावू नका, पण प्लीज माझ्यासाठी असे दिवाळीचे फराळाचे पदार्थ नका आणत जाऊ. प्लीज...”

“अरे! पण का? का नको आणू फराळाचे?”

“खूप त्रास होतो...”

डोळ्यांत आलेले पाणी मला दिसू नये म्हणून त्याने मान फिरवली आणि मी काही बोलण्याच्या आधीच त्याने खाली ट्रॅकमध्ये उडी मारली. झपाझप उड्या मारत तो एक नंबरच्या गेटबाहेर निघूनसुद्धा गेला; माझ्यासाठी पुन्हा एक प्रश्नचिन्ह मागे ठेवून.

एकदा ऑफिसातून परस्पर कोणत्याशा कार्यक्रमाला गेले होते. बांद्र्याला गाडीतून उतरले, तेव्हा रात्रीचे साडेनऊ वाजून गेले होते. त्या दिवसांत ती ज्वळपास मध्यरात्रच! त्या पोरांचे टोळके तिथेच टवाळक्या करत बसलेले होतेच.

मला गाडीतून उतरताना पाहताच तो पुढे आला.

“नमस्ते दीदी. आज परत यायला खूप उशीर झाला. आता घरी कशा जाणार?”

“हो अरे, जरा बाहेर काम होतं; त्यामुळे झाला जरा उशीर. कशी जाणार म्हणजे? बसनेच. रोजच्यासारखी. रात्री साडेबारापर्यंत असतात बसेस आमच्या कॉलनीसाठी. मिळेल मला बस.”

“एकट्याच जाणार एवढ्या रात्री?”

“हो एकटीच. आता कुठून आणू सोबतीला कुणी?”

खजील होऊन तो हसला. मग काहीसा संकोचत, घुटमळत चाचरत म्हणाला, “दीदी, रात्रीची वेळ आहे. बसस्टॉप खाटीकखान्याच्या गेटसमोर आहे. शेजारच्या कबाबच्या दुकानातली माणसे चांगली नसतात या वेळी. बसची वाट बघत नका थांबू. तुम्ही टॅक्सी करूनच जा.”

“बरोबर आहे तू म्हणतोस ते; पण स्टेशनजवळ वर्दळ असते या वेळीसुद्धा. स्टॉपवर भेटेलच की कुणीतरी एरियामधले. जाईन मी बसनेच. कॉलनीतला बसस्टॉपसुद्धा अगदी घराजवळ आहे; त्यामुळे तिथेसुद्धा भीतीचे कारण नाही. नको काळजी करूस. जाईन मी नीट.”

“पण दीदी...”

तो पुन्हा घुटमळला.

“आता परत आणखी पण काय?”

“काही नाही. मी म्हणत होतो, तुमची हरकत नसेल तर मी येऊ का तुमच्यासोबत बसस्टॉपपर्यंत?”

त्याच्या आवाजातली कातरता आणि काळजी मला जाणवून गेली. डोळ्यांत तरळणारी भीती आणि चेहऱ्यावर उमटलेली चिंतेची व्यग्रता अन् व्याकुळता पाहून मला नकार देववेना. मी फक्त हसले आणि खुणेनेच त्याला चल म्हणाले. दोघांत अंतर राखून तो चालत निघाला.

“काय रे, अरे, इतके दिवस आपण भेटतो आहोत; पण तू कधी आपले नाव नाही सांगितलेस.”

“तुम्ही कधी विचारलेच नाहीत.”

“हो, तेही खरेच म्हणा. बरे, आज विचारते. काय रे? नाव काय तुझं?

“पाच नंबर.”

“हा कशाचा नंबर? मी नाव विचारले तुझे.”

“हो तेच माझे नाव आहे. पाच नंबर प्लॅटफॉर्मवर राहतो ना, म्हणून पाच नंबर.

“छे! हे काही बरोबर नाही. आई-वडिलांनी काहीतरी नाव ठेवले असेलच की.”

“नाही. तुमच्यासाठी सांगायला हेच नाव ठीक आहे. नाव सांगितले की,

आडनाव विचाराल. मग आईचे नाव, बापाचे नाव विचाराल. कुठून आलास? का आलास? कसा आलास? चौकशी करत राहाल. ते सारे सांगण्यात मला लाज वाटावी असे काहीच नसले, तरी ते ऐकून तुम्हाला त्रास होईल; म्हणून तुमच्यासाठी हेच नाव ठीक आहे. तुम्हाला वाटलेच, तर तुम्हाला आवडेल त्या नावाने हाक मारा.''

''अरे, पण तुझे दोस्त तुला कोणत्यातरी नावाने हाक मारतच असतील की.''

''दोस्त? दोस्त कुठले? सोबतीपुरते, कामापुरते जवळ आलेले सोबती ते. ते कशाला हाक मारतील? चिडवायला, छळायला, सतवायला कोणतेही नाव चालते. त्यांच्या मूडप्रमाणे ते रोजच बदलत असते.''

''दिवसभर काय करतोस?''

''हमाली. पहाटे पाच वाजता पेपरचे गठ्ठे येतात. त्यानंतर फुलवाल्यांचे आणि भाजीवाल्यांचे बोजे येतात. बाहेरगावाहून आलेले, लवकर सुटणाऱ्या गाड्या पकडायला जाणारे प्रवासी येतात. त्यांचे भरपूर सामान असते. आठच्या नंतर ऑफिसला जाणाऱ्यांची गर्दी वाढते, तेव्हा ही वर्दळ कमी होते, तेव्हा मग स्टेशनवरच्या पोलीस चौकीची झाडलोट. स्टेशन मास्तरच्या खोलीची साफसफाई. त्यानंतर दुपारपर्यंत रिकामाच असतो. कधीमधी दुपारीसुद्धा मिळतात बोजे. बुकिंग ऑफिससमोरचे मोठे कँटीन रात्री साडेदहाला बंद होते. मग रात्री त्याची साफसफाई, भांडी घासणे असे काम तास-दीड तास पुरते. काम आटोपले की, कँटीनवाला उसळ-पाव, वडा-पाव किंवा कधी पोरांसाठी शिजलेली भात-भाजी असे काहीतरी खायला देतोच. दिवस कसाही गेला, तरी रात्री उपाशी राहावं लागत नाही.''

''खूपच मेहनत करतोस की दिवसभर. यापेक्षा बूट पॉलिशचा धंदा का करत नाहीस? मेहनत कमी आणि पैसे पण जरा बरे मिळत असतील. तुला चालत असेल, तर सुरुवातीचे सामान मी घेऊन देईन.''

फक्त 'हॅं!' असा उद्‌गार काढून तो हसला. त्याच्या त्या हसण्यातून मला जाणवले की, लोकांचे जोडे पुसणे त्याला मानवणारे नाही. या दैन्यावस्थेतसुद्धा तो आपली प्रतिष्ठा जपत होता.

''ठीक आहे. नको करूस बूट पॉलिश. मग काही धंदा कर. तुझ्या सोबतची पोरे करतात तसा. त्या पोरीसुद्धा बघ काहीबाही विकत गाड्यांमधून फिरत असतात. बऱ्यापैकी कमावत असतील की ते. नाही का?''

''करून करावा तर जरा बरा धंदा करावा. असा चिंधी धंदा करण्यात अर्थ नाही. त्याला पैसापण लागतो. पुढे-मागे मी तेच करणार आहे. त्यासाठी पैसासुद्धा साठवतो आहे. प्रसंग पडला तर उपास काढतो; पण बचत मोडत नाही. आली दीदी, तुमची बस आली. अच्छा! चलतो. बाय बाय. गुडनाइट.''

माझ्या चौकश्यांना जेवढ्यास तेवढी, कोरडी, अलिप्त उत्तरे देऊन तो निघून गेला. मागे वळून न पाहता चालत राहिला. माझ्यासमोर नवीन प्रश्नांची गुंतवळ मात्र त्याने मागे ठेवून दिली; नेहमीप्रमाणेच! एक गोष्ट मला प्रकर्षाने जाणवून गेली की, हा पोरका आहे; पण भणंग नाही. मला सुरुवातीला वाटले तसाच तो बऱ्या संस्कारशील घरचा असावा. सोबत्यांची चेष्टा, टवाळी झेलत आपले वेगळेपण, संस्कार, भाषा, मूल्ये जपण्याचा तो मोठा कसोशीने प्रयत्न करत आहे. कोण असेल हा? नेमके हेच तर त्याला उघड करायचे नाही. वास्तविक ते लोकांची दया, करुणा, सहानुभूती खेचून घेण्यासाठी त्याचे मोठे भांडवल ठरले असते; परंतु या कोवळ्या वयातसुद्धा त्याचा प्रखर स्वाभिमान जागा होता. त्याला कष्टाची तमा नव्हती; पण दयेची भीक नको होती. माझ्या मनात त्याच्याविषयीचे कौतुक आणि माया अधिकच दृढ झाली. 'देवा, या पोराला खूप मोठा कर. त्याचे सारे मनोरथ पूर्ण कर,' मी मनोमन करुणा भाकली.

दिवस पुढे सरकत राहिले. पाच नंबरशी चुटपुटत्या भेटी होत राहिल्या; पण मला पडलेले प्रश्न तसेच कायम होते. तो आस्था व्यक्त करत असला, तरी कटाक्षाने दुरावा कायम ठेवत होता. एक दिवस मी नवी साडी नेसून, विशेष नट्टापट्टा करून स्टेशनवर आले. त्याने मला ब्रिज उतरतानाच पाहिले आणि तो त्याच्या टोळक्यातून उठून नेहमीच्या खांबाशी येऊन उभा राहिला.

"दीदी, तुमचे लग्न ठरले का?"

"हो! अरे, पण तू कसे ओळखलेस?"

"लग्न ठरले की, मुली अशाच छान छान दिसतात."

"हो का? तुला बरं माहीत आहे रे हे सगळं?"

तो फक्त हसला; पण त्या हसण्यात नेहमीची निर्व्याज प्रसन्नता नव्हती, सहजता नव्हती. उरातली कळ दाबण्याची धडपड स्पष्ट जाणवत होती.

"काल साखरपुडा झाला. हे बघ माझ्या आईने तुझ्यासाठी पेढे आणि खाऊ पाठवला आहे. घे. पिशवीमध्ये तुझ्यासाठी नवीन टी-शर्टसुद्धा आहे."

आवेगाने त्याने पिशवी जवळजवळ ओढूनच घेतली. नेहमी त्याला काही दिले की, तो थँक्यू म्हणे. अगदी न चुकता; पण या वेळी काही न बोलता तो गर्रकन वळला. त्याच्या शरीराला सुटलेला कंप जाणवण्याइतका स्पष्ट होता. नेहमीप्रमाणे उड्या मारून, रूळ ओलांडत स्टेशनबाहेर निघून गेला. त्याने दाबण्याचा प्रयत्न करूनसुद्धा बाहेर पडलेला हुंदका मला स्पष्ट ऐकू आला. त्यानंतर दहा-बारा दिवस तो मला दिसलाच नाही. त्याच्या सोबत्यांकडे चौकशी करावी असे मनात आले; पण नाही केली. करणार तरी कशी? अशा भणंगांशी आपल्यासारख्या पांढरपेशांनी, त्यातही मुलींनी कसे बोलावे? शक्यच नाही. संध्याकाळी घरी परतण्याच्या वेळी ही

पोरे दिसत नाहीत. ती त्यांच्या उद्योगात मग्न असतात. बऱ्याच दिवसांनंतर इतके दिवस गायब असलेला पाच नंबर सायंकाळी गाडीतून उतरताना समोरच्या बाकावर एकटाच बसलेला दिसला. त्याच्या अंगात मी दिलेला नवा टी-शर्ट होता. मिटल्या डोळ्यांमधून घळाघळा पाणी वाहत होते. हुंदक्यांनी अंग गदगदत होते. त्याच्या जवळून माणसांचे लोंढे सरकत होते; पण ना त्यांना याची जाणीव होती, ना याला त्यांची. एवढ्या कोवळ्या वयात एखाद्या प्रौढासारखा कणखर भासणारा पाच नंबर अशा अवस्थेत कधी नजरेला पडेल, अशी मला अपेक्षाच नव्हती. माझ्या नकळत मी थांबले. मला तसे अडखळलेले पाहून ग्रुपमधल्या मैत्रिणी सहेतुक हसत, निरोप घेऊन बसच्या घाईने निघून गेल्या. काही वेळ त्याला निरखत मी तशीच उभी राहिले. मग हातातल्या छत्रीने त्याच्या खांद्याला हलकासा स्पर्श केला. दचकून त्याने डोळे उघडले. नजरेत ओळख उमटायला काही क्षण जावे लागले. मग अस्फुट हसत तो उभा राहिला आणि झटकन वाकून त्याने मला नमस्कार केला.

"अरे! अरे! हे काय? आणि असा नमस्कार का करतोस? काय झाले? काही प्रॉब्लेम आहे का? होतास कुठे इतके दिवस?"

बाजूने जाणारे माना वळवून आमच्याकडे पाहत होते. तरणीताठी सुशिक्षित फॅशनेबल मुलगी या अशा सडकछाप भणंग पोराबरोबर बोलत उभी असल्याचे कुतूहल त्यांच्या नजरेतून लपत नव्हते; पण मला त्याची पर्वा नव्हती. या एकाकी, अनाथ, निष्पाप तरी स्वाभिमानी पोराचे सांत्वन करणे या घडीला सर्वांत जास्त मोलाचे आणि महत्त्वाचे होते. ते काम या क्षणी माझ्याशिवाय दुसरे कोणीच करू शकणार नव्हते.

"प्रॉब्लेम? नाही. काहीच प्रॉब्लेम नाही. तुमची खूप आठवण येत होती आज सकाळपासून. तुमचीच वाट पाहत बसलो होतो. हा बघा, तुम्ही दिलेलाच टी-शर्ट घातला आहे मी. कसा दिसतोय?"

"अरे हो, खरंच की. छान दिसतोय हं तुला. हा माझा खास आवडता रंग आहे; पण मग हा असा रडत का होतास?"

"आज माझा वाढदिवस आहे."

"अरे वा! मेनी हॅपी रिटर्न्स ऑफ द डे. काय रे वेडोबा, मग मस्त हसायचे की रडत बसायचे? चल, चल. काहीतरी घेऊ या तुझ्यासाठी. भेळ खातोस? की मसाला डोसा? चल, तुला मस्त आइस्क्रीमसुद्धा घेऊन देते. ऊठ, ऊठ, चल. रडत काय बसलास वेडोबा."

"नाही, दीदी मला काहीच नको. निदान आज तरी नको."

"माहीत आहे तुझे तत्त्व; पण मला दीदी म्हणतोस ना? मग वाढदिवसाला दीदीकडून काही घेतलं तर चालतं."

“हो, म्हणून तर हा टी-शर्ट घेतला तुमच्याकडून काही न बोलता त्या दिवशी; पण प्लीज, आज काही नको.”

हे बोलतानाही त्याला पुन्हा भरून आले होते; पण त्याने स्वतःला सावरले. शेवटी मोठ्या मिनतवारीने आग्रह करून त्याच स्टॉलवरून त्याला कचोरी, सामोसा, ख्वाजा, प्लम केक वगैरे घेऊन दिले. मँगोला प्यायला लावला. शिवाय साठे क्रीम बिस्किटचे दोन पुडे घेऊन दिले. तो खात असताना त्याच्याशी खूप गप्पा मारल्या. बऱ्याच वेळाने पठ्ठ्याची कळी काहीशी खुलली; पण म्हणून त्याने मोकळ्या मनाने काही सांगितले असे नाही.

“दीदी, तुम्ही लोचट म्हणाल मला; पण रागावणार नसाल, तर एक सांगू?”

“सांग ना, त्यात विचारायचे काय?”

“दीदी, खरोखरच तुम्हाला काही द्यायचे असेल, तर मला एखादी नोकरी मिळवून द्या. वाट्टेल ते काम करीन. द्याल तो पगार घेईन. फक्त झोपण्यापुरती आणि अंघोळीपुरती जागा द्या. दिवसेंदिवस या भुतांबरोबर राहणं कठीण होतंय.”

“बरे झाले, तूच विषय काढलास. या तुझ्या वाढदिवसाच्या गडबडीत मी विसरूनच गेले होते. तुझ्यासाठी एक काम शोधून ठेवले आहे मी. आमच्या घरासमोर टायपिंग क्लास आहे. झाडलोट, साफसफाई आणि इतर सटरफटर कामे करायची आणि हो, सगळ्यांत महत्त्वाचे, रात्री क्लासमध्येच झोपायचे.”

“थँक्यू दीदी.”

त्याने पुन्हा एकदा वाकून नमस्कार केला. मी संकोचले. स्टॉलवरची आणि सभोवतालची माणसे आम्हाला हसत होती; पण आम्हा दोघांनाही त्याची तमा नव्हती.

“खरंच थँक्यू दीदी. कधीपासून येऊ मी कामाला? उद्या येऊ तुमच्यासोबत? की आजच येऊ?”

“जाऊ, अगदी लवकरच जाऊ. आता माझं लग्न ठरलं आहे ना, तर देवदर्शनासाठी आम्ही उद्या गावाला जाणार आहोत. त्यासाठी मी आठ दिवसांची रजा घेतली आहे. रजेवरून आले की, घेऊन जाईन तुला, लगेचच. निश्चिंत राहा आणि बरं का नोकरीच्या ठिकाणी तुला तुझे खरे नाव सांगावेच लागेल. तिथे काही हे पाच नंबर नाव चालणार नाही.”

तो फक्त हसला. मोकळेपणाने, अगदी खळखळून. विषयाला बगल देत म्हणाला, “दीदी, कधी लग्न आहे तुमचे? मला न्याल लग्नाला?”

“म्हणजे काय? तुझ्या दीदीचे लग्न आणि तू नाहीस असं कसं? आणि हो, लग्नात कामं करावी लागतील बरं का तुला, फुकटात काही मिळणार नाही. दिवाळीनंतर लगेचच आहे लग्न.”

इतक्या दिवसांत पहिल्यांदा त्याच्या चेहऱ्यावर बालसुलभ निरागस हसू पहिले. एकदा वाटले, त्याला लगेचच, आत्ताच टायपिंग क्लासमध्ये घेऊन जावे; पण नाही नेले. त्याचा निरोप घेऊन तशीच निघाले. आठ-दहा दिवस म्हणजे जरा उशीरच होईल, अशी शंकेची पालही मनात चुकचुकली; पण मी लक्ष दिले नाही. कारण नियतीच्या मनात काही वेगळेच असावे. सुटी संपवून गाडी पकडण्यासाठी स्टेशनवर आले; पण नेहमीच्या जागी पाच नंबर दिसला नाही. माझी अपेक्षा होती तो वाट पाहत पायऱ्यांशी उभा असेल. स्टॉलशेजारी त्याचे टोळकेसुद्धा दिसत नव्हते. पुढच्या तीन-चार दिवसांतसुद्धा तो दिसला नाही. न राहवून मी ग्रुपमध्ये चर्चासुद्धा केली. कदाचित त्यांच्यापैकी कुणाला तो दिसला असेल. सर्व मैत्रिणींनी उलट माझीच चेष्टा केली. कोणी धड उत्तर दिले नाही. फक्त तिलोत्तमा शानभाग तेवढी म्हणाली, "अगं, त्यांचे सारे टोळकेच गायब झाले आहे, गेल्या काही दिवसांपासून. नाहीतरी खुंटीवरचे कावळेच मेले. गेले असतील कुठेतरी नवीन उकिरडे फुंकत. तू का जिवाला घोर लावून घेतेस?"

माझ्या लक्षात आले, खरोखरच त्याच्या टोळक्यातले कुणीच दिसत नव्हते. संध्याकाळी घरी परत जाताना मुद्दाम थांबून स्टॉलवाल्याकडे त्याची आणि त्याच्या टोळक्याची चौकशी केली.

वाढदिवस प्रकरणापासून आता ते मला चांगलेच ओळखू लागले होते. तुटक रुक्ष स्वरात स्टॉलवरच्या मुकादमाने सांगितले, "अभी वो लोग नय आता है इदर। मेडम, ये साले हरामी लोग हैं। इन के उपर भरोसा नय करनेका। कुच जादा नई दिया ना आपने, उस हरामीके पिल्ले कु? कबी दिखेगा, तो बोलेगा आपकु गाडी के टाइमपर।"

माझ्या मनाला चुटपुट लागून राहिली. कुठे गेलं असेल हे मनस्वी पोरगं? पोलिसांनी तर नसेल उचलून नेलं? मग मी मुद्दाम एकदा सवड काढून पोलीस चौकीत आणि स्टेशन मास्तरांकडे विचारपूस केली. तिकीट खिडकीसमोरच्या मोठ्या कँटीनमध्ये चौकशी केली; पण मला फक्त उडवाउडवीची उत्तरे आणि अनाहूत सल्ले मिळाले.

माझी नजर आणि मन येता-जाता पाच नंबरला शोधत राहिले. त्याच्या टोळक्यातले कुणी दिसते का बघत राहिले. एक दिवस अचानक संध्याकाळी परतीच्या गाडीत त्याच्या टोळक्यामधली ती पोरगी मला दिसली. अनायासे अगदी समोरच आली. लोअर परळला ती डब्यात शिरली, तेव्हाच मी तिला ओळखले. पिना, टिकल्या विकत ती फिरत होती. कदाचित आज ही भेटण्याचा योग होता; म्हणून मला फास्ट ट्रेनऐवजी बांद्रा लोकलने येण्याची बुद्धी झाली असावी. तिच्यावर लक्ष ठेवून ती जवळ येण्याची वाट पाहत राहिले. गर्दी नसल्याने ती सतत माझ्या

नजरेच्या टप्प्यात राहू शकत होती. दादरला ती माझ्याजवळ आली. क्लिप्स घेण्याचा बहाणा करून मी तिला थांबवून घेतले. 'लव्ह इन टोकिओ'चा जोड बघताबघता सहज विचारल्यासारखे तिला विचारले, "ए, तुम लोग बांद्रा स्टेशन पे रहते है ना? पाच नंबर की प्लॅटफॉर्मपर स्टॉल के पास?"

केवढ्याने दचकली ती. चमकून तिने माझ्याकडे पाहिले. तिच्या नजरेत मला ओळख दिसली. गाडी मांटुगा रोड स्टेशनात शिरत होती. हातातला डबा तिने धाडकन बंद केला. माझ्या हातातली वस्तू हिसकावून घेतली आणि दाराकडे धावली. गाडी थांबण्याची वाट न पाहता उडी टाकून ती पळत सुटली. तिचे ते दचकणे आणि पळून जाणे पाहून माझ्या काळजीत अधिकच भर पडली. माझी नजर अधिकच तल्लख आणि सावध होऊन त्या टोळक्यातल्या पोरा-पोरींचा शोध घेत राहिली. त्या दिवशी पुन्हा एकदा ती मला दिसली. पाच नंबरवरच्या स्टॉलजवळ, त्यांच्या नेहमीच्या जागी. तिच्यासोबत त्यांच्या टोळक्यातील दोन मुलेसुद्धा होती. एक बूट पॉलिशवाला आणि दुसरा कंगवे-फण्या विकणारा. त्या तिघांचा पैशाच्या देण्या-घेण्यावरून काही वाद सुरू असावा, कारण कंगवेवाल्याच्या हातात काही नोटा होत्या. त्याला एका खांबाशी दोघांनी असे अडवून ठेवले होते की, त्याने निसटून जाऊ नये. मी त्यांच्याजवळ जाऊन उभी ठाकले. तिघेही दचकले; पण त्यांचे चेहरे बेदरकार होते.

"काय गं? पळून का गेलीस त्या दिवशी? मी काय तुला खाणार होते की पोलिसांत देणार होते?"

"नई, पर मुजे डर लगा।"

"डर? कशाचे? हं! म्हणजे तू नक्की काहीतरी केले आहेस. सांग कुठे आहे पाच नंबर? तुम्ही लोक गायब का आहात? मुकाट्याने खरं काय ते सांग, नाहीतर पोलिसांत देईन."

माझ्या प्रश्नाचे उत्तर पॉलिशवाल्याने दिले, पण प्रश्नातच.

"पाच नंबर कोण? आमी समदेच पाच नंबर हावोत."

"जास्त हुशारी दाखवू नकोस. मी कोणाची चौकशी करते तुला माहीत आहे."

"हां वो, गोरा चिकना शाना स्कालर?"

"तो जो कोणी असेल तो. तुला माहीत आहे ना मला कोण हवा आहे ते; मग मुकाट्याने सांग कुठे आहे तो?"

"मला आता चाय-पावची भूक लागली हाय."

एका चौदा-पंधरा वर्षांच्या पोराचा तो सौदेबाजीचा हलकट ढंग पाहून, माझ्या तळपायाची आग मस्तकात गेली; पण काही न बोलता पर्समधून दोन रुपयांची नोट काढून मी त्याच्या अंगावर फेकली. दोन बोटांच्या कैचीत नोट पकडून त्याने ती त्या

पोरीसमोर धरली आणि मोठ्या प्रौढीने तिला स्टॉलकडे जाण्याची खूण केली. मोठ्या तोऱ्यात तिने नोट कब्जात घेतली आणि स्टॉलकडे जाताजाता फणकाऱ्याने म्हणाली, "जाती है, पर इस भडवे को भागने नई देना।"

"मोफतमंदी चाय-पाव मिळतो तं तो काय पळून जाणार!"

"हं बोल, आता मिळतोय नं तुला चहा-पाव? नीट खरे सांग मला."

"अरे दीदी, पयले येऊ त दे नास्ता. तुमाला जल्दी जाली हाय काय जायची? मंग जावा तुम्ही निवांत."

त्याची ढब आणि आविर्भाव पाहून माझा अगदी तिळपापड झाला; पण संतापून उपयोग नव्हता. संयम राखला तरच काही होणार होते. दोन मिनिटांत ती पोरगी कागदात बांधलेले बटाटेवडे, पाव आणि बश्यांमध्ये मसालेदार रगडा घेऊन आली.

"और चाय?"

"पयले आनले ते गिळ, मंग गरम आनीन."

"हुं! बोल आता नीट."

"वो मर गया. गाडीखाली आला आणि कटून मेला."

"मेला? गाडीखाली आला? कधी? असा कसा आला गाडीखाली? मग तुम्ही लोक का पळून गेला होतात? सगळे नीट सांग, नाहीतर जन्माची अद्दल घडवीन; लक्षात ठेव."

"दोन रुपयांत इतकेच भेटते."

त्या पोरांची गुन्हेगारी प्रवृत्ती, क्रूर, स्वार्थी हलकटपणा पाहून मला त्यांची शिसारी आली. त्यांना चाबकाने फोडून काढावे अशी ऊर्मी मनात उसळ्या मारू लागली. महत्प्रयासाने स्वतःला आवरून, एक दहा रुपयांची नोट मी त्याच्या अंगावर भिरकावली.

"बस, इतकेच?"

संतापाने मी काही बोलण्याआधीच कंगवेवाला मध्ये पडला. त्याने ती नोट त्याच्या हातातून खेचून घेतली. तो वयाने आणि ताकदीनेसुद्धा वरचढ असावा. कारण पॉलिशवाल्याने त्याला प्रतिकार केला नाही.

"अबे ए पॉलिश, आता शानपत्ती बास कर. दीदी काय कोनी गैर नाय. दीदी हाय ती स्कारलची. काय झाला समदा नीट बैजवार सांग तेनला. नायतर समदा उसळ-पाव म्याच तुझ्यातून भाईर काडीन. दीदी, ह्ये पैशे परत घ्येवा. आपल्याच माणसांशी सौदेबाजी करतू भडवा."

"असू दे तुमच्याकडेच. माझ्या पाच नंबरला काय झाले, ते नीट सांगा."

कंगवेवाल्याकडे भयमिश्रित नाराजीचा कटाक्ष टाकत पॉलिशवाल्याने सांगायला सुरुवात केली.

"लगभग दोन महिने झाले अस्तीन. दीदी, त्या दिशी लय पाऊस पडत व्हता. असा येड्यागत कोसळत व्हता की, वाटला, आता दुनिया पान्यात डुबते का काय. वारा बी लय तुफानी व्हता. असा पाऊस आला की, समदा सात नंबर वला व्हतो. नुसती राड व्हते. उबं रायला बी जागा ऱ्हात नाय, मंग झोपायचा सवालच नाय. मंग सात नंबरचे भिकारी आन गर्दुल्ले भडवे हितं आमच्याकडं गर्दी करत्यात. तशी ते खेपी बी साले आले इतं आमच्या जागत. त्यांनी संगत येक पोरगी बी आनली व्हती. येकदम चिकनी, गोरी, शिनिमात हिराइनवानी दिसनारी. तशीच तोकडे कपडे घातल्याली. ती त्यानला 'डोस दे, डोस दे' म्हनून मागत व्हती. आन ह्ये रांडीचे तिची मस्करी करत व्हते. मंग शिनिमातले व्हिलन लोक करत्यात तशी तिची छेडछाड कराया लागले. मस्त फुकटचा शिनेमा सुरू व्हता. आता फुकटात भेटनारी मजा गपगुमान बघावी का न्हाय, पर तुमचा तो स्कालर सोताला लय सब्य, जंटलमन समजनारा शाना, त्यानं आवाज दिला त्या पोरांना. तशी ती कुत्री भडवी लईच च्येकाळली. येकानं तर तिच्या खमिसाची बटनच तोडून काढली. आता ती पोरगी बी लई घाबरली. ओरडाया लागली. त येकानं तिला धक्का देऊन पार आडवी पाडली. पोरगी हात-पाय झाडाया लागली. येक दाडीवाला तिच्या उरावर बसून तिला हिसडे देया लागला. स्कालरनं पुन्यांदा आवाज ध्येला, तर दाडीवाला त्याला लई घान वंगाळ बोलला. त्ये आइकून आपला गडी येकदम पेटलाच की. माजा पालिशचा बाकस घेऊनशान धावला आन हानला डोसक्यात दाडीवाल्याच्या. तो डोस्का धरून साला खाली पडला. तशी पोरगी झटक्यात उठून उबी झाली. लय घाबरली व्हती. लटालटा कापत होती. आमच्या पोरींनी तिला धरून ब्रिजवर न्येली. हातातलं सावज निसटल्याचं पाहून ते गर्दुल्ले लई पिसाळले. तेंनी स्कालरला लाथा-बुक्क्यांनी हाणाया सुरुवात क्येली."

"तुम्ही काय करत होतात? नुसता फुकटात भेटतो म्हणून तमाशा बघत बसलात का?"

"छ्या! आसं कसं सोडनार त्येंना? दीदी, आखिर स्कालर आपला भिडूच की. आमी बी भिडलो गुर्दुल्ल्यांवर, पर दीदी, कितीबी मारा-हाना, काय बी दुकत न्हाय गर्दुल्ल्यांना. आमी त्येना हानत हुतो, पर आमचा मार झेलत त्ये स्कालरला हानत ऱ्हायले. आखिरला हा कंघी आन दुसरा पाकीट त्येंच्या गर्दीत घुसले आन त्यांनी स्कालरला गर्दीतून भाईर काढला. आन स्कालरला दूर चालवला. पन तेवड्यात मोटा राडा जाला. राती दोन वाजता टेस्टिंग ट्रेन जाती. लई फास्ट जाती. तिचा भोंगा आइकून त्यो दाडीवाला उठला आन धावला स्कालरकडं. काय व्हतंय ते कळन्याआदीच त्यानं स्कालरच्या गळ्याला मिटी घातली. तेवड्यात ट्रेन टेसनात आली फास्टमंदी. तशी दाडीवाल्यानं स्कालरसकट सोताला ट्रेनसमुर झोकून घ्येतलं. आता इतक्या

फास्ट ट्रेनखाली पडल्यावर काय व्हनार. तुकडं तुकडं जालं दोगांचं बी.''

तो भयंकर प्रकार ऐकून माझ्या हाता-पायांतलं बळच गेलं. मी तिथे प्लॅटफॉर्मवरच मटकन खाली बसले. ते भयंकर दृश्य माझ्यासमोर उभे राहिले. माझ्या साऱ्या संवेदना हरपल्या. त्या क्लिपवाल्या पोरीने माझ्या तोंडावर सोडा-वॉटरचा फवारा मारला असावा. त्याच्या थंडगार चुरचुरण्याने मी भानावर आले. तिने सोड्याची अर्धी बाटली माझ्यासमोर केली. कठपुतळीसारखी हालचाल झाली. बाटली तोंडाला लावून मी घटाघटा ती रिकामी केली, तेव्हा नीट पुरती भानावर आले. उठून उभी राहिले.

''अरे देवा, एवढं रामायण घडलं; पण पोलीस नाही आले तुमची मारामारी सोडवायला, त्या पोरीला सोडवायला?''

''समदा दोन-पाच मिल्टांचा ख्येळ. आन पोलीस गर्दुल्ल्यांच्या फंदात पडत न्हाईत.''

''मग पुढे? तो कोण, त्याचे खरे नाव काय? कुठून आला? काही समजले का?''

''फुडं काय? काय ठावकी. गुर्दुल्ले पळाले. आमी बी लय घाबरलो होतो. बारा वाटा पळालो. पोलीस धरतील म्हून इथं तिथं लपत व्हतो. कालधरनंच पुन्यांदा ठिकानावर आलू. आन आज न्येमका तुमचा सामना जाला.''

मी कशीबशी भेलकांडात स्टेशनबाहेर आले. अंतर राखून तिघेही माझ्या मागे चालत असल्याचे मला जाणवत होते; पण मी त्याची दखल घेतली नाही. मी स्टेशनबाहेर येताच पुढे होऊन कंघीने एक टॅक्सी थांबवली. पॉलिशने दार उघडून धरले. मी स्वतःला टॅक्सीत झोकून दिले. मला हंबरडा फोडून मोठ्याने रडावेसे वाटत होते. एक संवेदनशील, निष्पाप जीव फुकटफाकट गेला होता. त्याच दिवशी मी त्याला टायपिंग क्लासमध्ये नेले असते, तर हे पुढचे अभद्र टळले असते, या जाणिवेने मी अधिकच खचून गेले. दोन दिवस जणू भ्रमिष्टासारखीच झाले होते. आई-बाबांनी खूप समजावले. तो कुत्र्याच्या मोतीने नव्हे, तर एका मुलीची अब्रू वाचवण्यासाठी वीरमरण पत्करून गेला असे पटवून दिले, तेव्हा हळूहळू ताळ्यावर आले; पण मी बडाफास्टने जाणे सोडून दिले. बांद्रा लोकलने जाऊ लागले. लग्नाच्या गडबडीत हळूहळू सारे मनाआड झाले. लग्न झाले. बांद्रा स्टेशनचा संबंध तुटला. रिटायर झाल्यावर बाबासुद्धा बांद्रा सोडून गेले. सर्वभक्षी काळाच्या जाड काळ्या आवरणात पाच नंबर विस्मृतीच्या कोशात गुरफटला गेला.

वर्षे उलटली. मी संसारात रमले. धाकट्या नातवाची - धाकट्या मुलाच्या मुलाची मुंज निघाली. मुलगा दिल्लीला पी.एम. ऑफिसमध्ये मोठा हुद्देदार असल्याने त्याला सुटी मिळत नव्हती; त्यामुळे तो अगदी वेळेवर येणार होता. मात्र, सूनबाई

आणि नातवंडांना आपण स्वतः जाऊन घेऊन यायचे, असे यांनी ठरवले. आम्ही दोघे राजधानीने दिल्लीला जाण्यास निघालो. गाडी सिग्नलसाठी बांद्रा स्टेशनात थांबली. माझी खिडकी नेमकी प्लॅटफॉर्म नंबर चार आणि पाचवर असलेल्या चहाच्या स्टॉलसमोरच आली होती. स्टॉलशेजारी स्टेशनवर राहणारी काही अनाथ, भणंग पोरे दंगा करत होती. ते दृश्य पाहिले आणि मला जोरात झटका बसला. विस्मृतीचे निबर कवच टराटरा फाटले आणि पाच नंबरच्या आठवणी उफाळून आल्या. त्याच्या आठवणींचा चित्रपट नजरेसमोरून सरकत असतानाच गाडी हलली. पुन्हा एकदा मी पाच नंबरपासून दूर ओढले गेले. माझ्या सर्वस्वी वेगळ्या विश्वात!

मात्र, पहिल्या भेटीपासून पाच नंबरने उभा केलेला प्रश्नांचा गुंता आजसुद्धा तसाच कायम होता. 'मनसा चित्तयेत कार्यम् दैवम् अन्यत्र चिन्तयेत' हे शाश्वत सत्य मागे ठेवून तो निघून गेला होता. पुन्हा कधीच न भेटण्यासाठी. साधा निरोपसुद्धा न घेता.

(२० मे, २०१५)

◆

कर्मयोगी

शारीरिक उणिवांवर मात करून कर्मयोग प्रत्यक्ष जगणारा सामान्यातला असामान्य अवलिया

दुपारचे जेवण आटोपून हात धुवत असतानाच फोन खणखणला.

"बाबा, गणेशकाका."

एवढ्या दुपारी गणेशचा फोन आलेला पाहून जरा आश्चर्यच वाटले.

"नमो नमः। बोल गणेश. काही विशेष?"

"नमो नमः नित्यानंद. दुपारची झोपमोड केली का?"

"नाही, अरे लेक-जावई आलेत. आत्ताच जेवण आटोपले."

"तिनेच फोन घेतला होता ना, मला आवाजावरून अंदाज आलाच होता. बरे असू दे. मी संध्याकाळी करतो परत फोन."

"अरे, असा संकोच काय करतोस? ती काय कोणी परकी आहे का? तसेच काही महत्त्वाचे कारण असल्याशिवाय तू फोन करणार नाहीस. बोल."

"अनंतराव गेले."

"सुटले! सुटले बिचारे!! कधी?"

"आजच. सकाळी साडेअकराच्या दरम्यान."

"रुग्णसेवा संघातच होते ना? पंधरा दिवसांपूर्वी फोनवर बोललो, तेव्हा भास्कर त्यांना घरी नेण्यासंबंधी बोलत होता म्हणे."

"त्यांना तशी आशा वाटत होती. भास्करला तू ओळखतोसच."

"खरं आहे तुझं. कसे गेले? जाताना फार त्रास झाला का रे?"

"नाही. आयुष्यभर दुःखाशी झगडणाऱ्या अनंतरावांना मरण मात्र अगदी शांतपणे आले." रोज सकाळी नाश्ता झाल्यानंतर कार्यालयात बसून पोस्टकार्ड लिहायचे; पण आज पांडू त्यांना न्यायला आला तर जरा पडतो म्हणाले. डॉ. कल्याणराव मरगज रोज सेवा संघातून परत जाताना त्यांना भेटून जातात. आज या वेळी

अनंतरावांना झोपलेले पाहून त्यांना जरा आश्चर्य वाटले. अशुभाची शंकासुद्धा आली. नाडी पाहिली तर ते केव्हाच गेले होते. न सांगता सवरता, निरोप न घेता.''

''अरे बापरे! बरे, आता अंत्ययात्रा कधी? त्यांच्या घरून की भास्करच्या किंवा रवीच्या?''

''मी आत्ता शिवाजी पार्क स्मशान भूमीमधूनच बोलतो आहे.''

''म्हणजे? अरे, आत्ता जेमतेम दोन वाजताहेत. अरे इतक्या लवकर कसे आटोपू शकता तुम्ही? केवढा मोठा त्यांचा जनसंपर्क. लोकांना अंत्यदर्शन घेण्यासाठी वेळ द्यायला हवा होता. हे तुम्ही बरोबर नाही केलेत.''

''तुझा राग स्वाभाविक आहे; पण काय सांगू तुला नित्यानंद, एक एक गोष्ट पाहिली की, जगाचे आश्चर्य वाटते. लोकांच्या वागण्याचा संताप करावा की कीव करावी समजेनासेच होते. आपल्याला आपल्याच असहायतेचा राग येतो.''

''शांत हो. काय झालं?''

''असे कळले की, अनंतरावांनी त्यांचे काही कपडे मागवले होते. ते घेऊन भास्कर अनायासे आजच आला होता. डॉ. कल्याणराव आणि तो मिळूनच त्यांच्या खोलीत गेले होते; त्यामुळे त्याला निरोप देऊन बोलवावे लागले नाही. आज सकाळपासून समन्वयाची पूर्ण दिवसाची बैठक होती; त्यामुळे रुग्णसेवा संघाच्या व्यवस्थापकांनी बैठकीत फोन करूनच निरोप दिला. मधुकररावांनी मी, संजय, मनोहर आणि सचिनला सर्व व्यवस्था करण्यासाठी बैठकीतून मोकळे करून पाठवले. निघतानिघता मनोहरने भास्करला त्याच्या मोबाईलवर फोन केला. तो म्हणाला, तो बॉडी घेऊन दहा मिनिटांतच स्मशानात पोहोचतोय. त्याचे नातेवाईकसुद्धा थेट तिथेच पोहोचत आहेत. आता अधिक चर्चा करण्यात काहीच अर्थ नव्हता. काही सांगण्या-बोलण्याइतपत हातात वेळसुद्धा नव्हता. मनोहरने गाडी सरळ तिकडेच घेतली. आता पार्ल्यावरून शिवाजी पार्कला पोहोचायला कितीसा वेळ लागतो? पण आम्ही तिथे पोहोचायला आणि भास्करने मडके फोडायला एकच गाठ पडली. संजय जाम भडकला होता. आम्ही कसेबसे त्याला शांत केले. त्याला समजावले. शेवटी आपण परकेच. आपण फारतर व्यवस्था करणार, खर्चाची तजवीज करणार. निर्णय घेण्याचा अधिकार शेवटी त्यांच्या रक्ताच्या नातेवाइकांचाच. त्यांना जे योग्य वाटले ते त्यांनी केले. आपण चिडण्यात काय अर्थ आहे?''

''तुझे बरोबरच आहे; पण भास्करने इतकी घाई करायला नको होती. ते असो, पण निदान त्यांचे सगळे नातेवाईक तरी पोहोचू शकले का रे?''

''कुठले? अरे अनंतरावांचे तीन पुतणे, एक भाचा आणि शेवटच्या क्षणी पोहोचलेले आम्ही चौघे. बस्स.''

“काय सांगतोस? अरे, मुकुंदा, दादा, शरदरावसुद्धा नव्हते?”

“अजून त्यांना कळवलेलेच नाही.”

“काय सांगतोस? अरे, त्यांच्या सख्ख्या भावाला आणि मेव्हण्यांनासुद्धा कळवलेले नाही?”

“भास्करचे बोलणे तुला माहीत आहेच. मनोहरने तशी चौकशी केली, तर म्हणतो कसा, उगाचच वेड्यासारखी रडारड आणि सर्वांच्या सुटीचे मातेरे. आता घरी जाऊ तेव्हा एकदमच सांगू. मग जे काय व्हायचे ते एकदाच होईल. त्याला चिंता एकच वाटत होती, रात्रीचा हॉटेलात डिनर घेण्याचा प्रोग्राम कॅन्सल करावा लागला, तर त्याचा पोरगा चिडेल याची.”

“अरे देवा! विचारसुद्धा करवत नाही असे कोणी वागू शकेल याचा; पण काय रे, रवी वगैरेसुद्धा काहीच कसे बोलले नाहीत? तसे पाहता थोरला म्हणून हे निर्णय रवीनेच घ्यायला हवे होते. नाही का?”

“भास्करपुढे कोणाचे काही चालते का? शिवाय शेवटी तेसुद्धा त्याच मातीचे. पुढचे ऐकशील तर चाट पडशील. रवीचा प्रस्ताव तर ऐक. म्हणे अनायासे शिवाजी पार्कला आलोच आहोत, तर ‘आस्वाद’मध्ये जेवूनच जाऊ. रविवारी वालाचे बिरडे आणि ओल्या मटारचे पॅटीस मस्त मिळतात. आम्हालासुद्धा आग्रह केला, म्हणे त्याच्याकडून ट्रीट. संजयला कसे शांत केले ते आमचे आम्हाला माहीत.”

“भयंकर. भयंकरसुद्धा यापेक्षा बरे. आता काय करताय?”

“परत पार्ल्याला बैठकीत निघालोय. जे घडले ते सगळ्यांना एकत्रच सांगता येईल. श्रद्धांजली सभा वगैरे तिथेच ठरवता येईल. बराय, पुढचा कार्यक्रम नक्की झाला की कळवतो.”

“ठीक आहे. रात्री मी मधुकररावांशी बोलून घेतो.”

“नक्की बोल. हे सगळे ऐकल्यावर त्यांना फारच त्रास होणार.”

फोन खाली ठेवून मी सुन्न बसून राहिलो. अशा परिस्थितीत लेक-जावयाशीसुद्धा काही बोलणे शक्य नव्हते. समजूतदारपणे आम्हा दोघांना एकटे सोडून ते दुसऱ्या खोलीत निघून गेले. अनंतरावांच्या आठवणींनी उमाळ्यांवर उमाळे येते होते. मला शांत करण्याचा नलिनी निष्फळ प्रयत्न करत होती.

“मी अनंत मार्तंड कुलकर्णी. नित्यानंद जोशी येथेच राहतात का?”

असे विचारत एक दिवस अनंतराव आमच्या घरी आले होते. चांगला चाळीस -पंचेचाळीसचा दिसणारा माणूस माझा उल्लेख आदरार्थी बहुवचनाने करताना ऐकून दार उघडणाऱ्या माझ्या बहिणीला एवढे हसू आले की, तिला घरात पळून जाण्याशिवाय पर्यायच नव्हता. आता जेमतेम मॅट्रिकच्या वर्गात शिकणाऱ्या पोराचा उल्लेख कोणी एवढ्या सन्मानाने केला, तर त्याच्या धाकट्या बहिणीची प्रतिक्रिया

यापेक्षा वेगळी काय असणार आणि तसेही कितीही बुद्धिमान, हुशार असल्या, तरी या वयातल्या मुलींना फारसा पोच नसतो हेच खरे.

त्यानंतर अनेकदा अनंतराव सकारण वा अकारण आमच्या घरी येत राहिले आणि हळूहळू घरचेच होऊन गेले. ते मुंबई टेलिफोन्समध्ये चांगल्या पदावर काम करत होते; पण ऑफिसच्या नियमित कामाच्या वेळेव्यतिरिक्त सारा वेळ त्यांनी स्वतःला अनेक सामाजिक कार्यांत गुंतवून घेतले होते. त्यांनी अफाट जनसंपर्क निर्माण केला होता. त्यांनी स्वतः कोणत्याही संस्थेत कोणतेही पद कधी घेतले नव्हते; पण त्यांनी त्यांच्या संपर्कातून प्रत्येक संस्थेसाठी प्रामाणिक, कल्पक, विचारी, कष्टाळू आणि कर्तबगार कार्यकर्त्यांची फळी उभी करून दिली होती.

असे काम उभे करणाऱ्या माणसाचे व्यक्तिमत्त्व किती प्रभावी असेल नाही? त्याचे वागणे-बोलणे समोरच्यावर मोहिनी घालणारे नसेल कदाचित; पण छाप पाडणारे निश्चित असले पाहिजे, असा विचार तुमच्या मनात आला असेल तर काही नवल नाही; पण वस्तुस्थिती नेमकी याच्या विरुद्ध होती. फाटके व्यक्तिमत्त्व म्हणजे नेमके कसे? असे कोणी विचारले तर त्याला अनंतरावांसमोर उभे करावे. अक्षरशः फाटके व्यक्तिमत्त्व. हडकुळे शरीर, गालाची हाडे वर आलेली. नजरेत भरावेत इतके वाकडे-तिकडे दात, डोळे तिरळे, त्यातून अधू; त्यामुळे जाड भिंगांचा चश्मा. रंग काळा म्हणता येणार नाही; पण उजळ म्हणण्याजोगासुद्धा नाही. पहिल्या भेटीत ते आम्हाला चाळिशीच्या पुढचे वाटले होते; पण नंतर काही दिवसांनी समजले की, तेव्हा त्यांचे वय फक्त बत्तीस होते आणि त्यांचे लग्न झालेले नव्हते. नीलाताई देवांचा दिलीप तर नेहमी म्हणायचा की, यांनी जर नाटकात काम केलेच तर ते फक्त अष्टावक्र ऋषींचीच भूमिका करू शकतील. जोपर्यंत वहिनी हयात होत्या, तोपर्यंत त्यांचा पोशाख फारसा नीटनेटका नसला, तरी निदान स्वच्छ असायचा. त्यांच्या पश्चात त्याबाबतसुद्धा आनंदच असे. बोलणे रसाळ, चित्तवेधक म्हणावे तर तसेही नाही. लोक त्यांचे बोलणे ऐकत, कारण ते अत्यंत मुद्देसूद आणि केवळ विषयाला धरून असे. आपल्या मुद्द्याच्या पुष्ट्यर्थ ते अनेक दृष्टान्त देत, प्रसंगांच्या आठवणी सांगत. बारीकसारीक पण अत्यंत योग्य तपशील आणि आकडेवारी देत.

तुमच्या मनात आलेली शंका मी अनाठायी म्हणणार नाही. मी काहीतरी खोटे सांगतो, असे तुम्हाला वाटते ना? मी सांगितलेल्यापैकी काही खरे असेल तर काही खोटे. एक तर ते इतके काही फाटके, बेंगरूळ नसावेत किंवा मग त्यांनी जे काम केले असेल, थोडेफार; ते मी अतिशयोक्ती करून सांगत आहे. इतके काम करणारा माणूस इतका फाटका असूच शकत नाही किंवा इतका फाटका माणूस एवढे मोठे काम करूच शकत नाही. कदाचित ते स्वतः जीव तोडून मरेस्तोवर कष्ट करून

काही थोडे काम करत असतील; पण मोठा लोकसंग्रह करून इतरांना कामाला लावत असतील असे कसे शक्य आहे? पण विश्वास ठेवा, हे शंभर टक्के खरे आहे. त्यांच्यामुळे कामात आलेल्या माझ्यासारख्या प्रत्येकाचा हाच अनुभव आहे की, अनंतराव कोणताही विषय इतक्या प्रामाणिकपणे, आत्मीयतेने, अभ्यासपूर्ण रीतीने आणि तळमळीने मांडतात की, त्यांना नकार देणे जवळजवळ अशक्य होऊन बसते. संपर्कात आलेल्या माणसांच्या बारीकसारीक गोष्टी ते आवर्जून ध्यानात ठेवतात. सतत विचारपूस करत असतात. अडचणीतून मार्ग दाखवतात. मग माणूस त्यांचाच होऊन जातो. कामावरची निष्ठा, तळमळ, अभ्यास, वेळेचे काटेकोर नियोजन, टाइम मॅनेजमेंट हे त्यांचे सर्वांत मोठे बळ आहे. त्यांचे एकमेव बलस्थान आहे; त्यामुळे त्यांच्या शारीरिक व्यंगांवर आणि इतर मर्यादांवर मात करून ते कल्पनेबाहेर यशस्वी होतात. संपर्कात आलेल्या कार्यकर्त्यांचेच नव्हे, तर प्रत्येक पाठीराख्याच्या कुटुंबाचाच ते एक भाग होऊन जातात.

काही ना काही निमित्त काढून ते चार-पाच वेळा आमच्याकडे येऊन गेले. मला ते त्यांच्यासोबत घेऊन गेले. मला नीटसे आठवत नाही; पण मला वाटते, विं. दा. करंदीकर किंवा मंगेश पाडगावकर असावेत. 'साहित्य सहवास'मध्ये गेलो होतो एवढे मात्र निश्चित. आमच्या एका कार्यक्रमासाठी गो. नी. दांडेकर यायचे होते. अनायासे या भागात येणे होत आहे तर त्यांची भेट घेण्याची गो.नीं.ची इच्छा होती. म्हणून ती भेट ठरवण्यासाठी आम्ही गेलो होतो. नेहमीच्या धाटणीत त्यांनी स्वतःचा परिचय करून दिल्यावर माझाही परिचय करून दिला.

"...आणि हा नित्यानंद जोशी. माझा मित्र. कामाशी नव्यानेच जोडला जातो आहे; पण उत्तम कार्यकर्ता आहे."

माझ्यासारख्या एका पोराटोराचा उल्लेख त्यांनी मित्र म्हणून करावा, मला फारच संकोचल्यासारखे झाले. परत येताना मी त्यांना तसे बोलून दाखवले. माझ्या खांद्यावर हात ठेवून ते चालत राहिले आणि काही वेळानंतर म्हणाले, "तुला सांगायचे म्हणजे नित्यानंद, अरे आपण मित्र नाही तर कोण आहोत? आता तुला सांगायचे म्हणजे अरे वयातील अंतर... मैत्रीतला अडसर ठरता कामा नये. जर आपण काका-मामाचे नाते लावले, तर आपल्या दोघांत त्यानुळे आपसुकच संकोच निर्माण होणार. लहान-मोठेपणाचा भाव येईल. व्यक्त होण्यावर मर्यादा येतील आणि मी तुला गृहीत धरायला लागेन. मनमोकळा संवाद फक्त मित्रांमध्येच शक्य होतो आणि हा मनमोकळा संवादच सार्वजनिक कामाचा आत्मा आहे. संकोचाचा अडसर आणि गैरसमजुतीची जळमटे निपटून काढण्याचे जेवढे सामर्थ्य मनमोकळ्या संवादात आहे, तेवढे दुसऱ्या कशातच नाही, हे नीट लक्षात ठेव. तुला पुढे फार मोठी मजल मारायची आहे."

त्या क्षणापासून आमची जी मैत्री जुळली, ती आजतागायत टिकून आहे. अगदी त्यांच्या जाण्यानंतरसुद्धा त्यात कुठे खंड पडलेला नाही. त्यांच्यासोबत मीसुद्धा अनेक संस्थांची कामे केली. अनेक कार्यक्रम राबवले. माणसांचे अनेक भले-बुरे अनुभव घेतले. कधी मतभेद झाले, वाद झाले; पण मैत्रीत दुरावा आला नाही. एकमेकांबद्दल गैरसमज निर्माण झाले नाहीत. हेतुंबद्दल संशय उत्पन्न झाले नाहीत. एखाद्या बैठकीत खडाजंगी झाली की, एक-दोन दिवसांत निवांत वेळ काढून अनंतराव घरी येणार; पूर्वी आईला आणि आता नलिनीला हक्काने काही खायला मागणार, निराळ्याच विषयावर गप्पा मारणार आणि एखाद्या नवीन व्यक्तीकडे सोबत घेऊन जाणार.

त्यांच्या अनाकर्षक व्यक्तिमत्त्वामुळे आणि आग्रहामुळे सुरुवातीच्या भेटीत अनेक लोक त्यांना अत्यंत अपमानास्पद रीतीने वागवीत. मी त्यांच्यासोबत असताना मला अशा अनेक प्रसंगांचा अनुभव आला आहे. कधी मला खूप वाईट वाटे तर कधी खूप संताप येई; पण अनंतराव मात्र अतिशय शांत आणि निर्विकार दिसत. थोडे वय वाढल्यावर माझे गीतेचे वाचन वगैरे सुरू झाले. गीतेत स्थितप्रज्ञाची लक्षणे सांगितली आहेत. मला ती कधीच अवास्तव किंवा अतिशयोक्तीची वाटली नाहीत. स्थितप्रज्ञ वास्तवात असू शकतो, अगदी आपल्या अवतीभवती दिसू शकतो, हे अनंतरावांकडे पाहिले की, चटकन ध्यानात येते. स्थितप्रज्ञाची सर्व लक्षणे त्यांच्यात ठासून भरलेली आहेत. अनंतराव म्हणजे अत्याधुनिक काळातले स्थितप्रज्ञ, निष्काम कर्मयोगी. मधुकरराव नेहमी म्हणतात की, या जगात मूठभर, चिमूटभर अनंतरावांसारखी माणसे आहेत, म्हणूनच हे जग टिकून आहे.

एकदा एका संस्थेसाठी कुणी वजनदार पदाधिकारी असावा अशी निकड उत्पन्न झाली होती. अनेकांनी मांडवगणे नावाच्या एका सद्‌गृहस्थांचे नाव सुचवले होते. हे गृहस्थ अत्यंत विद्वान आणि कर्तबगार म्हणून प्रसिद्ध होते. व्यक्तिमत्त्व प्रभावी, वाक्‌चातुर्य वाखाणण्यासारखे. मंत्रालयात मोठ्या हुद्द्यावर; त्यामुळे सरकारी वर्तुळात चांगले वजन. आमच्या संस्था सर्वसाधारणपणे सरकारी मदतीवर अवलंबून नसतात; पण या संस्थेच्या कामाचे स्वरूप असे होते की, सरकारी पैसा नाही; पण अनेक ठिकाणी सरकारी यंत्रणांची मदत पडू शकणार होती; त्यामुळे श्री मांडवगणेंच्या नावाची जोरदार शिफारस होती. अडचण अशी होती की, त्यांना नव्याने जोडावे लागणार होते. याआधी त्यांचा आमच्या कुठल्याही संस्थेशी काहीही संपर्क आलेला नव्हता. हे गृहस्थ जसे कर्तबगार म्हणून ख्यात होते, तसेच अहंमन्य म्हणूनसुद्धा ओळखले जात होते; त्यामुळे त्यांच्याशी परिचय असणारे त्यांना गळ घालण्यास धजावत नव्हते. अर्थातच अखेर ती जबाबदारी अनंतरावांकडे आली.

अनंतराव प्रथम त्यांना भेटायला गेले, तेव्हा योगायोगाने मी त्यांच्यासोबत

होतो. पहिल्या दृष्टिक्षेपातच त्यांच्या कपाळावर उमटलेली आठी माझ्या नजरेत भरली. अशा प्रकारची प्रतिक्रिया अनंतरावांसाठी नित्य सवयीची असल्याने त्यांना तिकडे लक्ष देण्याची गरज नव्हती. एका मोठ्या वजनदार व्यक्तीची शिफारस घेऊन गेलो असल्याने मोठ्या नाइलाजाने, तो नाइलाज स्पष्ट जाणवेल अशा पद्धतीने मांडवगणेंनी आम्हाला घरात घेतले. बसवले. त्यांच्या वागण्या-बोलण्यातला अपमानास्पद कोरडा तुसडेपणा मला सतत खूपत राहिला.

"हे बघा, तुम्हाला जे काही सांगायचे असेल ते दहा मिनिटांत सांगा. कोठेकर साहेबांनी काल मला ऑफिसात फोन करून तुम्ही भेटायला येणार असल्याचे सांगितले होते. त्यांचा शब्द डावलता येत नाही म्हणूनच मी तुमची भेट नाकारली नाही, इतकेच. हे असे लष्कराच्या भाकऱ्या भाजणाऱ्या तुमच्यासारख्या रिकामटेकड्यांचा मला नुसता तिटकाराच वाटत नाही, तर भयंकर संताप येतो. तुम्हाला काही घर-संसार, पोरेबाळे, त्यांचा अभ्यास, करिअर कशाचेच काही नसते का हो? स्वतः उकिरडे फुंकत गावभर हिंडायचे आणि शिवाय लोकांचा वेळ खायचा. बोला, पटापट बोला काय काम आहे ते आणि मला मोकळे करा."

या अशा स्वागतपर सलामीनंतर काय घडले असेल ते वेगळे सांगायला नको. दहा मिनिटांच्या त्या भेटीत अनंतराव जेमतेम दहा वाक्येच बोलू शकले असतील. बाकी सारा वेळ मांडवगणेच अशा अपमानकारक पद्धतीने बोलत राहिले. बरोब्बर दहाव्या मिनिटाला त्यांनी आम्हाला घराबाहेर काढले. नशीब बखोटीला धरून घालवून दिले नाही. आम्ही थोडा वेळ रेंगाळण्याचा प्रयत्न केला असता, तर त्यांनी ते करण्याससुद्धा मागे-पुढे पाहिले नसते. आम्ही खाली आलो. या भयंकर अपमानामुळे मला काहीच सुचत नव्हते. एखाद्या अपरिचिताचा एवढा अपमान कोणी कसा करू शकतो? मला विचारच करवत नव्हता. भेटायला आलेल्या माणसाला जे सांगायचे ते निदान माणुसकी म्हणून तरी ऐकून घ्यावे. छे! नाव नको. या अशा गर्विष्ठ हलकटाचे आयुष्यात परत कधी तोंडसुद्धा पाहायचे नाही, असा मी मनोमन निश्चय करून टाकला. बराच वेळ आम्ही मुकाट्याने चालत राहिलो. नला बोलणे सुचणे शक्यच नव्हते. अनंतरावांनीच सुरुवात केली.

"तुला सांगायचे म्हणजे नित्यानंद, अरे त्यांनी चहा वगैरे विचारलेच नाही रे. चल, वसंताकडे जाऊ. वहिनींना सांगू चहा करायला. मग तू घरी जा. मला जरा दादरला जायचे आहे. एका सभेसाठी वक्ता ठरवायला."

आम्ही कोणाला भेटून आलो याची वसंताला कल्पना होतीच.

"कशी झाली भेट, अनंतराव? माणूस मोठा खाष्ट आहे; पण तुम्ही त्याला बरोबर बाटलीत उतरवला असणार. मला खात्री आहे. काय नित्यानंद बरोबर ना?"

"तुला सांगायचे म्हणजे वसंता, अरे प्रतिष्ठितांबद्दल अशी भाषा वापरू नये.

अरे आपण माणसे जोडतो. त्यांना फशी पाडत नाही. दुसरे तुला सांगायचे म्हणजे इतक्या लवकर किंवा दुसऱ्याचे ऐकून कोणाबद्दल असे मत बनवू नये. पहिलीच भेट होती. परिचय तर झाला. आपल्याला काही घाई नाही. बघू पुढे.''

त्यानंतरच्याच शनिवारी अनंतरावांचा ऑफिसात फोन.

''तुला सांगायचे म्हणजे नित्यानंद, उद्या रविवारी मोकळा आहेस का?''

''हो, तसा मोकळाच आहे. संध्याकाळी सहा वाजता दसऱ्याच्या कार्यक्रमाची आखणी करण्यासाठी पार्ल्यात बैठक आहे. सकाळी त्याच संदर्भात एक-दोघांना भेटायला जायचे आहे. बस्स.''

''ठीक. पार्ल्याच्या बैठकीत मीसुद्धा आहे. मी तुझ्या घरी येतो. पाच वाजता आपण मांडवगण्यांकडे जाऊ. तिथूनच मग पार्ल्याला जाऊ.''

मी अवाक् झालो. त्यांनी अनंतरावांचा केलेला अपमान मी विसरू शकलो नव्हतो.

''काय? पुन्हा मांडवगणे? अनंतराव, कशाला स्वतःहून आपला अपमान करून घ्यायचा? अहो, दुसरे छप्पन मिळतील आपल्याला. तुम्हाला अशक्य नाही ते.''

''तुला सांगायचे म्हणजे नित्यानंद, माणसे पुष्कळ मिळतील नक्कीच. शोधून काढता येतील; पण नित्यानंद, तुला सांगायचे म्हणजे तू का वाईट वाटून घेतोस? अरे, ते जे वागले-बोलले, ते माझ्याशी. मला सवय झालीय आता अशा गोष्टींची. आपण दुर्लक्ष करायचे. महत्त्व आपल्या कामाला आहे. वैयक्तिक मानापमानाला नाही. मांडवगणेंसाठी प्रयत्न करायचेच. माणूस हिरा आहे. आपल्या कामाशी जोडला गेलाच पाहिजे.''

ठरल्याप्रमाणे संध्याकाळी पाचच्या ठोक्याला आम्ही मांडवगणेंच्या दारावरची बेल वाजवली. योगायोगाने त्यांनी स्वतःच दार उघडले.

''तुम्ही...?'' धाडऽऽऽ!

आम्हाला दारात पाहून त्यांच्या कपाळाला आठी तर पडलीच, शिवाय संतापाने त्यांनी दार जोरात आपटून बंद केले. आम्ही मुकाट्याने खाली आलो. एक शब्दही न बोलता बसची वाट पाहत राहिलो. शेवटी अनंतरावांनीच सुरुवात केली.

''तुला सांगायचे म्हणजे नित्यानंद, आपण बैठकीला वेळेवर पोहोचणार. मांडवगणेंकडे फार वेळ मोडणार नाही, याची मला खात्री होती.''

''हूंऽऽ''

काय बोलावे, मला काही सुचत नव्हते. अनंतरावही मग गप्पच राहिले. सुदैवाने बसमध्ये एकाच सीटवर जागा मिळाली.

''तुला सांगायचे म्हणजे नित्यानंद, मांडवगणे नक्की जोडले जाणार. मला

अपेक्षित होते, जवळपास तसेच ते वागले. थोडे जास्त तीव्र वागले एवढेच.''

''म्हणजे? ते असेच काहीतरी वागणार याची खात्री असून आपण त्यांच्याकडे गेलो होतो?''

''हो. तुला सांगायचे म्हणजे नित्यानंद, अरे कोणाकडे काही मागायला जाताना जाणाऱ्याने आपला 'स्व' मागे ठेवून जायचे असते.''

मला अनंतरावांचाच राग आला. मी चिडून म्हणालो, ''मान्य. अगदी मान्य; पण आपण काय त्यांच्याकडे भीक मागायला गेलो होतो का? स्वतःचे पोट भरायला म्हणून याचना करायला गेलो होतो का? अरे नसेल करायचे काम तर नका करू. सांगा ना जमणार नाही म्हणून; पण तसे सभ्यपणे सांगा. साधी माणुसकीसुद्धा नसावी या माणसाकडे?''

''तुला सांगायचे म्हणजे नित्यानंद, अरे आपण एखाद्याकडे देगणी मागायला गेलो, तर पाच-पन्नास काढून देईल तो आणि हात झटकून मोकळा होईल. त्या मानाने सोपे असते देणग्या मागणे; पण मांडवगणेंकडे आपण त्यांचा वेळ मागायला जातो आहोत. आता वेळेची किंमत तुला वेगळी सांगायला पाहिजे का? तुला सांगायचे म्हणजे नित्यानंद, अरे बळीराजाकडे भिक्षा मागायला जाण्याचा प्रसंग आला, तेव्हा प्रत्यक्ष नारायणाला स्वतःचा मोठेपणा त्यागून वामनरूप घेऊन जावे लागले होते, त्याच्या दारात. आपण तर अत्यंत क्षुल्लक माणसे.''

अनंतरावांच्या चिकाटीला दाद द्यावी तेवढी थोडीच. शेवटी मांडवगणेंनी संस्थेत पद स्वीकारले. अनंतरावांनी भाकीत केल्याप्रमाणे त्यांनी खूप मोलाचे काम केले. कधीकधी त्यांची अहंमन्यता डोके वर काढी; पण कामाच्या माणसाला कसे सहन करायचे, कसे सांभाळून घ्यायचे, यात आमची माणसे तरबेज असतात. त्या एका संस्थेशिवाय दुसऱ्या अनेक संस्थांमध्ये त्यांनी योगदान दिले. अनेक अडचणीच्या प्रसंगी योग्य मार्गदर्शन केले. प्रसंगी स्वतःचा स्व बाजूला ठेवून, चांगली माणसे कामाशी जोडली. पुढे अनेकदा ते स्वतःच आपल्या भाषणात आमच्या पहिल्या भेटीचे वर्णन करत आणि अनंतरावांच्या सहनशक्तीला, कळकळीला, चिकाटीला, आत्मविश्वासाला आणि मोठेपणाला मनमोकळेपणाने सलाम करत.

अनंतरावांच्या या अशा वागण्यामुळे आणि विचारांमुळे जर कोणी त्यांना साने गुरुजी म्हटले तर त्यांना ते मुळीच खपत नसे. अशा प्रसंगी ते आपली नाराजी उघडपणे बोलून दाखवीत. त्यांच्या कामासाठी ते जेव्हा केव्हा आमच्या भागात येत तेव्हा दुपारचे असो वा रात्रीचे, जेवण आमच्याकडे करायचे असा दंडक आईने घालून दिला होता. आमच्या लग्नानंतर नलिनी तो तसाच पुढे चालवत राहिली. एकदा असेच ते जेवायला आलेले असताना मी त्यांना या विषयावर छेडले.

''अनंतराव, तुमच्या आवडत्या दहा पुस्तकांत 'श्यामची आई'चे नाव तुम्ही

आवर्जून सांगता; पण कुणी तुम्हाला साने गुरुजी म्हटले तर तुम्ही का चिडता?''

''तुला सांगायचे म्हणजे नित्यानंद, साने गुरुजी सर्वार्थाने आपल्यापेक्षा थोर. त्यांची कुठे आपल्याशी बरोबरी करून घ्यायची?''

''हो, पण मग चिडायचे कशाला? इतक्या गोष्टी सोडून देता, कितीतरी गोष्टींकडे दुर्लक्ष करता; तसेच हेही सोडून द्यायचे नाही का?''

अनंतरावांनी उत्तर दिले नाही; पण त्यांचे मन खोलवर आतून ढवळून निघाल्याचे त्यांच्या चेहऱ्यावरून जाणवले. तो भाव इतका स्पष्ट आणि उत्कट होता की, नलिनीलासुद्धा जाणवला. तिने मला विषय बंद करण्यासाठी डोळ्यांनीच दटावले. मूकपणे त्यांनी शेवटचा दहीभात संपवला. जेवण झाले की, ते कधी फारसे रेंगाळत नसत. घरातली बायका-माणसे जेवायला बसण्यापूर्वीच ते निघून जात. घरातले कोणी जेवत असताना घरातून निघून जाणे संस्कारहीन, असभ्यतेचे द्योतक आहे, असे ते सांगत; पण त्या दिवशी त्यांनी नलिनीला जेवून घ्यायला सांगितले.

''तुम्हाला सांगायचे म्हणजे वहिनी, तुम्ही बसा जेवायला. मी थांबतो तेवढा वेळ.''

नवीन घेतल्यापासून पाणी न लागलेल्या खांद्यावरच्या झोळीतल्या अनेक डायऱ्यांपैकी एक डायरी काढून काही न बोलता ते काहीतरी लिहीत राहिले. डायरी आत ठेवली. समोरच्या तांब्यातले भांडेभर पाणी प्यायले आणि काही वेळ तसेच स्वस्थ बसून राहिले. नलिनीच्या दटावणीमुळे मीसुद्धा स्वस्थ बसून होतो.

''तुला सांगायचे म्हणजे नित्यांनद, माणसाच्या व्यक्तिमत्त्वाला अनेक पैलू असतात. आता शासनकर्ता राजा म्हणून तुला औरंगजेब आवडतो. त्याचा तेवढा एक गुण सोडला, तर आवडतो का तो तुला? नाही ना! तसेच हे. 'श्यामची आई'चे लेखक हा साने गुरुजींच्या व्यक्तिमत्त्वाचा एक पैलू. त्यांचे एकूण व्यक्तिमत्त्व मात्र निराशावादी, निगेटिव्ह पर्सनॅलिटी. अत्यंत थोर विचारवंत, तळमळीचा कार्यकर्ता असे त्यांचे अनेक सद्‌गुण. हे त्यांचा कट्टर शत्रूसुद्धा (जर त्यांचा कोणी शत्रू असेल तर...) मान्य करील; पण त्यांची मनोधारणा निराशावादी. या नैराश्याचाच परिपाक म्हणजे त्यांची आत्महत्या. त्यांचा हळवेपणा, हळुवारपणा जगन्मान्य असला, तरी काही व्यक्ती आणि संघटनांविषयी त्यांच्या मनातील किल्मिष कधीच लपून राहिले नाही. त्यांनी कधी लपवून ठेवले नाही. अर्थात हा त्यांचा पारदर्शी प्रामाणिकपणाच म्हणायचा. आपल्याला जे काम करायचे आहे, त्यासाठी असे नैराश्य जोपासणारे आदर्श पुढे ठेवून चालेल का? सावरकरांची प्रखर राष्ट्रनिष्ठा, प्रतिभा आपण सदैव आदर्श मानत असलो, तरी त्यांची आत्यंतिक बुद्धिनिष्ठा आणि पराकोटीचा सडेतोडपणा व्यक्तिगत पातळीवर कितीही श्रेष्ठतम असला, तरी आपण तो आदर्शवत मानतो का? नाही मानत. कारण त्यामुळे माणसे दुखावतात. दुरावतात. माणसे जोडली

जात नाहीत. सावरकर त्यांच्या तोडीचा तर सोडाच; पण आसपास फिरकेल असासुद्धा उत्तराधिकारी निर्माण करू शकले नाहीत. त्याचप्रमाणे साने गुरुजींचा हळुवारपणा, भावुकता माणसे जोडत असला, तरी त्यांच्यातले नैराश्य अनुयायांमध्ये चैतन्य पेटवण्यासाठी मारक ठरले. काय झाले शेवटी राष्ट्रसेवा दलाचे? उत्तम कार्यकर्त्यांचा संच असलेली, राष्ट्रीय विचारांची एक संघटना निष्प्रभ झाली. कारण सगळेच नेते, अनुयायी कुणीच नाही. पेटून उठलेले कार्यकर्ते होते, तोपर्यंत दल फोफावले. पुढे हे कार्यकर्ते नेते झाले. त्यांना वैयक्तिक महत्त्वाकांक्षांनी घेरले तर काहींना नैराश्याने घेरले. कालपरत्वे, वयपरत्वे जोश, जोम, जहालपणा मंदावला, थंडावला. कार्यकर्त्यांची, अनुयायांची पुढची फळी निर्माणच झाली नाही. परिणाम? सोन्यासारखी एक संघटना फक्त नामशेष होऊन शिल्लक राहिली. म्हणून मला स्वतःला साने गुरुजी म्हणवून घ्यायला आवडत नाही. जर मी विरोध केला नाही, चालवून घेत राहिलो तर पुढे कदाचित मीसुद्धा स्वतःला त्यांच्यासारखाच समजायला लागेन. नैराश्य माझ्यावर कुरघोडी करील. माझ्यातला कार्यकर्ता आणि पर्यायाने मला संपवून टाकील.''

अनंतरावांचे आमच्या घरी येणे-जाणे नित्याचे आणि सवयीचे झाले होते. तरी त्यांचे अशा प्रकारचे बोलणे नलिनीला अगदी नवीन होते. साने गुरुजींचा हा पैलू तिच्या पचनी पडणारा नव्हता. ती काही बोलणार होती; पण अनंतरावांचा एकूण रागरंग पाहून मी खूण करून तिला गप्प केले. तिला रुचले नसले, तरी सुज्ञपणे ती गप्प राहिली. भांडेभर पाणी पिऊन अनंतराव पुन्हा पुढे बोलू लागले,

''तुला सांगायचे म्हणजे नित्यानंद, 'श्यामची आई'चे म्हणशील तर हे पुस्तक प्रत्येकाने वाचलेच पाहिजे. केवढे उत्तुंग व्यक्तिमत्त्व रेखाटले आहे आईचे. प्रेमळ आई. शिस्त लावणारी, वळण लावणारी, त्यासाठी छडीचा चोप देणारी, कडकपणा दाखवणारी आई, परिस्थितीची झळ मुलांना लागू नये म्हणून त्यांच्यावर पाखर घालणारी आई, कणखरपणे नवऱ्याला साथ देणारी आई, कुटुंबाच्या गरजांपुढे स्वतःच्या गरजा कस्पटासमान मानणारी आई, सख्ख्या नसलेल्या सासूचीसुद्धा आई होऊन राहिलेली आई. किती पैलू सांगायचे तिचे! अरे, शंभर टक्के सकारात्मक ऊर्जा ठासून भरलेली ही आई; पण पुस्तकाच्या अखेरीस लेखकाची मूळ नैराश्यग्रस्त मानसिकता उसळी घेऊन वर येतेच. किती निराशाजनक शोकान्त केला आहे त्या सोन्यासारख्या पुस्तकाचा! तुला सांगायचे म्हणजे नित्यानंद, हे त्यांनी स्वतःच्या आईचेच व्यक्तिरेखाटन केले आहे असे म्हणतात. खरे असेल? असेलसुद्धा! मग इतक्या पराकोटीच्या सकारात्मक आईने जन्म दिलेला आणि घडवलेला मुलगा इतका नैराश्याने घेरलेला कसा?''

बोलताबोलता ते उठून उभे राहिले. नलिनीचे जेवण संपले नव्हते. तंद्रीत

भारल्यासारखे होऊन त्यांनी पायांत चपला सरकवल्या. दाराची कडी काढली आणि पाऊल बाहेर टाकले. पाठीमागे दार ओढून घेताघेता ते बोलून गेले, "श्यामची आई... अशी आई मिळाली असती तर..."

त्यांच्या या वाक्याचा अर्थ त्या वेळी मला समजला नाही; पण त्या वेळचा अनंतरावांचा पिळवटलेला चेहरा, मोठ्या प्रयासाने रोखून धरलेले अश्रू आणि ते वाक्य अनेक वर्षे माझ्या मनात घर करून राहिले. त्यांनी मनात खोलवर गाडून टाकलेली एखादी जखम त्या वेळी उघडी झाली असणार, अशी आम्हा दोघांचीही खात्री होती. पुढच्या भेटींमध्ये असा प्रसंग कधी घडला होता असे अनंतरावांनी जाणवू दिले नाही. मीसुद्धा या प्रसंगाची कधी कुणाकडे वाच्यता केली नाही. अगदी तात्या आणि नीलाताईंकडेसुद्धा कधी बोललो नाही. पुढे अनेक वर्षांनी गँगरीनसारख्या दुर्धर रोगाने अनंतरावांच्या पत्नी वारल्या. त्या वेळी एकदा त्यांना भेटण्यासाठी मी आणि नीलाताई देव गेलो होतो. त्या आणि अनंतराव रुइया कॉलेजात एकाच वर्गात होते. विद्यार्थी चळवळींमध्ये आणि कॉलेजच्या अनेक कार्यक्रमांत त्यांनी बरोबरीने काम केले होते; त्यामुळे त्या दोघांची जुनी मैत्री होती. परत येताना त्या अनंतरावांच्या घराबद्दल, कुटुंबाबद्दल, भाऊ-भावजयांबद्दल खूप भरभरून सांगत होत्या. त्या सांगत असलेल्या गोष्टी ऐकून मला धक्क्यांवर धक्के बसत होते. हा ओबडधोबड, वेडाविद्रा दिसणारा माणूस केवढे विष पचवून बसला होता, मनात केवढी प्रचंड वादळे दडपून निर्विकारपणे वावरत होता याची मला कल्पना आली. अनंतरावांविषयी माझ्या मनात असलेले प्रेम आणि आदर शतगुणित झाला. त्या दिवशी जाताजाता त्यांनी उच्चारलेल्या वाक्याचा अर्थ या वेळी माझ्या लक्षात आला.

"नित्यानंद, आता तू पुरेसा मोठा झाला आहेस. तुला जावई आला, नातू झाला; आता मला वाटते, तुला हे सांगायला काही हरकत नाही. तू अनंतरावांच्या आईला ओळखतोसच. महाकठोर, जहांबाज आणि कांगावखोर बाई. मी अनंताची मैत्रीण म्हणून माझा तर अगदी राग राग करत. बिचाऱ्या वहिनींना कधी काही वाटले नसेल; पण मला नुसते पाहिले तरी यांचा पारा चढे. ते जाऊ दे, त्याला काही महत्त्व नाही; पण एखादी आई इतकी निर्दय आणि निष्ठुर कशी काय असू शकते? कल्पनासुद्धा करवत नाही. अरे यांचे लग्न झाल्या दिवसापासून या बाईने दोघांना नवरा-बायको म्हणून कधी एकत्र येऊच दिले नाही. ना त्या कधी कुणा दुसऱ्या मुलाकडे किंवा नातेवाइकांकडे राहायला गेल्या, ना या दोघांना एकत्र कधी कुठे जाऊ दिले. कार्यप्रसंगाने जावे, तरी यांची सोबत आहेच. रात्रीच्या मुक्कामाला घरी परत.

त्या गेल्या तेव्हा त्र्याण्णव वर्षांच्या होत्या आणि अनंता सत्तरीच्या उंबरठ्यावर होता. म्हातारी शेवटपर्यंत ठणठणीत हिंडती-फिरती होती. शेवटच्या श्वासापर्यंत तिचा धाक म्हणा, दबदबा म्हणा, दहशत म्हणा; अणुमात्र कमी झाली नव्हती.

तुझ्या औरंगजेबासारखीच.''

''अनंतरावांनी कधी विरोध नाही केला? वहिनीसुद्धा कशा काय मुकाट्याने सहन करत राहिल्या?''

''बाबा रे, बाईला माहेरचा आधार नसेल तर तिच्या आयुष्याचे काय पोतेरे होऊ शकते याचा मूर्तिमंत वस्तुपाठ म्हणजे वहिनी. अरे, आई-बापावेगळी अनाथ पोर ती. या-त्या नातेवाइकांकडे मोठी झालेली. डोक्यावर चार तांदळाचे दाणे टाकले; हात झटकून नातेवाईक मोकळे झाले. अनंतरावांची प्रकृती ही अशी. घटकेत तोळा, घटकेत मासा. कोणाच्या आधाराने त्यांनी विरोध करायचा? अरे, ती उत्तम ज्योतिष शिकलेली होती. खूप अभ्यास होता. अचूक भविष्य सांगायची. मला तिने दिलीपबद्दल सांगितलेले भविष्य कधी पटले नाही, हा भाग वेगळा. भविष्य विचारायचे निमित्त करून तिच्याकडे नेहमी कोणी ना कोणी येत असते, म्हणून एक दिवस तिची सर्व पुस्तके, वह्या, जुनी पंचांगे जाळून टाकली म्हातारीने.''

''त्या कडक होत्या, चिडक्या होत्या, हेकट होत्या हे जाणवायचे; पण इतक्या अमानुष होत्या? बाप रे! भयंकर, अविश्वसनीय!''

नैराश्याने घेरू नये म्हणून अनंतराव इतका आटापिटा का करायचे, हे मला त्या दिवशी कळले. काय बोलावे काही सुचेनासे झाले. विषय बदलणे विचित्र दिसले असते; पण निदान दिशा तरी बदलावी म्हणून मी विचारले, ''काकू, जरा विचित्र वाटेल विचारले तर; पण राहवत नाही म्हणून विचारतो. कॉलेजमध्ये असतानाही अनंतराव असेच दिसायचे?''

''नाही रे! अरे असाच कसा असेल? तसा होता हडकुळाच; पण व्यवस्थित, चांगला तरतरीत होता. सावळा असला तरी तोंडावर बुद्धिमत्तेचे तेज होते. खूप भावुक अन् हळवा होता. कवितासुद्धा करायचा. विद्यार्थी चळवळीत, वाङ्मय मंडळाच्या वगैरे कामातसुद्धा खूप ॲक्टिव्ह होता. डॉ. शेंडे, आमचे मराठीचे हेड ऑफ डिपार्टमेंट तर त्याला साने गुरुजीच म्हणायचे. त्यांच्यामुळे आम्हीसुद्धा. आवडायचे त्याला ते. एम.ए. हिस्टरीसाठी त्याने आणि एंटायर इंग्लिशसाठी मी एकदमच ॲडमिशन घेतली होती. इस्लामी आक्रमणापूर्वीचा भारत या विषयावर त्याला पीएच.डी. करायची होती. त्यात मी त्याला मदत करायची, असेसुद्धा आमचे ठरले होते. पहिली टर्म चालू असतानाच तो खूप आजारी पडला. नेमके काय झाले ते काही कळायला काही मार्ग नव्हता. पन्नासच्या दशकाची सुरुवात होती ती. मुला-मुलींनी एकमेकांची फार चौकशी करणे असभ्यच नाही, तर अनैतिक मानले जायचे असा तो काळ; पण खूप सिरीयस होता, कसाबसा वाचला वगैरे समजले पुढे कधीतरी. जवळपास दीड वर्ष अंथरुणावर होता म्हणे; त्यामुळे त्याचे शिक्षण मात्र सुटले ते सुटलेच. दिलीपच्या जन्मानंतर आम्ही बांद्र्याला राहायला आलो. हा

असाच कुठल्यातरी कामासाठी म्हणून तात्यांकडे आला, तेव्हा मग आमची इतक्या वर्षांनी भेट झाली. मग कामानिमित्ताने त्याचे वरचेवर येणे-जाणे सुरू झाले. मात्र, त्याचे हे बदललेले रूप पाहून मी त्याला ओळखलेच नव्हते. सात-आठ भेटींनंतर एकदा त्यानेच तात्यांना आमची जुनी ओळख सांगितली. तेव्हापासून तात्या त्याला धाकट्या भावासारखेच वागवतात; त्यामुळे आणि आमच्या जुन्या मैत्रीमुळे क्वचित कधी फार त्रास झाला की, आमच्याकडे मन मोकळे करतो. परके त्याच्यावर खूप प्रेम करतात; पण त्या जीवघेण्या आजारातून उठल्यावर त्याचे हे जे विद्रूप झाले, त्यामुळे त्याचे नातेवाईकच काय; पण सख्खे भाऊ-बहिणीच नाही तर प्रत्यक्ष जन्मदात्री आईसुद्धा पराकोटीचा तिरस्कार करते.''

रिटायर झाल्यानंतर अनंतरावांनी स्वतःला पूर्ण वेळ सार्वजनिक कामाला वाहून घेतले. तीन-चार वर्षांत हळूहळू त्यांची शक्ती क्षीण व्हायला लागली. दृष्टी मंदावत गेली. मालाडच्या डॉ. अग्रवालने एक पैही न घेता त्यांच्या डोळ्यांचे ऑपरेशन करून दिले; त्यामुळे ते आंधळे झाले नाहीत इतकेच. तापाचे निमित्त होऊन पुन्हा दोन-अडीच महिने अंथरुणावर होते. आता त्यांचे हिंडणे बंद झाले. कुणाकडे जायचे झाले तर सोबत लागू लागली. या माणसाने स्वतःला काही वेगळ्याच मुशीत घडवले होते. त्यांनी परिस्थितीसमोर हार मानली नाही, उलट तिच्यावर मात केली. त्यांनी आपले कामाचे स्वरूप बदलले. पोस्टकार्ड आणि फोन या दोन साधनांनी त्यांनी आपला जनसंपर्क नुसता कायमच ठेवला नाही, तर शंभरपट विस्तारला. याआधी ते माणसे जोडत, कार्यकर्ते उभे करत. आता ते घरबसल्या अनेक संस्थांसाठी धन उभे करू लागले. एखादा प्रकल्प तेवढाच मोठा आणि महत्त्वाचा असला, तर ते थेट इंग्लंड, अमेरिका, जर्मनी, ऑस्ट्रेलियामधून अर्थसाहाय्य मिळवून देऊ लागले. हळूहळू त्यांनी पुन्हा फिरणे सुरू केले. कुणीतरी त्यांना एखाद्या घरी सोडी. त्या घरचे त्यांना पुढच्या घरी पोहोचवीत आणि शेवटी कोणीतरी घरी पोहोचवी. आमच्या भागात असले तर त्यांचे जेवण आणि घरी पोहोचवण्याचे काम माझ्याकडे असे. अनेक वर्षांत पाण्याचा स्पर्श न झालेल्या त्यांच्या झोळीत माहितीपत्रकांचा भारा आणि पावती पुस्तकांचे गठ्ठे असत. देणगीदाराने स्वतःची पावती स्वतःच लिहून घ्यायची असे. ते नेमक्या संस्थेचे माहितीपत्रक आणि पावती पुस्तक कसे काढतात, याचा माझ्या मुलांना मोठा विस्मय वाटे. न राहवून माझ्या मुलीने एकदा त्यांना तसे विचारलेसुद्धा.

''तुला सांगायचे म्हणजे बेटा, अगं, मला दिसते थोडेफार. प्रत्येक संस्थेच्या अक्षरांचा घाट निराळा. शिवाय पत्रकांवर फोटो वगैरे असतातच की. क्वचित कधी लागलीच मदत तर तुझ्यासारखे कोणीतरी असतेच.''

''किती संस्थांची पावती पुस्तके आहेत?''

''एकशे अठ्ठेचाळीस.''

''बाप रे! मग दीडशे पूर्ण का करत नाहीत? आपल्या तर कितीतरी संस्था आहेत.''

''तुला सांगायचे म्हणजे बेटा, मुद्दामच तेवढे ठेवलेत. अशी राउंड फिगर झाली की, पूर्णत्वाचा आभास उत्पन्न होतो; त्यामुळे कामाची गती आणि उत्साह दोन्ही खुंटतात; पण जर कोणाला माझ्याकडे नसलेल्या आपल्या एखाद्या संस्थेसाठी बरी देणगी द्यायची असेल, तर तसा संपर्क जोडून देतो; पाठपुरावाही करतो. डॉ. पिंगळ्यांना यमगरवाडीशी असेच जोडून दिले.''

अशाच एका भेटीत ते म्हणाले, ''तुला सांगायचे म्हणजे नित्यानंद, आज मला घरी सोडू नकोस. संध्याकाळी साडेपाचपर्यंत षण्मुखानंदला पोहोचता येईल अशा बेताने टॅक्सीत बसवून दे. तुला सांगायचे म्हणजे मनोहर सापळेच्या प्रतिष्ठानचा मोठा कार्यक्रम आहे. असा काही मोठा कार्यक्रम असला की, तो आणि आपले इतरही अनेक लोक मला आवर्जून बोलावतात. शक्य झाले तर स्वतः घेऊन जातात. दरवेशाने अस्वल न्यावे तसे. स्टेजवर बसवून गुच्छ वगैरे देतात. मग त्यांच्या दृष्टीने माझे गुणगान करतात. म्हणजे मी हा असा अशक्त, परस्वाधीन, आजारी वगैरे असलो तरी कसा कार्यरत आहे, जनसंपर्क ठेवतो, निधी उभा करतो, माणसे जोडून देतो वगैरे वगैरे. त्यांच्या दृष्टीने तो कार्यकर्त्यांना प्रेरित करण्याचा, कार्यप्रवण करण्याच्या प्रयत्नांचा एक भाग असतो.''

''हो. अनेक कार्यक्रमांमध्ये बघतो मी असा प्रकार. मला खूप विचित्र आणि वैषम्यपूर्ण वाटते. कशाला असे स्वतःचे धिंडवडे काढून घेता? चक्क येत नाही म्हणून सांगायचे.''

''तुला सांगायचे म्हणजे नित्यानंद, धिंडवडे वगैरे काही नाही रे. अरे, ती आपलीच माणसे. किती प्रेम करतात माझ्यावर. किती झटतात ते माझ्यासाठी. ते काय माझी विटंबना करणार का? गंमत वाटते कधीकधी या प्रकाराची, म्हणून बोललो सहज. तुला सांगायचे म्हणजे, अरे जर आपल्यामुळे कोणाला कामाची प्रेरणा मिळत असेल, दिशा आणि उत्साह मिळत असेल, तर आपण का नाही म्हणायचे. कशानेही का होईना, काम वाढणे महत्त्वाचे. तसं नाहीतर असा, आपला हातभार लागतो हे महत्त्वाचे. तुला सांगायचे म्हणजे नित्यानंद, अरे दधिचीने लोककार्यासाठी आपले अवघे शरीर दिले. मग आपल्या व्यंगाचे आणि मर्यादांचे संस्थेच्या भल्यासाठी भांडवल करून घेत असेल कोणी, तर आपण का आडवे यावे? खोट्या प्रतिष्ठेसाठी नकार देऊन त्यांना का दुखवावे?''

''अनंतराव, तुम्ही खरोखरच धन्य आहात. आम्ही तुमच्यासमोर फारच थिटे आहोत. ठीक आहे. मीही जाणार आहे त्या कार्यक्रमाला. साडेचारपर्यंत तात्यांच्या घरी पोहोचू. ते गाडी काढणार आहेत. प्रचंड आणि अलोणीसुद्धा सोबत असतील.

त्यांचीसुद्धा तुमच्याशी गाठ पडेल. त्यांच्याशी यमगरवाडी प्रकल्पाचा विषय तुम्हाला बोलता येईल. त्यांच्याबरोबर माझे जुजबी, प्राथमिक बोलणे झाले आहे. तुम्हाला सोबत घ्यायचे हे तात्यांनी आधीच सांगितले होते मला. मग त्यांना विचारून या दोघांनाही सोबत बोलावून घेतले.''

एक दिवस मी सकाळी उठल्याबरोबर अनंतरावांना फोन केला.

''अभिनंदन अनंतराव! एक्याऐंशीव्या वाढदिवसानिमित्त माझ्यातर्फे, नलिनी आणि मुलांतर्फेसुद्धा अनेकानेक शुभेच्छा! काल परिमलचा माणूस येऊन पत्रिका देऊन गेला. रात्री त्याचा स्वतःचासुद्धा फोन आला होता. आज मालाडच्या खेतान हायस्कूलमध्ये तुमचा सहस्रचंद्रदर्शन आणि फेलिसिटेशनचा पूर्ण दिवसाचा कार्यक्रम आहे म्हणे; त्याचे त्याने निमंत्रण केले. सहकुटुंब येण्याचा आग्रह आहे. आम्ही साडेनऊपर्यंत पोहोचतो. तुम्ही कधी निघत आहात?''

माझ्यानंतर नलिनीनेसुद्धा असाच अभिनंदनाचा भडिमार केला. त्यांनी शांतपणे ऐकून घेतले. ठेवण्याआधी नलिनीने फोन माझ्या हातात दिला.

''हं अनंतराव, पुन्हा एकदा अभिनंदन! ठेवतो आता.''

''हो हो. ठेव ठेव; पण तुला सांगायचे म्हणजे नित्यानंद, अरे सहस्रचंद्रदर्शन एक्याऐंशीव्या वाढदिवशी करतात. माझे एक्याऐंशी पूर्ण होऊन चार वर्षे झाली. त्या वेळी वसंत भावे आणि मनोहर सापळेने पुढाकार घेऊन सत्यनारायण नव्हता का केला विजयनगर सभागृहात? तू पण होतास की तेव्हा समितीमध्ये.''

''अरे हो! आठवले. म्हणजे आज तुमचा पंचाऐंशीवा वाढदिवस?''

''तुला सांगायचे म्हणजे नित्यानंद, कुठला वाढदिवस नि काय. माझा वाढदिवस त्रिपुरी पौर्णिमेचा नाही का? एकदा अनायासे त्या दिवशी मी तुझ्या घरी आलो होतो तेव्हा तुझ्या आईने आवर्जून औक्षण केले होते. जेवणात पाकातल्या पुऱ्या केल्या होत्या. शिवाय एक शर्टपीससुद्धा दिला होता. तुला आठवत नाही का?''

''हो आठवले. मग हे मध्येच काय?''

''तुला सांगायचे म्हणजे नित्यानंद, अरे, तो परिमल देठिया आहे. आपल्या तीन मोठ्या संस्थांसाठी मोठा कॉर्पस उभा करायचा आहे. अनायासे साध्वी ऋतंबरा मुंबईत आहेत. त्यांनी आज पूर्ण दिवस वेळ दिला आहे. त्यासाठी मारवाडी, सिंधी आणि गुजराथी बड्या देणगीदारांचे संमेलन भरवण्याचे घाटत होतेच. ते साध्वींच्या उपस्थितीत घ्यायचे ठरले. तुला सांगायचे म्हणजे नित्यानंद, असा मोठा कार्यक्रम ठेवायचा असेल तर त्याला ठोस निमित्तसुद्धा हवेच. नाही का? मग काय उभे केले ठोस निमित्त माझ्या सहस्रचंद्रदर्शनाचे. चांगले काम होते आहे. आपला हातभार लागतो आहे. अजून काय हवे. तर तुला सांगायचे म्हणजे नित्यानंद, मी नवीन कपडे-बिपडे घालून तयार होऊन बसलोय. दीपक गिडवाणी येईल इतक्यात गाडी

घेऊन. एक काम कर, लगेच तयार व्हा तुम्ही दोघे. हॉलवर नाश्ता आहेच. मी गाडी तुझ्या घराकडून घ्यायला सांगतो. माझ्यासोबत चला. म्हणजे वाटेत आपल्याला बोलता येईल. तात्यांच्या वर्षश्राद्धाच्या निमित्ताने जुन्या कार्यकर्त्यांचे एकत्रीकरण करण्याचे ठरवतो आहेस, त्याविषयी काही ठरवता येईल. निधी उभा करावा लागेल, स्पॉन्सरर्स बघावे लागतील. शिवाय माझ्याकडे अनेकांचे पत्ते आणि नंबर आहेत. तू पुढाकार घेतो आहेस, उत्तम योजना आहे. माझ्या संपर्काचा घेता येईल तेवढा उपयोग करून घे.''

अनंतरावांना शेवटचे भेटलो तेव्हा ते भरतच्या नर्सिंग होममध्ये ॲडमिट होते. रात्री कुठून तरी एकटे येताना रिक्षाने धडक दिली होती. सुदैवाने तूटफूट नव्हती; पण खरचटले होते भरपूर. कमरेला जरा धक्का बसला होता. नलिनीने त्यांच्यासाठी मुद्दाम पायनॅपल हलवा करून नेला होता. तो खाताना त्यांना आनंदाने भरून आले होते. आज ते माझ्याशी फारसे बोलतच नव्हते. तिच्याबरोबरच त्यांच्या उभ्या-आडव्या गप्पा चालू होत्या. त्या विषयांत आमच्या नेहमीच्या विषयांना अजिबात थारा नव्हता. तिच्या लग्नापूर्वीच्या आमच्या घरातल्या जुन्या आठवणी ते तिला सांगत होते. या गोष्टी त्यांना इतक्या तपशीलवार आठवत असतील, असे मला वाटले नव्हते. आमच्या गप्पा चालू असतानाच डॉ. कल्याणराव मरगज आले. डॉक्टर म्हणजे विनोदाचा बादशहाच. 'ह'च्या बाराखडीने स्पेशल रूम दुमदुमून गेली. नेमका याच वेळी अनंतरावांचा धाकटा पुतण्या भास्कर आला. त्याच्या चेहऱ्यावर कंटाळा आणि तिटकारा स्पष्ट दिसत होता.

''आता तूच बघ नित्यानंद. यांना आम्ही हजारदा सांगितले, 'आता बंद करा हे लष्करच्या भाकऱ्या भाजणे. स्वस्थ बसा घरी हरी हरी करत.' चांगली भरपूर सरकारी पेन्शन आहे. फंडाच्या पैशांवर रग्गड व्याज मिळतंय. स्वस्थ राहावे, मस्त खावे-प्यावे. नातवंडांची हौस-मौज पुरवावी. जे काही चार दिवस उरलेत ते निवांत कंठावेत. ॲडमिट झाल्या दिवसापासून सांगतोय मृत्युपत्र करून घ्या; पण यांची आपली मिठाची गुळणी. भटकण्याची हौस दांडगी. शिवाय लोकांकडे नवे नवे पदार्थ मिळतात खायला. मग आमचे कोण ऐकतो? बरे, या हजामती करून काही लभ्यांश? तर तो शून्य! उलट यांच्याच पदराला खार. आता पडलेत उताणे, उलटी बाटली लावून. कोण येतंय करायला? अरे, यांनी घरासाठी, कुटुंबासाठी कधी काही केले नाही. सर्वांत धाकटे म्हणून अंगावर कुठली जबाबदारी पडली नाही. स्वतः कधी पुढे होऊन उचलली नाही; पण आम्हाला जनाची-मनाची सोडून चालणार आहे का? आम्ही आपले मारतो आहोत हेलपाटे सकाळ-संध्याकाळ. तरी बरे, जेवणाची व्यवस्था हॉस्पिटलमध्येच आहे, नाही तर ती एक अधिकची कटकट. शिवाय कोणीकोणी, काय काय आणून खायला देतात. अरे हे म्हाताऱ्याला चालते, नाही

चालत काही बघाल की नाही? यांना तरी संयम नको? केले पुढे, रिचवले. अरे पोट बिघडले, डिहायड्रेशन झाले, शुगर वाढली, कोमात गेले. बघणार कोण? तासभर बसून, चकाट्या पिटून जाणे सोपे असते रे नित्यानंद, इथे भोगतो आम्ही.''

एरवी डॉक्टरांना आम्ही सगळे बर्फाची लादी म्हणतो; पण भास्करचे बोलणे ऐकून त्यांना आलेला संताप चेहऱ्यावर स्पष्ट उमटला. रागावर ताबा मिळवण्यासाठी वेळ काढावा म्हणून त्यांनी अख्खा तांब्या रिकामा केला. संयम राखत आणि शक्य तेवढ्या शांत स्वरात त्यांनी विचारले, ''ॲक्सिडेंट कसा झाला?''

''रिक्षाने ठोकले ना, दुसरे काय? डोळ्यांनी दिसत नाही तरी रात्री अंधारात हिंडण्याची हौस संपत नाही. मग दुसरे काय होणार?''

''कसा झाला ॲक्सिडेंट?''

शब्दांची धार आणि आवाजाची धग वाढलेली पाहून भास्कर चपापला. गमजा केल्या तर खैर नाही, हे समजून चुकला.

''त्या दिवशी रात्री माझ्याकडे आले होते. अद्वैतचा बर्थ-डे होता म्हणून त्याला विश करायला आले होते. अरे आम्हा सगळ्यांना माहीत आहे, तुम्हाला फिरायला जमत नाही. म्हणूनच तर बोलावलं नव्हतं तुम्हाला. बरं एवढी हौस होती विश करायची, तर फोन करायचा. नाही तरी अख्ख्या दुनियेला फोन करत असतातच ना? पण म्हणतात कसे, दहावा वाढदिवस म्हणजे आयुष्यातला एक टप्पा पूर्ण होतो. प्रत्यक्ष भेटूनच आशीर्वाद दिले पाहिजेत. रबिश. बुलशीट. बरे आणून आणून गिफ्ट तरी काय आणले असेल? ब्लडी मराठी पुस्तक - 'श्यामची आई'. तेसुद्धा गिफ्ट पॅक न करता. उघडे. डिस्गस्टिंग. अरे केंब्रिज बोर्डात शिकतो अद्वैत. तो काय असले टपराट मराठी पुस्तक वाचणार? नॉनसेन्स नुसता! इतके एम्बरेसिंग फील होत होते की बस्स. जस्सी तर खूपच तापली होती. यांना ज्याने कोणी माझ्या घरी आणून सोडले, त्याला एवढीसुद्धा कर्टसी नसावी की, बाबा जसे आणले तसे घरी नेऊन पोहोचते करावे. नाही, आमच्या बोडक्यावर जबाबदारी टाकून, हात झटकून हे महाशय मोकळे. रात्री अकरा वाजता केक कटिंगचा टाइम ठरला होता. केक कटिंग झाल्याशिवाय डिनर कसे सुरू होणार? पण यांना निघायची घाई. निघाले न जेवता, न खाता-पिता. बर्थ-डेची रंगात आलेली पार्टी सोडून यांना पोहोचवायला कोण जाणार? स्वभावच मुळी हट्टी. निघाले एकटे. बरेच झाले म्हणा, त्यांचा पार्टीतला प्रेझेन्स नाहीतरी फारच ऑकवर्ड आणि ऑड वाटत होता.''

''ॲक्सिडेंट?''

''सोसायटीच्या गेटसमोरच झाला असावा. रिक्षाला हात दाखवण्याच्या नादात रस्त्याच्या मधोमध गेल्यावर दुसरे काय होणार? बरे तर बरे, काही कमी-जास्त झाले नाही. नाहीतर पार्टीचा विचका झाला असता. इतके झाले तरी यांचा ताठा

काही कमी होत नाही. आम्हाला तीन दिवसांनंतर कळले. तेसुद्धा प्रवीण बडे भय्याला मॉलमध्ये भेटला तेव्हा. मग त्याने जस्सीला फोन केला.''

''जस्सी कोण?''

''वाइफ माझी.''

''दुसरे लग्न केलेस का? तुझ्या बायकोचे नाव जयश्री आहे. होय ना?''

''ते जरा ओल्ड फॅशन्ड वाटते, म्हणून आता तिला सगळे जस्सीच म्हणतात; त्यामुळे कॉन्टेम्परररी फील येतो रिलेशनमध्ये.''

''तोंडाने जेवून ××× ने बाहेर टाकतोस की ते पण ओल्ड फॅशन्ड? थोडक्यात, ॲक्सिडेंट लष्करच्या भाकऱ्या भाजताना झालेला नाही तर तुम्ही जबाबदारी टाळली म्हणून झाला. असो, त्याची चिकित्सा करण्याची ही वेळ नाही. आता तब्येत कशी आहे? हॉस्पिटलच्या बिलाचे काय? डिस्चार्ज कधी? डिस्चार्जनंतर पुढे काय?''

''तब्येत? झालेत की आता चांगले ठणठणीत. मस्त गोडाचा शिरा खाताहेत. गप्पा हाणताहेत. हसणे-खिदळणे चालू आहे. बिलाचे म्हणाल तर हॉस्पिटलचा डॉक्टर मालक यांचा मानसपुत्र; त्यामुळे आमच्या डोक्याला निदान तो तरी ताप असणार नाही, अशी अपेक्षा आहे. शिवाय फंड-बिंड सगळा स्वतःकडेच दाबून बसलेत की. रग्गड माया आहे. देतील त्यातून की तुम्ही कोणी स्पॉन्सर करणार आहात? डिस्चार्ज काय आपण मागू तेव्हा मिळेल. राहू देत की थोडे दिवस अजून मस्त एअरकंडिशनची हवा खात.''

''आज ना उद्या डिस्चार्ज हा घ्यावा लागणार आहेच. मग पुढे काय ठरवलंय?''

''त्यात काय ठरवायचंय? त्यांनी भले आमच्यासाठी काही केले नसेल; पण आम्हाला जबाबदारी टाळून कसे चालेल? माझी मॉम आणि जस्सी दोघींनी याबद्दल डिटेल्ड विचार केला आहे. बडे भय्याची आणि आंटीची फॅमिलीसुद्धा त्यासाठी ॲग्री आहेत. कालच्या वीकेंडलाच हा इश्यू डिसाइड झाला. नाहीतरी हे इतक्या संस्थांसाठी भीक मागत हिंडतात, तर त्यात एखादा वृद्धाश्रम वगैरे चालवणारी संस्था असणारच. करता येईल त्यांची व्यवस्था तिथे. पेन्शनमध्ये त्यांचा तिथला खर्च आरामात भागेल. त्यांनी सांगावे कोणत्या संस्थेत त्यांची सोय लागेल ते. पुढच्या वीकेंडला शिफ्ट करू.''

''उत्तम! तुम्हाला तुमच्या जबाबदारीची जाणीव असलेली पाहून समाधान वाटले. तुझ्या मम्माला आणि जस्सीला सांग हा कल्याणराव मरगज अद्याप जिवंत आहे आणि त्याच्यासारखे शेकडो अनंतरावांनी स्वतःच्या हातांनी उभे केले आहेत. त्यांना म्हणावे, तुम्हाला चिंता करण्याची आणि त्रास करून घेण्याची आवश्यकता नाही. नित्यानंद, मी आजच रात्री भरतशी बोलतो. या एक-दोन दिवसांत, जितक्या लवकर शक्य होईल तितक्यात, अनंताला परळच्या रुग्णसेवा संघात हलवू. सगळे

ठरले की, मी तुला कळवतो. तुला सुटी घ्यावी लागेल त्या दिवशी, कारण आता त्यासाठी कोणाला दुसऱ्याला शोधण्यात वेळ घालवायला नको. अनंता, तुझी हरकत नाही ना? पुरे झाले आता तुझे संन्याशाच्या मठीत एकलकोंड्याने राहणे. संघात राहून कर तुला जे करायचे ते. भरत किती दहा वाजेपर्यंत येतो ना? ठीक आहे. मी येतो तोपर्यंत आणि त्याला भेटून ठरवतो पुढच्या गोष्टी. आता चलतो मी. अच्छा! अनंता, नित्यानंद, वहिनी येतो.''

खोलीच्या दारात थबकून डॉक्टर थोडे घुटमळले. मग भास्करसमोर उभे राहून मनातला कडवटपणा लपवण्याचा यत्किंचितही प्रयत्न न करता म्हणाले, ''भास्कर, आता तुला इथे थांबून वेळ फुकट घालवण्याची गरज नाही. नीघ आता. तुला कुठे जायचे असेल, तर सोडतो मी. हं, तुझ्यासाठी आणखी एक महत्त्वाचे. अनंताचे मृत्यू... नाही अंतिम इच्छापत्र तयार झाले आहे. कुटुंबातील व्यक्तींना देण्याचा भाग अनेक्स्चर म्हणून जोडायचा आहे. आठवडाभरात ते कामसुद्धा पूर्ण होईल. धारप वकिलांकडे गेलास, तर तुला प्रत मिळेलच. त्यांनी तुला नाही ओळखले तर आम्हापैकी कुणालातरी फोन कर. चल, पुढे हो. मी येतोच तुझ्या मागोमाग.''

बोलल्याप्रमाणे तिसऱ्याच दिवशी डॉक्टरांनी अनंतरावांना रुग्णसेवा संघात हलवण्याची व्यवस्था केली. मी त्यांना सोडून आलो. तिथला सर्व सेवकवर्ग अनंतरावांचा मित्रपरिवार; त्यामुळे चिंताच नव्हती. भरपूर विश्रांती, सकस आणि नियमित वेळी जेवण-खाणे आणि उत्तम शुश्रूषा यामुळे महिनाभरातच ते पूर्ववत झाले. घरी परत जाण्यासाठी त्यांची चुळबुळ सुरू होती; पण डॉक्टरांपुढे त्यांचे काही चालत नव्हते. नीलाताई देवांना आणि नलिनीला घेऊन त्यांना भेटायला जायचे मी आणि सुनील ठरवत होतो; पण काही ना काही निमित्ताने ते राहून जात होते आणि आज हा गणेशचा फोन आला.

अन्नावर वासना नव्हती; पण औषध घ्यायचे म्हणून रात्री कसेबसे चार घास खाल्ले. अनंतरावांच्या आठवणी काढत आणि त्या दिवशीच्या भास्करच्या बोलण्यावर बोलत आम्ही डायनिंग टेबलवरच बसलो होतो. फोन वाजला-

''हरिओम, नित्यानंद. मी परिमल. अनंतरावांचे समजले?''

''हो. दुपारी गणेशचा फोन आला होता; पण तोपर्यंत त्यांच्या घरच्यांनी अंत्यसंस्कार उरकून घेतले होते.''

''हूं. छोडो। अब उसकी चर्चा करनेसे कोई लाभ नही। एक विषय करना था।''

''हं सांग.''

''आज बैठकीनंतर निर्णय झाला. अनंतरावांच्या नातलगांना जे करायचे ते ते करतील; तो आपला विषय नाही. आपल्या माध्यमांतून दोन श्रद्धांजली सभांचे आयोजन झाले आहे. पहिली सभा तेराव्या दिवशी सायंकाळी सहा वाजता यशवंत

सभागृहात. वक्ता सूचीमध्ये तुझे नाव आहे. दुसरी मासिक श्राद्धाच्या दिवशी सायंकाळी साडेपाच वाजता खेतान हायस्कूल, मालाडच्या मैदानात. हा कार्यक्रम मोठा असेल. अनंतरावांच्या संपर्कातील सर्व जुने कार्यकर्ते आणि देणगीदारांना उपस्थित ठेवण्यासाठी विशेष प्रयत्न करायचे आहेत. कदाचित तुला सूत्रसंचालन करावे लागेल. या कार्यक्रमात 'अनंतराव स्मृती फाउंडेशन'ची घोषणा होईल. कमला प्रसादजी सोमय्या फाउंडेशनचे अध्यक्ष असतील... हो त्यांचा होकार आला आहे. मनोहर सापळे प्रमुख संयोजक. फाउंडेशनवर तू असावेस असे ठरतेय. तुझी उपलब्धता कळव. बाकी सूचना योजनेतून मिळतील. अच्छा! यशवंत सभागृहमें मिलते हैं।''

अनेक संस्थांसाठी हयातभर झिजलेल्या अनंतरावांच्या नावाने अजून एक संस्था, एक वर्तुळ पूर्ण झाले.

(या कथेतील सर्व पात्रे आणि प्रसंग काल्पनिक आहेत. जिवंत अथवा मृत व्यक्तीशी साधर्म्य आढळल्यास योगायोग समजावा.)

(२० एप्रिल, २०१६)

सिंगल रूम

जुनाट चाळीतल्या भाड्याच्या खोलीसाठी आदर्श संसार पणाला लावणाऱ्या पुरुषी अहंकाराची परिसीमा

''अगं पण शोभे, यात नकार देण्यासारखे आहे तरी काय म्हणते मी. मुलीच्या जातीनं इतकं चिकित्सक असणं बरे नव्हे बरे. अगो, मुलगा चांगला एम.ए., एल.एल.बी. आहे, बँकेत ऑफिसर आहे. दिसायला तर अगदी राजबिंडाच आहे आणि तू बावळटासारखे नाही म्हणतेस? काय म्हणावे या कर्माला!! तुला काय वेडबिड लागलंय की काय? अगो, याच्यापेक्षा आता काय कोणी देवानंद पाहिजे की काय तुला? बरे, बेटा मला सांग, अगदी मोकळ्या मनाने सांग, याच्याबद्दल काही उणं-वावगं समजलंय का तुला? हे तर म्हणत होते, पूर्ण चौकशी केलीय म्हणून. वाडीत काय किंवा ऑफिसात काय, सारे त्याला सज्जन, सुसंस्कृत आणि सुसंस्कारित म्हणूनच नावाजतात. राजू-विजूसुद्धा तसे त्याला ओळखतात, उत्तम स्पोर्टमन आहे म्हणून आणि तू चक्क नाही म्हणतेस? अगो, करंटेपणाचा कळसच की गो हा. मला सांग, अगदी खरं सांग, तुला शपथ आहे माझी. सांग, तूच कुठे गुंतून पडलीस की काय? तसं असेल तर आत्ताच स्पष्ट सांग बाई. नंतर पुढे मग अब्रूचे धिंडवडे नकोत. ना आमच्या, ना तुझ्या. सारे व्यवस्थित असेल तर मीहून बोलेन आप्पांशी. समजावीन त्यांना. अगो, अशी नुसती मुखस्तंभासारखी काय बसलीयस? मी काय भिंतीशी बोलतेय की काय?''

मालतीबाईंची सरबत्ती सुरू होती. शोभा लोखंडी खाटेवर भिंतीला टेकून बसली होती. दोन्ही गुडघे पोटाशी उभे धरून आणि हनुवटी त्यावर टेकलेली. नजर खाली, डोळ्यांना धारा आणि बोटांनी चादरीवर रेघोट्या मारण्याचा चाळा सुरू असलेला. धाकट्या तिघी तिच्या भोवती कॉटवरच बसलेल्या. आप्पा जिन्नस आणायला मुगभाटात गेलेले, तर राजू-विजू नेहमीप्रमाणे नाक्यावर. मालतीबाई समोर उभ्या राहून अगदी पोटतिडिकीने लेकीशी बोलत होत्या; पण शोभा ढिम्म! फक्त रात्रीच

बंद होणारे खोलीचे दार आज भरदुपारी बंद होते. शिरस्त्याप्रमाणे चाळीतले शेजारी सकारण-अकारण दारावरून चकरा मारून आत काय चालले असावे, याचा कानोसा घेत होते. आपला आवाज खोलीबाहेर जाणार नाही, याची मालतीबाईंनी कितीही काळजी घेतली, तरी मध्येच स्वर उंचावत असे.

मालतीबाईंचा स्वर कधीच चढत नसे. कितीही राग आला तरी घरातले आवाज बाहेर न जाऊ देण्यावर त्यांचा कटाक्ष असे; पण आज त्या लेकीला भडाभडा बोलत होत्या. त्याला कारणसुद्धा तसेच होते. संध्याकाळी पाच वाजता शोभाला दाखवण्याचा कार्यक्रम होता. आता ती ऐन वेळी मुलगा पसंत नाही म्हणत होती. त्यांचा सात्त्विक संतापसुद्धा काही अनाठायी नव्हता. श्रीधर परांजपेचे स्थळ कोणत्याही मध्यमवर्गीय पांढरपेशा घरातल्या मुलीसाठी अगदी आदर्श असेच होते. लेकीच्या मूर्खपणाने असे चांगले स्थळ हातचे गमावून बसणे कसे शक्य होते?

"आई, अगं तूच एकटी बोलत राहणार आहेस का? ताईला उत्तर द्यायला जरा सवड तरी दे." न राहवून शेवटी कमूने मध्ये तोंड घातलेच.

"हो गं हो, मला वेड लागलंय ना! बोल बाई बोल. काय म्हणून तू हे असे सोन्यासारखे स्थळ नाकारतेस? एकदा कळू तरी दे मला वेडीला."

मान वर न करता आणि हाताचा चाळा न थांबवता शोभा तोंडातल्या तोंडात पुटपुटली, "मला चाळीत राहणारा मुलगा नको. मी नाही लग्नाचा विचार करू शकत चाळीत राहणाऱ्या मुलासोबत. छोटा असला तरी चालेल, स्वतःचा स्वतंत्र सेल्फकंटेन्ड फ्लॅटच हवा. थोडा दूर असला तरी चालेल मला."

मालतीबाई स्तंभित होऊन लेकीकडे पाहातच राहिल्या. नवऱ्याच्या तुटपुंज्या पगारात चार मुली आणि दोन मुले असा पसारा सांभाळताना त्यांनी मुलांवर काटकसरीचे आणि थोडक्यात समाधान मानायचे संस्कार केले होते. त्यांच्या सहाही मुलांच्या समजूतदारपणाची अवघ्या चाळीत वाखाणणी होत असे. मालतीबाईंना त्याचा सार्थ अभिमान होता. आज त्यांची सोशीक, शालीन, समजूतदार लेक हटवादीपणा करत होती. क्षुल्लक कारणासाठी सोन्यासारखे स्थळ नाकारत होती. कारण काय तर म्हणे चाळीत राहतो. छे! अगोचरपणा नाही तर काय म्हणायचे याला.

"अरे रामा! शोभे, अगं आता तुला काय म्हणू? असं काही बोलतेस जसं काही आजवर सारं आयुष्य अगदी महालातच काढलंयस. अगो, पंचवीस वर्षे मी संसार केला, तो या चाळीतच ना? तुम्हाला एवढी घोडी वाढवली, ती या चाळीतच ना? कुठं काय कमी पडलं गं तुम्हाला?"

"काय कमी पडलं? आई, अगं तुला काय आणि कसं सांगू? आतापर्यंत आपण चाळीत राहिलो, म्हणूनच आता मला चाळीत, सिंगल रूममध्ये राहायचं

नाही. छोटासा; पण स्वतंत्र फ्लॅट असणाराच मुलगा पाहा तू आई. माझ्या एकटीसाठी नाही म्हणायचं मला, आमच्या सर्वांसाठीच.''

''आता आणखी धाकट्यांना फितवू नकोस. एवढे कसे तुला चाळीशी वैर वाटायला लागले गो? माझ्या तर काहीच ध्यानी येत नाही. आजपर्यंत असं वेडं-विद्र बोलली नव्हतीस कधी.''

शोभाला उमाळा आला आणि मोठा हुंदका फुटला. कमू तिच्या पाठीवरून हात फिरवू लागली. बाकी तिघीही काही बोलल्या नाहीत; पण त्यांच्या नजरेत थोरलीला सहानुभूती आणि पाठिंबा दिसला. शोभाची नजर खालीच खिळलेली असली, तरी त्या तिघी आईकडे एकटक बघत होत्या. त्या नजरांनी मालतीबाई जरा वरमल्या. स्वरातला राग कमी होऊन समजावणीचा सूर आला. एक दीर्घ सुस्कारा सोडून त्या म्हणाल्या,

''बेटा, आम्हाला वाटत नाही का की, आमच्या मुली सुस्थळी पडाव्यात, वैभवात राहाव्यात म्हणून? पण बाळा, आपल्याला आपल्या परिस्थितीचा विचार करायला नको का? बेटा, पाय इतपतच पसरावे की, अंथरुणाबाहेर जाणार नाहीत.''

''आई, तुझे सगळे ठीक आहे. मला पटते सारे. आजवर तू सांगत आलीस तसेच आम्ही वागत आलो. नुसते तू सांगतेस म्हणून नव्हे तर ते अगदी खरे होते म्हणून. योग्य होते, हे आम्हाला पटत होते म्हणून. तू आणि आप्पा आमच्या फक्त हिताचाच विचार करणार, यात आम्हाला कोणतीही शंका नाही; पण आई गं, कधीच काही न मागणारी, हट्ट न करणारी आपली लेक आज का असा हट्ट करतेय, जरा समजून तरी घे ना.''

''आता काय समजून घेऊ तुला शोभे?''

''आई, या टीचभर खोलीत इतकी वर्षे आपण आठजण राहतोय. सवयीमुळे अडचण जाणवत नसली, तरी अडचण होते हे तर खरे ना? बैठकीची खोली हीच, स्वयंपाकघर हेच. अभ्यास इथेच करायचा आणि झोपायचेसुद्धा इथेच! क्वचित कधी कुणी पै-पाहुणा आला तर त्याला कुठे बसवायचे हा प्रश्न पडतोच ना? साधी अंघोळसुद्धा मनासारखी करता येत नाही गं! पाण्याची अडचण तर मेली पाचवीलाच पुजलेली; पण जागेची त्याहून. अंघोळ कसली ती; मेलं कसंबसं मुटकुळं करून अंग धुवायचे झाले. नजर मोरीच्या हलत्या पडद्यावर ठेवून. कधी अधिक-उणा हलला की, दचकायचं. थोडा अधिक आगळा हात हलला, तरी कट्ट्यावरच्या कळश्या गडगडण्याची भीती. साडी बदलायची तरी पंचाईत, ब्लाउज बदलताना अगदी मेल्याहून मेल्यासारखे वाटते. कोणी परका घरात येऊन बसला असेल तर मग विचारायलाच नको. स्वतःला मोकळे-ढाकळे म्हणवून घेत चाळकरी शेजारी तर काय, काळ नाही, वेळ नाही; कधीही आणि कितीही वेळ येऊन बसणार.

“आई अगं, रात्री झोपायचं, तेसुद्धा एकमेकांना अगदी खेटून. आपला हात कोणाच्या गळ्यात तर कोणाचा पाय आपल्या कमरेवर. हिवाळ्याचे चार दिवस ठीक असतं गं; पण उन्हाळ्यात? उन्हाळ्यात कसा जीव जातो, तू बघतेसच ना? आपल्याला थोडी मोकळीक मिळावी म्हणून आप्पा आपले कायम व्हरांड्यात, हडप्यावर बसलेले आणि राजू-विजू जिन्यात, नाहीतर नाक्यावर. बिचारे रात्री उघड्यावर गच्चीतच झोपतात. पावसात त्यांचे किती हाल होत असतील गं. कितीही इच्छा असो, त्यांना आत येऊन झोपा म्हणायची सोय नाही. लहान होतो तोवर ठीक होते; पण आता सारेच मोठे, बरोबरीचे झालेत. बहीण-भाऊ असलो तरी संकोच हा आहेच ना?

“आणि खरं सांगू आई, सर्वांत लाजिरवाणं वाटतं ते सकाळी टिनपाट घेऊन सगळ्या खोल्या ओलांडत संडासला जाणं. एक तर ते संडास मेले अगदी घाणेरडे. कोळिष्टके, झुरळे आणि पालींनी बुजबुजलेले. शेवाळ आणि चिखलाने माखलेले. त्याउप्पर त्यात काही-बाही वाह्यात लिहून चिताडून ठेवलेले. जाता-येता लोक मेले अशा नजरेने पाहतात की बस्स. जणू त्या हलकटांना निसर्गक्रम नाहीच. आता परवाची, रविवारचीच गोष्ट. जरा पोट बरं नव्हतं, तर तो कोपऱ्यावरच्या खोलीतला मेला हलकट पडवळ दात विचकत विचारतो, ‘अरे, आज पाचव्यांदा! काय काही गडबड आहे की काय?’ असा संताप आला होता की, एक चांगली भडकावून द्यावी. म्हणून मी आजकाल रोज ऑफिसचेच टॉयलेट वापरते; पण सुट्टीच्या दिवशी झक मारत या दिव्याला सामोरे जावे हे लागतेच.

“आई, मला कुठले वैभव, दागदागिने नको, गाडी-घोडे नकोत. फक्त एकच इच्छा आहे आई माझी. आपल्या स्वतःच्या स्वतंत्र बाथरूममध्ये बंद दाराआड मनसोक्त अंघोळ करता यावी. कोणीतरी पाहील याची धास्ती न बाळगता कपडे बदलता यावेत. रोज सकाळी उठून सामोरं जावं लागतं ते लाजिरवाणं टाळावं. संडास आपल्या घरातच हवा. स्वच्छ, स्वतंत्र. त्या नजरा नकोत, ते भिंतीवरचं लाजिरवाणं चिताडकाम नको, दारावरची ती थाप नको. सांग आई, काही वात्रगं मागते आहे का मी? चुकतेय का मी? कोकणातले ते जिवापाड काबाडकष्ट नको, ती कायमची उपासमार नको, म्हणून तूसुद्धा शहरातला, नोकरी करणारा मुलगा हवा असा आग्रह धरला होतासच ना? त्यापायीच या साऱ्या गैरसोयी तू आजवर सोसत आलीस, होय ना? माझं चुकतंय का काही? सांग. मनापासून सांग. दाखवून दे माझी चूक. मग मी तू सांगशील ते मुकाट करीन. ब्र काढायची नाही मुखातून.”

मालतीबाईंचा राग एकदम थंड झाला. पुढे होऊन आपल्या गुणी लेकीला त्यांनी एकदम कुशीत घेतले. पाचहीजणी बराच वेळ मूकपणे डोळे गाळत राहिल्या. थोड्या वेळाने मालतीबाई सावरल्या. शोभाचा चेहरा पदराने पुसत, जड आवाजात

त्या म्हणाल्या, ''पोरी, तुझं काहीच चूक नाही गो. मलासुद्धा हे सारं पटतंय. चूक असेल तर ती आपल्याच प्राक्तनाची. गरिबीची. हे रिटायर व्हायच्या आत तुम्हा सगळ्यांचं सगळं नीट व्यवस्थित व्हायला नको का? तुझं आटोपलं की कमूसाठी पाहायला हवं. यासुद्धा पाठीला पाठ लावून तयारच आहेत. एवढं सोन्यासारखं स्थळ आपण नाकारलं तर लोक दहा तोंडांनी नाही नाही ते बोलतील. तुझ्यावर नस्ते शिंतोडे उडवतील. तुझ्या पाठच्यांचा पण विचार कर.''

''आई, एवढं काही ताईचं वय निघून गेलेलं नाही हं. तीही सचिवालयात चांगली असिस्टंट आहे. सुंदर तर आहेच. तिला काय दुसरा मुलगा मिळायचा राहील की काय? असं काय मोठं झालंय? लग्न ठरलंय की साखरपुडा झालाय? अजून दाखवलंसुद्धा तर नाही. काहीतरी कारण सांगून आजचा कार्यक्रम रद्द झाल्याचं तेवढं आप्पांना त्यांना कळवायला सांग. त्यांना कसं टाळायचं, ते नंतर ठरवता येईल सावकाश.''

कमूने पुन्हा एकदा ताईची कड घेत आईशी युक्तिवाद केला. एवढेच नाही तर तिच्या मते, अगदी बिनतोड तोडगासुद्धा सुचवला.

तिच्यावर डोळे वटारत त्या शोभाच्या शेजारी बसल्या. तिच्या पाठीवरून हात फिरवत म्हणाल्या, ''तू गप गं. जिथे तिथे तोंड घालत असते चोंबडी कुठची; पण मी म्हणते, शोभा-श्रीधरचा जोडा अगदी शोभून दिसेल. एवढ्या तरुण वयात तो ऑफिसर झालाय. पुढे मॅनेजर-बिनेजर झाल्याशिवाय राहायचा नाही. त्याचा पगार तर उत्तम आहेच; पण घरची परिस्थितीही चांगली आहे. शिरावर कुठली जबाबदारी नाही. एकच बहीण, तिचे लग्न झालेले. वडिलांची पेन्शन इतकी आहे की, याचा पगार सारा शिलकीच राहतो. मुलगा निर्व्यसनी, काटकसरी आहे म्हणतात. तुझ्या पगाराची जोड मिळाली तर दोन वर्षांत फ्लॅट घेणं काही अवघड जायचं नाही. आयतं मिळण्यापेक्षा स्वतः काहीतरी मिळवण्याचा आनंद नेहमीच मोठा असतो बाळ. थोडे दिवस कळ काढावी लागेल इतकेच.''

''हो ताई, हो! आई म्हणते तेही अगदी बरोबर आहे. तू जर ठरवलंस तर दोघांच्या पगारात फ्लॅट घेणं अजिबात अवघड नाही. बँकेतल्या लोकांना घरासाठी कर्जसुद्धा अगदी सहज मिळतं. बस्स. तेवढीच एक अडचण होती ना? बाकी श्रीधररावांमध्ये नाहीतरी काही उणे नाहीच. ऊठ, ऊठ. चल, लवकर तयार हो. साडेतीन होतायत. आईची पोह्यांची तयारी होईपर्यंत आम्ही घर आवरतो. तू पोंक्षे आजींकडे तयार हो. आई सकाळीच बोललीय त्यांच्याशी. आई, राजूला हाक मार. नाक्यावरून छानसा सायलीचा गजरा घेऊन ये म्हणावं. अगं ताई ऊठ. अशी खुळ्यासारखी बघत काय बसलीस?''

झालं! शोभाचा निर्णय जणू कमूनेच घेऊन टाकला. बघण्याचा कार्यक्रम

यथास्थित पार पडला. दहाव्या दिवशी नेमकी देवदिवाळी आणि रविवार असा योग जमून आला. चंद्रेश्वर सभागृहात साखरपुडा झाला. वडीलधाऱ्यांनी आग्रह करून दोघांना फिरायला पाठवले. निघताना माई परांजप्यांनी लेकाला मुद्दाम बजावून सांगितलं, "हे बघ, तिला उगीचच दामटवू नकोस रे. नाजूक आहे बिचारी. तुला काय, तू डोंगर-दऱ्या भटकणारा. पहिल्याच दिवशी दमवू नकोस तिला."

तात्यांनी वडीलकीचा सल्ला दिला- "उगा इकडे-तिकडे उंडारत बसू नका. सरळ गार्डनवर जा. परतताना वाळकेश्वराचं दर्शन घेऊन या. प्रथमच एकत्र बाहेर पडताय, तेव्हा देवदर्शनानंच शुभारंभ करा. कसें? मग आहातच तुमचे तुम्ही. खीः खीः खीः"

कमू शोभाच्या कानाला लागली आणि शेजारीच उभ्या असलेल्या श्रीधरला विनासायास ऐकू जाईल अशा 'खासगी' आवाजात हळूच कुजबुजली, "ताई, मलाही कुल्फी सोडू नकोस हं. माझ्या वाटणीचीसुद्धा वसूल करून घे."

हॉलच्या बाहेर पडून दोघे चौपाटीच्या वाटेला लागले. सिग्नल ओलांडला आणि श्रीधर जरा जवळ सरकला. किंचित अडखळत हळूच म्हणाला, "अंऽऽ... तुझी हरकत नसेल तर सूर्यास्त बघतबघत, रमतमगत आपण चालतच वाळकेश्वरला जाऊ या का? चालताचालता गप्पाही होतील. परतताना मी टॅक्सीने तुला घरी सोडीन."

श्रीधरचे व्यक्तिमत्त्व इतके प्रसन्न आणि प्रभावी होते आणि तो इतक्या सौम्य स्वरात आर्जवाने बोलला की, शोभाला नाही म्हणणे शक्य झाले नाही. आपल्या वाग्दत्त वधूला प्रभावित करण्यासाठी तो असे वागत नव्हता, तर तो त्याच्या व्यक्तिमत्त्वाचा स्थायीभाव होता. त्याच्याकडे तिरप्या नजरेने पाहत तिने मुग्धपणे मान डोलवली.

मरीन ड्राइव्ह ओलांडल्यावर आपसूकच दोघांची पावले चौपाटीकडे वळली. मग भेळ, पाणी-पुरी, दही-पुरी, पुन्हा एकदा भेळ; ती मात्र शेअर करून एकाच पुड्यातून, कुल्फी असा कार्यक्रम आटोपेपर्यंत सूर्यास्त होऊन राणीचा रत्नहार लखलखू लागला होता. तरीसुद्धा दोघे वाळकेश्वरला चालतच निघाले. खाताना, चालताना त्यांच्या अखंड गप्पा सुरू होत्या. गप्पा म्हणजे श्रीधर बोलत होता आणि शोभा ऐकत होती. नाही म्हणायला क्वचित कधी एखाद-दुसरे वाक्य बोलण्याची संधी तिला मिळे; तीसुद्धा एखाद्या प्रश्नाच्या उत्तरापुरतीच.

वाळकेश्वराचे दर्शन घेऊन दोघे बाणगंगेवर आले. सायंआरतीची वेळ होती. भोवतालच्या देवळांमध्ये घंटानाद सुरू झाला होता. वातावरणात एक सुंदर सुखद भारलेपणा आला होता.

"पायऱ्यांवर बसू या थोडा वेळ?"

"का? दमलीस?"

"छे! खूप छान वाटतंय. जरा बसू या."

"मलासुद्धा हा घंटानाद खूप आवडतो. चल बसू या."

दोघे पायऱ्यांवर टेकले. एवढा वेळ बडबड करणारा श्रीधर त्या घनगंभीर घंटानादात तन्मय होऊन गेला. मूक बसून दोघे ऐकत राहिले. घंटानाट थांबला. सर्वत्र शांतता पसरली. इतकी शांतता की, जणू तो मुंबईसारख्या महानगराचा भागच नव्हे. एकाच वेळी दोघांनी परस्परांकडे पाहिले आणि दोघांच्याही चेहऱ्यावर प्रसन्न हास्य उमलले. त्या मंगलमय घंटानादाने जणू जादूच केली होती. नवखेपणा पार गळून पडला होता. श्रीधरला नव्याने बोलणे सुरू करण्याची संधी न देता, हॉलमधून निघाल्यापासून जो प्रश्न विचारण्याचा ती प्रयत्न करत होती, तो तिने पटकन विचारून घेतला.

"मला किनई घर सजवायला खूप आवडते. मला माझं घर सजवायला मिळेल का हो?"

ती फ्लॅटचे विचारणार होती; पण संस्काराने रक्तात मुरलेला संकोच आडवा आला आणि स्पष्ट विचारण्यासाठी जीभ रेटलीच नाही. अजून भारल्या मनःस्थितीत असलेल्या श्रीधरच्या डोक्यात तिचा आडवळणाचा प्रश्न शिरलाच नाही. त्याने सरधोपटपणे उत्तर दिले, "त्यात काय विचारायचंय? आता घर तुझं झालं की, तूच ते सजवणार. मी कशाला आडकाठी करू? माई-तात्यासुद्धा हौशी आणि मनमोकळे आहेत. ते तुला प्रोत्साहनच देतील."

त्यानंतर ती घर सजावटीच्या आपल्या कल्पना आणि योजना याबद्दल बडबडत राहिली. बेडरूम, किचन, बैठकीचा हॉल, बाल्कनी असे उल्लेख ती आवर्जून करत राहिली. आता ऐकण्याची पाळी श्रीधरची होती. तो मन लावून ऐकतो आहे, अशीच तिची भावना झाली. ती आतून सुखावली. बराच वेळ तसा गेल्यावर त्याने विचारले, "निघू या? जाऊ या असेच गार्डनपर्यंत?"

उठून त्यांनी रस्त्यावर येणाऱ्या पायऱ्या चढायला सुरुवात केली आणि श्रीधरने सहज मनगटावरच्या घड्याळाकडे नजर टाकली.

"अरे बाप रे! अगं, नऊ वाजताहेत. आता सरळ घरीच जाऊ या. तुझ्या घरची माणसं म्हणतील, बोट दिलं तर मनगट पकडणारा दिसतोय. आशा करू या आपल्याला भरपूर फिरायला मिळेल. चल तुला घरी सोडतो."

श्रीधरने वाटेत त्याच्या आवडीच्या एका खास दुकानासमोर टॅक्सी थांबवली. शोभाच्या भावंडांसाठी भरपूर भेळ आणि दोन-तीन प्रकारची कुल्फी पार्सल बांधून घेतली. नको नको म्हणण्याचा लटका प्रयत्न तिने करून पाहिला; पण आपल्या वाग्दत्त वराची ती उदारता तिच्या मनाला सुखावून गेली. आजवर भावंडांना सोडून तिने असे चटकदार एकटीने कधी खाल्ले नसल्याने तिच्या मनाला त्याची चुटपुट

लागून राहिली होतीच. ती त्याने दूर केल्याने तिला समाधान वाटले. आपल्या भावंडांविषयी त्याच्या मनात असा सद्भाव कायम राहावा, अशी तिने मनोमन प्रार्थना केली. तिला चाळीशी सोडून तीच टॅक्सी श्रीधरने स्वतःच्या घराकडे वळवली. राजू-विजू ताईची वाट पाहत खालीच उभे होते. त्यांच्या घरी चलण्याच्या आग्रहाला, पुन्हा कधीतरी येण्याचे आश्वासन देत, गोड हसत त्याने नकार दिला. नाक्यावरून टॅक्सी वळते न वळते तोच त्यांनी पार्सलचा ताबा घेतला आणि लाकडी जिने धडाधडा वाजवीत खोलीकडे धाव घेतली. चाळकऱ्यांच्या कौतुकाच्या नजरा झेलत शोभा त्यांच्या मागोमाग सावकाश जिना चढू लागली.

चित्पावन ब्राह्मण संघात लग्न पार पडले. फारसा काही थाटमाट केला नसला, तरी आप्पा घाणेकरांनी रितीप्रमाणे यथाशक्ती वऱ्हाड्यांची हौसमौज पूर्ण केली. परांजपे मंडळीही अगदी समंजसपणे वागली. ज्या नातेवाइकांचा आयुष्यात पुन्हा कधीच व्याह्यांशी संबंध येणार नाही, असे नातेवाईक बरेचदा कार्यप्रसंगी घाण करत असतात. मात्र, तात्यांचे थोरले बंधू याबाबत अत्यंत दक्ष होते. त्यांनी घाणेकरांची कुठेही कोणी पंचाईत करणार नाही, यावर काटेकोर लक्ष ठेवले. त्यांच्या वाडीतील श्रीधरची मित्रमंडळीसुद्धा मोठी हौशी दिसली. त्यांची सतत थट्टामस्करी सुरू होती. हास्याचे फवारे उडत होते. कमूला तर त्यांनी जणू गिऱ्हाइकच बनवले होते. बिचारी पार रडकुंडीला येऊन गेली. चित्पावन ब्राह्मण संघ ते मुगभाट अंतर ते कितीसे! पण त्या मंडळींनी फुलांनी सजवलेल्या कारमधून बँड लावून वरात काढली. तसा अशा उधळपट्टीला तात्यांचा विरोध होता; पण मुलांच्या उत्साहापुढे त्यांना माघार घ्यावी लागली. मुंबईच्या रितीप्रमाणे गुरुजींनी हॉलवरच लक्ष्मीपूजन उरकून घेतले. तरी परांजप्यांनी सर्व घाणेकर मंडळीस वरातीनंतर कॉफीपानाचे आमंत्रण दिले होते. चि.सौ.कां. शोभा घाणेकरने फणसवाडीतील सखाराम राजारामाच्या चाळीतून मुगभाटातील संतीणबाईच्या मठाजवळच्या पांडुरंग व्हणकुद्रेच्या चाळीत सौभाग्यवती शुभदा श्रीधर परांजपे म्हणून गोरज मुहूर्तावर माप ओलांडून गृहप्रवेश केला.

फणसवाडीतल्या घाणेकरांच्या खोलीपेक्षा परांजप्यांची ही खोली तिसऱ्या मजल्यावरची कॉर्नर रूम असल्याने चांगली हवेशीर आणि ऐसपैस असली, तरी होती सिंगल रूमच! कॉफीपानाचा कार्यक्रम तसा चांगलाच रंगला; पण त्यानंतर पाहुणे मंडळी भराभरा पांगली. श्रीधरची बहीण श्रेया, त्याच्या थोरल्या काकू, त्यांची लग्न न झालेली एक मुलगी अन् आत्या एवढ्या स्त्री-मंडळाव्यतिरिक्त खोलीत मुक्कामाला कोणीच थांबणार नव्हते. गावावरून आलेल्या चार-दोन पाहुण्यांसह पुरुष मंडळी साठे, भडसावळे आणि कुलकर्ण्यांकडे गेली. नवी नवरी म्हणून शोभाची सोय पलंगावर केली होती. लग्नाच्या विधीसाठी पहाटेपासून उठणे झाले होते. विधींनी दिवसभर दमणूक झाली होती, तरी त्या आरामशीर पलंगावर शोभाला

झोप येत नव्हती. कदाचित जागा नवी, कदाचित भविष्याची हुरहुर; पण खरे म्हणजे सिंगल रूमची टोचणी तिला अस्वस्थ करत होती. सकाळी पूजा लवकर सुरू होणार असल्याने लवकर उठायचे होते, म्हणून मिळेल तेवढी झोप तिला हवी होती. सकाळी लवकर उठायचे हा विचार मनात आला आणि शोभा दचकली. सकाळी उठल्याबरोबर तेच सर्व खोल्या ओलांडत टिनपाट घेऊन जाण्याचे दिव्य! फणसवाडीत निदान सारे लहानपणापासूनचे, नकळत्या वयापासूनचे ओळखीचे. येथे सारे अनोळखी. तिला एकदम शिसारीच आली आणि येत असलेली झोपसुद्धा उडाली.

'देवा! कधी चुकतील माझ्या मागचे हे भोग? कधी मी माझ्या स्वतःच्या घरात माझ्या मनासारखी राहू शकेन?'

फ्लॅट घेण्याचा विषय श्रीधरकडे कसा आणि कधी काढायचा या विचारातच रात्र संपली. गजर झाला. साऱ्याजणी पटापट उठल्या. शोभासुद्धा उठून बसली. मिस्कील हसत श्रेयानं विचारलं, "काय झाली का झोप? डोळ्यांवरून तरी झाली असं वाटत नाही. दादाची स्वप्ने पाहत होतीस की काय?"

काही न बोलता शोभा नुसतीच लाजली. साऱ्याजणी खळखळून हसल्या. माई म्हणाल्या, "ऊठ चल. पटापट आवर. पुरुषांची वर्दळ सुरू होण्यापूर्वीच संडास वगैरे उरकून घे. तशी तू चाळीतच वाढलेली, तुला याची सवय आहेच. श्रेया, अलका तिच्यासोबत जा."

पहाटेचे साडेचार-पावणेपाचच वाजले होते, तरी चाळीत चांगलीच जाग होती. तिच्या नजरेतील आश्चर्य श्रेयानं ओळखलं असावं.

"अगं, आमच्याकडे पाणी चार वाजताच येतं; त्यामुळे सगळ्यांना लवकर उठावंच लागतं."

कशीबशी त्या दिव्यातून शोभा पार पडली. ती परत येईपर्यंत पुरुष मंडळी चहासाठी घरी आली होती. सासूबाईंनी रांगोळी काढून, दोन पाट शेजारीशेजारी मांडून ठेवले होते. एकावर श्रीधर बसलेला आणि अर्थात दुसरा मोकळा तिच्यासाठी. माईंनी हाताला धरून मोठ्या कौतुकाने तिला मोकळ्या पाटावर बसवले. सारे उगीचच हसले. डोळ्यांच्या कोपऱ्यातून दोघांनी एकमेकांकडे पाहिले. लाजून तिने हातांच्या ओंजळीत तोंड लपवले. पुन्हा एकदा हास्याचा खळखळाट झाला. ते हसणे आपल्या गलक्यात बुडवत अंत्या, विन्या, चिन्या अशी चाळीतली पाच-सहा पोरं घरात घुसली.

"काकू, पूजेचे जेवण पदरात पडत नाही, तोवर आम्ही तुमचे पाहुणे. आम्हालाही चहा हवा. हे घ्या चहासोबत खारी आणि टोस्ट. कधी नव्हे तो सकाळी उठून अंत्या सायकल दामटत मेरवानजीकडून घेऊन आलाय."

"तरी म्हटलं, तुमची टोळधाड अजून कशी उतरली नाही. तयार आहे चहा.

मेल्यांनो, अरे आता घरी नवं माणूस आलंय याचं तरी भान ठेवा. टोळभैरव मेले!''

लटक्या रागात माईंनी त्यांना दटावले. चहा घेताना त्यांची एवढी मस्करी सुरू होती की, शोभाला नवल वाटले. इतक्या पहाटे हे लोक एवढे फ्रेश कसे? पंधरा मिनिटांत चहापानाचा कार्यक्रम आटोपला आणि झटक्यात खोली रिकामी झाली. ती तशीच फणसवाडीतल्यासारखी पडदा लावलेली मोरी. नवी सून येणार म्हणून कदाचित नव्या टाइल्स लावून घेतल्या असाव्यात. दोघांना नीट बसतासुद्धा येत नव्हते; पण तरी साऱ्यांनी हौसेने जोडप्याला अंघोळ घातली. हातात टॉवेल देताना थोरल्या काकू म्हणाल्या, ''हे कसलं मेलं रासन्हाणं? परवा कोकणात गावी जाऊ तेव्हा रासन्हाण्याची पुरती गंमत करू. इथे आपला शास्त्रार्थ!''

जेवायला घाणेकरांकडची सारी मंडळी आली होती. जवळपास पन्नास-साठ पाने झाली. स्वयंपाकाला जागा नव्हतीच. रानडे कॉन्ट्रॅक्टरकडून तयार जेवणच मागवलं होतं. रात्री साडे-नऊ दहापर्यंत तीर्थ-प्रसादाची गडबड सुरू राहिली. घरचा रामा गडी आपल्या दोस्तांना घेऊन आला होता. गॅलरीत त्यांचे चांगले तासभर जोरदार भजन झाले आणि जवळजवळ पाणी येण्याच्या वेळेपर्यंत श्रीधरच्या मित्रांचा गाण्या-बजावण्याचा कार्यक्रम. सारी आन्हिके आणि उत्तरपूजा आटोपेपर्यंत जीव आल्याची आवई उठली.

साठे आणि गांगल काकू माईंना म्हणाल्या, ''माई, आता मागचे उरकण्याचे विनाकारण टेन्शन घेऊ नका. आम्ही आहोत ना? चाळीतली पोरेसुद्धा आहेतच हाताशी. अनंताने आज रजाच घेतली आहे. तुम्ही याल तेव्हा खोली कशी लख्ख करून ठेवतो पाहाच तुम्ही. आम्हाला तरी शिकवणी तुमचीच की नाही?''

साडेसहा वाजता स्पेशल जीपने मंडळी कोकणाकडे रवाना झाली. शोभा आणि श्रीधर ड्रायव्हरशेजारी पुढे बसले होते. खोदादाद सर्कल ओलांडून जीप मोकळ्या रस्त्याला लागली. सतत दोन रात्रीचे अपलक जागरण आणि दगदग झाली होती. गार वाऱ्याचा झोत अंगावर येताच शोभा गाढ झोपून गेली. तिने निःसंकोचपणे श्रीधरच्या खांद्यावर डोके टेकले. महाडच्या पुढे जेवणासाठी गाडी थांबली, तेव्हाच तिला जाग आली. गाव आले तोपर्यंत सांजवत होते.

सारे आयुष्य मुंबईत, त्यातही गिरगावातल्या बंदिस्त चाळीत गेलेले. वास्तविक शोभासुद्धा कोकणातलीच; पण घरात कायम पैशांची चणचण असल्याने तिला कधी गावी जायला मिळाले नव्हते. आई-आप्पा वर्षा-दोन वर्षांआड कार्यप्रसंगाने गावी जाऊन येत. मुलांना गाव-भावकी माहीत हवी म्हणून कधीतरी राजू-विजूला नेत; पण मुलींचा नंबर लागत नसे; त्यामुळे गावच्या प्रत्येक गोष्टीचे तिला अप्रूप. अंगण, परस, भोवतीची बाग, आड, रहाट, तुळशी वृंदावन, कंदील, अंधार सारेच नवलाईचे! देवदर्शन, बोडण वगैरे विधी, नारळी-पोफळीच्या आगरांमधून भटकंती,

आंब्या-फणसाच्या मेजवान्या या साऱ्या गडबडीत चार दिवस कसे निघून गेले, समजलेच नाही.

थोरल्या काकूंनी म्हटल्याप्रमाणे सगळी पारंपरिक हौस-मौज पुरवून घेतली. दोघांना माडीवरची स्वतंत्र खोली दिली. उघड्या खिडकीतून चंद्रकोर पाहत, रातराणी, जाई-जुई, पारिजात, मोगरा यांचे धुंद सुगंध घेऊन येणारा गार वारा अंगावर घेत, दूरवरून येणारी समुद्राची गाज ऐकत, त्यांची पहिली रात्र गेली. एकांत मिळाला, सवड मिळाली की, सहज बोलल्याप्रमाणे फ्लॅटचा विषय काढायचा, असे शोभाने शंभरदा तरी मनाशी घोकले असेल; पण नव्या नवलाईच्या धुंदीत ते राहूनच गेले.

पाचव्या दिवशी निघताना थोरल्या काकूंनी काय काय बांधून दिले. शोभाच्या माहेरी देण्यासाठी आंब्या-फणसाची भरपूर साटं, आमरसाचा गोळा, कोकम, चिंचेचे गोळे, एक कापा अन् एक बरका फणस आणि एक भली मोठी आंब्याची करंडी. परतीच्या वाटेवर मुद्दाम थांबून परशुरामाचे दर्शन घेतले. दुपारचा डबा सोबत होताच. मंदिराच्या ओवऱ्यांमध्ये जेवणं झाली. गावी जाताना शोभा झोपत-पेंगतच गेली होती. आता ती वाटेतल्या निसर्गाचा पुरता आस्वाद घेत होती. कशेळी घाटातून दिसणारा प्रतापगड श्रीधर तिला दाखवत असताना गाडी हायवे सोडून उजवीकडे दुसऱ्या रस्त्याला लागली. कुणी काहीच बोलले नाही, म्हणजे तसे आधीच ठरले असावे. डोंगर कपाऱ्यांमधून जीव घाबरा करणारी वळणं घेत, झाडाझुडपांच्या गर्द सावलीतून जीप धावत होती. शोभा भांबावली; पण संकोचाने काही बोलली नाही. तिरप्या नजरेने तिच्या चेहऱ्यावरचे बदलते भाव निरखीत श्रीधर गालातल्या गालात हसत होता. तो आडबाजूचा अवघड घाट संपला, तेव्हा ते महाबळेश्वरास पोहोचले होते. बहुधा तसे आधीच ठरले असावे. गाडी एका पॉश हॉटेलच्या पोर्चमध्ये थांबली. शोभा-श्रीधर आणि त्यांच्या दोन बॅगा उतरवून, काय होतंय कळायच्या आत हात हलवून जीप निघूनसुद्धा गेली.

कोकणातले ते चार दिवस आणि महाबळेश्वरचे चार दिवस मंतरलेले दिवस होते. त्या दिवसांच्या आठवणीच तिला पुढच्या आयुष्यात प्राणवायू पुरवणार होत्या. मुंबईला परत येताच सिंगल रूम तिच्या पुढ्यात आऽऽ वासून उभी होती.

नव्याची नवलाई संपली. रोजचे रहाटगाडगे सुरू झाले होते. नव्या नवरा-बायकोची झोपण्याची व्यवस्था स्वयंपाकाच्या ओट्याला लागून जमिनीवरच गादी टाकून केलेली होती. मध्ये एक खोली दुभागणारा पडदा लावलेला होता; पण तो पडदा जमिनीपासून चांगला वीतभर उंच होता. पंख्याच्या वाऱ्याने तो सतत हलत असे; त्यामुळे रोजच शोभा एका विचित्र तणावाखाली असे. माईंचे अंथरूण जमिनीवरच हातभर अंतरावर असे. रात्री नवऱ्याशी काही बोलण्याची सोय नव्हती. कारण झोप येत नाही म्हणून रात्री उशिरापर्यंत तात्या टी.व्ही. पाहत जागे असत.

कधी कुजबुजत्या आवाजात काही बोलण्याचा प्रयत्न केला तर माई खाकरून, खोकून किंवा शुक शुक करून आपल्या अस्तित्वाची जाणीव देऊन, गप्प करत. सर्वांत जास्त त्रास देणारी गोष्ट कोणती असेल तर पहाटे चार वाजता येणारे पाणी आणि पाणी भरण्याचा माई-तात्यांचा उत्साह! श्रीधर जरी रिकाम्या पलंगावर ताणून देत असला, तरी सासुरवाशीण शोभाला आडवे होणे शक्यच नसे. तिच्या माहेरी घरात तीन-तीन पुरुष होते; पण तिघेही बिचारे सतत घराबाहेर; त्यामुळे मुलींना घरात वावरताना बरीच मोकळीक असे; पण इथे सकाळ-दुपार-संध्याकाळ तात्या घरात पलंगावरच बसलेले किंवा पडून असलेले; त्यामुळे तिला सतत अवघडल्यासारखे वाटत राही. सुटीच्या दिवशीसुद्धा दुपारी आडवे होता येत नसे. यावर माईंनीच तिल एक तोडगा सुचवला. दर रविवारी दुपारी जेवणे आटोपली की, ती फणसवाडीत 'आईला भेटायला' जाई आणि अर्ध्या-पाऊण तासाची निवांत झोप काढून येई. अशीच एकदा ती आईकडे गेली असताना कमूने फ्लॅट घेण्याचं काय झालं म्हणून छेडलं. मालतीबाईंनी कमूला तर चांगले झापलेच; पण तिलाही समजावले.

"हे पाहा, उगा उतावळेपणाने काही करू नकोस. माणसे चांगली आहेत. समजूतदार आहेत. थोडे त्यांच्या कलाने घे. थोडी वाट पाहा. उद्या कदाचित तेच स्वतःहून हा विषय काढतील. श्रीधरराव पण हौशी आहेत. कोणी सांगावे, त्यांनी कुठेतरी एखादी जागा घेऊनसुद्धा ठेवली असेल. एखादे दिवशी महाबळेश्वरसारखे तुला सरप्राइज देतील बघ."

आप्पांनीसुद्धा माईंसारखाच सल्ला दिला; त्यामुळे तिला हा विषय श्रीधरकडे काढण्याचा धीर होत नव्हता. त्या दोघांना मोकळेपणाने बोलता यावे म्हणून सुरुवातीस माई दोघांना ऑफिसमधून आल्यानंतर आग्रहाने बाहेर फिरायला पाठवीत. तिने थोडा संकोच दाखवला तेव्हा त्या म्हणाल्या, "अगो, आता हेच तुमचे फिरण्याचे चार दिवस. माझे हात-पाय चालतायत तोपर्यंत घ्या फिरून. एकदा संसार मागे लागला की, मग कुठले आले आहे फिरणे."

रोज नेमाने दोघे चौपाटीवर फिरायला जात. घरात एकांत मिळत नसल्याने लोकांची पर्वा न करता ती श्रीधरला अगदी बिलगून बसत असे; पण भिकाऱ्यांच्या आणि भीक मागत हिंडणाऱ्या हिजड्यांच्या त्रासाने बसणे अगदी अशक्य होऊन जाई. चौपाटीवर 'वॉक' घ्यायला येणारे वाडीतले पेन्शनरसुद्धा खाकरून, खोकून त्यांचे लक्ष वेधून घेत. शेवटी या त्रासाला कंटाळून त्यांनी जागा बदलली. मग ते हँगिंग गार्डनमध्ये जाऊन झुडपांच्या आडोशाला बसू लागले. मात्र, एकदा चार गुंडांनी सुऱ्याचा धाक दाखवून त्यांना लुटण्याचा प्रयत्न केला. श्रीधरने मोठ्या धैर्याने एका मवाल्याला चांगलेच झोडपले तेव्हा ते चौघे पळून गेले; पण पुन्हा तसा धोका पत्करण्याचा त्यांना धीर झाला नाही. मग नुसतेच मरिन ड्राइव्हवर फिरणे सुरू झाले.

पुढे मग डोहाळे, बाळंतपण वगैरेमध्ये फिरणे आपोआप बंद होऊन गेले. मयुरेशचा जन्म झाला आणि त्याचे करण्यातच तिचा वेळ जाऊ लागला. तीन वर्षे होत आली; पण कोणी नवा फ्लॅट घेण्याचा विषय काढत नव्हते. आई-आप्पा वाट पाहण्याचा, धीराने घेण्याचा सल्ला देत राहिले. मयुरेशचे जावळ काढण्यासाठी ते गावी गेले असताना श्रीधरकडे हा विषय काढण्याचा अखेर तिने धीर केला. ग्रामदेवतेचे दर्शन घेऊन परत येत असताना मनाचा हिय्या करून तिने विचारलेच.

"अहो, तुम्हाला बँकेतून घर घेण्यासाठी बिनव्याजी कर्ज मिळते म्हणे. खरं का हो?"

"वेडी की काय तू? बँकेला काय भिकेला लागायचंय? बिनव्याजी नाही मिळत; पण बँक आपल्या पर्मनंट कर्मचाऱ्यांना दोन टक्के व्याजाने होमलोन देते."

"मग आपणही घेऊ या का?"

"काय कर्ज? आणि ते कशाला?"

"कशाला म्हणजे? नवी जागा घ्यायला. अहो, ही सिंगल रूमची जागा फारच कमी पडते हो. तात्या कायम खोलीत पलंगावर बसून असतात. त्यांच्यासमोर वावरताना भारीच संकोच वाटत राहतो आणि खरं सांगू? मला किनई सर्वांसमोरून टिनपाट मिरवत त्या घाणेरड्या संडासात जाण्याची तर भारीच किळस वाटते. अंगावर नुसता काटा उभा राहतो रोज तसे करताना आणि सांगू, माझी अगदी लहानपणापासूनची इच्छा आहे हो, आपला स्वतःचा, स्वतंत्र स्वच्छ संडास असावा. बाथरूम असावी. बंद दाराआड त्यात मनसोक्त अंघोळ करावी. कोणी अचानक येण्याचा धाक नाही, कोणी चोरून पाहण्याची भीती नाही आणि किनई..."

अनेक वर्षांपासून मनात रंगवलेली स्वप्ने शोभा मनमोकळेपणाने नवऱ्याला बराच वेळ सांगत राहिली. श्रीधर हुं हुं करत ऐकत राहिला. एका छोट्या पुलाच्या कठ्ठ्यावर त्याने तिला शेजारी बसवून घेतले; त्यामुळे ती अधिकच हुरळून गेली आणि अगदी भरभरून बोलत राहिली. बराच वेळ तिला बोलू देऊन मग अगदी स्थिर, निर्विकार स्वरात श्रीधर म्हणाला, "ठीक आहे. झाले तुझे बोलून?"

त्याचा तो कोरडा स्वर ऐकून ती भानावर आली. त्याची ती कठोर मुद्रा शोभाला अपरिचित होती. दचकून ती नवऱ्याच्या तोंडाकडे टकमक पाहत राहिली. एवढा वेळ स्वप्नांच्या आकाशात भिरभिरणारे तिचे मन धाडकन वास्तवाच्या जमिनीवर आदळले.

"मला कल्पना नव्हती तुझ्या मनात घर तोडण्याची अशी घाणेरडी वृत्ती वसत असेल. तात्या-माईंना माझ्याशिवाय दुसरा आधार नाही, हे तुला चांगलेच माहीत आहे. ते दोघे बिचारे तुझ्यावर पोटच्या पोरीप्रमाणे माया करतात आणि तू अशी घर तोडण्याची स्वप्ने बघतेस?"

अवाक् होऊन ती श्रीधरची सरबत्ती ऐकत राहिली. शेवटी धीर करून, रडवेली होत कशीबशी म्हणाली, "अहो, तुमचा गैरसमज होतोय. मी वेगळं व्हायचं कुठे म्हणतेय? मी एवढंच म्हणतेय, आपण मोठी जागा घेऊ या. सेल्फ कंटेन्ड. माई-तात्या नसलेल्या घराचा मी कसा काय विचार करू? मयुरेशला काय त्याच्या आजी-आजोबांपासून तोडू? कसे शक्य आहे ते? जागा नवी असली, तरी ते आपल्यासोबत असतीलच की, विनाकारण असा गैरसमज नका करून घेऊ हो."

"हे खूळ तुझ्या डोक्यात कसे शिरले? कोणी भरवले?"

श्रीधरचा थोडा मवाळ झालेला स्वर आणि निवळलेली नजर पाहून तिला थोडा धीर आला. आशा पुन्हा पल्लवीत झाल्या. मग तिने लहानपणापासून सिंगल रूममध्ये होत असलेली घुसमट आणि कुचंबणा त्याच्यासमोर सविस्तरपणे मांडली. स्वतंत्र बेडरूम, संडास-बाथरूमविषयी तिची इच्छा आणि रंगवलेली स्वप्ने सांगितली. श्रीधरने ती बोलत असताना तिला मध्ये अडवले नाही किंवा कुठला प्रश्नही विचारला नाही. कपाळाला किंचित आठी घालून, पण शांतपणे ऐकत राहिला.

"...म्हणून माझी इच्छा आहे; आपण चांगला प्रशस्त, सेल्फ कंटेन्ड फ्लॅट घेऊ या. आपल्या दोघांचे सेव्हिंग आहे. बँकेकडूनही सोय होईल. तात्यांच्या पैशांना धक्का न लावता हे सहज जमवता येईल. तुम्ही मनावर घेतलंत तर अशक्य असं काहीच नाही. खात्री आहे मला."

"झालं? अजून काही सांगायचंय?"

"अजून काय सांगणार?"

श्रीधरचा शांत; पण कोरडा स्वर ऐकून, काही उत्तर न देता पापण्यांची अस्वस्थ उघडमीट करत ती फक्त त्याच्याकडे पाहत राहिली.

"सारा खुळचट विचार. हं, सिंगल रूममध्ये थोडी अडचण होते. बायकांना वावरताना थोडा संकोच वाटू शकतो हे मान्य; पण आजवरचे तुझे सारे आयुष्य असेच गेले आहे. तरी तुला त्याची अजून सवय होत नाही? आश्चर्य आहे. ज्या प्रायव्हसीचा तू एवढा इश्यू करतेस, ती काही मिनिटांचीच बाब ना? आपल्याला आपसात बोलायला कधी कुणी आडकाठी केली आहे का? किंवा बाहेर, त्या निमित्ताने फिरायला जायचे म्हटले तर कुणी अडवले आहे का? राहत्या घरात संडास यासारखा दुसरा गाढवपणा नाही. पूर्वीचे लोक काय मूर्ख होते, जे मोठमोठ्या वाड्यांचे संडाससुद्धा अलग, दूर परसाच्या एका टोकाला बांधत होते? चोवीस तास घरात दुर्गंधी. मला एक सांग, दिवसातून किती तास तू संडासचा वापर करतेस? तेवढ्यासाठी घरातली जागा अडवायची? दुसरे असे बघ, स्वतंत्र, मोठा फ्लॅट घ्यायचा तर ठाणे किंवा डोंबिवलीला जाणे आले. आज गिरगावात प्रत्येक गोष्ट हाताशी आहे. स्वस्त आहे. दिवसाच्या कुठल्याही प्रहरी प्रत्येक गोष्ट उपलब्ध होऊ

शकते. उगाच नाही ते खूळ मला सांगू नकोस. समजलीस?''

वास्तविक नवऱ्याच्या प्रत्येक विधानाला तिच्याकडे सडेतोड आणि सयुक्तिक उत्तरे होती; पण ती वाद घालण्याची वेळ नव्हती, जागा नव्हती. घरातला पुरुष चिडला असेल तर शांत राहणे हाच सुज्ञपणा असतो असा तिच्यावर संस्कार होता. ती गप्प राहिली. एक दीर्घ उसासा सोडून ती उठली आणि मुकाटपणे घराकडे चालू लागली. घरी पोहोचेपर्यंत दिवेलागण झाली होती. दोन्ही सासवा काही बोलल्या नाहीत; पण त्यांच्या नजरेतील नाराजी तिने टिपली. पुरुषांची पंगत बसली. जावेच्या जोडीने शोभा वाढत होती.

चित्राहुती घालताघालता तात्यांनी हटकलेच, ''शुभदा, कोकणात हे असे ऐन तिन्हीसांजेचे बाहेर राहणे बरे नव्हे. कोणाचं वारं कुठून वाहत येतं आणि बाधतं सांगता येत नाही.''

शोभा गप्प राहिली. श्रीधरनेच परस्पर उत्तर दिलं, ''तिच्या डोक्यात स्वतंत्र फ्लॅट घेण्याचं वारं शिरलं होतं, ते उतरवण्यात उशीर झाला एवढंच.''

''फ्लॅट? छे! छे! गिरगाव सोडून कुठे जायला नको. अशी सोन्यासारखी, मध्यवर्ती जागा कुठे मिळायला! आणि शाळा? गिरगावातल्या शाळांची सर दुसऱ्या शाळांना नाही. नस्ता खुळेपणा नि काय?''

''नको गं बाई ते खाडीच्या पलीकडे जाणं. नुसतं मच्छरांचं आगर. इथे प्रत्येक वाराला, प्रत्येक सणाला देवदर्शन करायचं झालं, तरी सारी देवळं हाकेच्या अंतरावर. नव्या जागी मी कुठं देवळं शोधत हिंडू? साधी सवाष्ण घालायची तरी मेली शोधाशोध. गिरगावात जे सुख आहे, ते साऱ्या मुंबईत कुठेच नाही. नस्ती एकेक थेरं न काय!''

दाताखाली ओठ दाबून धरत मोठ्या प्रयासाने कढ दाबत शोभा मुक्यानेच वाढत राहिली. बायकांची जेवणं आटोपली. दोन्ही सासवा ओटीवर गेल्या आणि दोघी जावा मागचं आवरत राहिल्या. दोघी बराच वेळ मुक्यानेच काम करत होत्या. शेवटी जावेने हटकलेच,

''का गं? गप्पशी? अगं, आपल्या घरचे पुरुष हे असेच. बायकांनी सांगितलं अन् त्यांनी ऐकलं. नाव नको. मनातून भले त्यांना पटलं असेल; पण मान्य म्हणून करायचे नाहीत. करतील आपण सांगू तसंच; पण त्यांच्या सवडीनं. तू काही धीर सोडू नकोस. कुलस्वामिनीवर विश्वास ठेव. संधी मिळेल तसतशी प्रयत्न करत राहा. तुझी इच्छा पूर्ण झाल्याशिवाय राहायची नाही.''

बुडत्याला काडीचा आधार! जावेच्या शब्दांनी तिला पुन्हा धीर आला. मनातली खंत, मरगळ दूर झाली. मग तो विषय तेवढ्यावरच राहिला; पण तिच्या मनात पिंगा घालत होताच. घरांच्या जाहिराती बघण्याचा, घर सजावटीवरचे लेख वाचण्याचा,

त्यावरची प्रदर्शने आवर्जून पाहण्याचा तिला जणू छंदच लागला. परिचयातल्या कुणी किंवा ऑफिसातल्या सहकाऱ्यांपैकी कुणी घर घेण्याचा विचार करत असेल, तर तिचा उत्साह ओसंडून जाई. निरनिराळ्या जागांची, हाउसिंग स्कीम्सची, घरांच्या किमतींची, कर्जांची, त्यावरच्या सवलतींची वगैरे माहिती ती भरभरून पुरवी. वेगवेगळे पर्याय सुचवी. घर सजावटीच्या सल्ल्यांची तर तिच्याकडे नुसती खाणच होती. थोड्याच दिवसांत अशी वेळ आली की, ती या विषयातली तज्ज्ञ समजली जाऊ लागली; पण श्रीधरकडे हा विषय काढण्याचा तिने पुन्हा प्रयत्न केला नाही. श्रीधरसुद्धा ती या विषयावर कोणाशी बोलू लागली की, तटस्थपणे ऐकत राही.

एवढी एक बाब सोडली तर श्रीधरमध्ये बोट ठेवायलासुद्धा कुठे जागा नव्हती. शोभाच्या इतर कोणत्याही इच्छा तो अगदी हौसेने आणि तत्परतेने पूर्ण करी. आप्पा घाणेकरांना तर त्याची घरातल्या कर्त्या थोरल्या मुलाप्रमाणे मदत होती. पी.एस.सी.च्या परीक्षा देण्यासाठी त्याने राजूला प्रोत्साहन तर दिलेच, शिवाय सर्वतोपरी मदतसुद्धा केली. आता तो विक्रीकर अधिकारी म्हणून निवडला गेला होता. सध्या त्याचे अकोल्याला पोस्टिंग झाले होते. त्याला मुंबईत आणण्याची श्रीधरची खटपट सुरू होती. विजू तर त्याच्याच बँकेत प्रोबेशनरी ऑफिसर म्हणून लागला होता. श्रीधरने पुढाकार घेऊन कमूचे लग्न त्याच्या मावसभावाबरोबर जुळवले होते. ती आता सासरी सांगलीला मस्त मजेत होती. मिनूचं लग्न त्याच्या एका सहकाऱ्याशीच त्याने जुळवले होते आणि सर्वांत धाकट्या सोनूच्या वरसंशोधनासाठी तो कंबर कसून खटपट करत होता. सगळं काही ठीक होतं. फक्त गिरगावातल्या सिंगल रूममधून बाहेर पडायला तो तयार नव्हता. शोभानेही खात्यांतर्गत परीक्षांमध्ये चमक दाखवत अगदी तरुण वयातच अंडर सेक्रेटरीचे प्रमोशन मिळवले होते.

आता तिला क्वार्टर म्हणून बांद्रा किंवा महालक्ष्मीच्या सरकारी वसाहतीत दोन बेडरूमचा प्रशस्त फ्लॅट सहज मिळू शकत होता. तिची स्वतंत्र फ्लॅटची आस सर्व सहकाऱ्यांना पूर्ण माहीत होती. ते तिला त्यासाठी कायम आग्रह करत. मयुरेशच्या मुंजीसाठी आली असताना जावेनेसुद्धा पुन्हा एकदा चाचपून बघण्याचा सल्ला दिला. असे सगळ्यांनीच नव्याने प्रोत्साहन दिल्यामुळे तिनेसुद्धा पुन्हा एकदा विषय काढून बघण्याचे ठरवले. जिन्याजवळच्या खोलीत राहणाऱ्या भिस्कुटेंच्या सतीशने घाटकोपरला फ्लॅट घेतला. त्याच्या वास्तूचे आमंत्रण करण्यासाठी एका रविवारी सकाळी भिस्कुटे मंडळी येऊन गेली. सतीशच्या कर्तबगारीचे माई-तात्या आणि श्रीधरने अगदी भरभरून कौतुक केल्याने तर तिला अधिकच धीर आला.

चहा-पोह्यांचे आवरून पदराला हात पुसत ती सहज बोलल्याप्रमाणे म्हणाली, "अहो, ऐकलंत का? मी म्हणते, बांद्र्याला सरकारी कॉलनी म्हणे खूप छान आहे. सगळी आपल्यासारखी पांढरपेशी मंडळीच आहेत. झालंच तर तिथे दादरच्या किंग

जॉर्ज शाळेची शाखासुद्धा आहे. मागच्या वर्षी तिचे दोन विद्यार्थी मेरिटमध्येसुद्धा आले होते. बाजार म्हणा, बसेस म्हणा, दवाखाने म्हणा, एवढंच काय देवळंसुद्धा! सर्व सोयी अगदी भोवताली आहेत म्हणे. आमचे कुलकर्णीसाहेब तिथेच राहतात.''

''बरं. मग?''

त्याच्या थंड कोरड्या प्रतिसादाने शोभा गडबडली; पण तरी सगळा धीर एकवटून तिने विषय पुढे रेटलाच.

''नाही, मी म्हणत होते, तिथे म्हणे अधिकाऱ्यांच्या क्वार्टर्स खूपच छान, प्रशस्त आणि हवेशीर आहेत. आमचे जे.एस. म्हणत होते, 'मॅडम, तुमची इच्छा असेल तर सांगा, जी.ए.डी.मध्ये मित्राकडे शब्द टाकला, तर तुम्हाला क्वार्टर मिळणे अवघड नाही. करून बघू या का प्रयत्न?... नाही म्हणजे अर्ज केला की लगेच जागा मिळाली असे नाही... पण मी म्हणते...''

तिच्या डोळ्यांत एकटक बघत कठोर आवाजात श्रीधर म्हणाला, ''मला वाटतं, या विषयावर आपण पूर्वीच निर्णय केला आहे. तुला या चाळीची, या सिंगल रूमची, तुझ्या मते अतिचौकस आणि भोचक शेजाऱ्यांची, टवाळ वाटणाऱ्या चाळीतल्या पोरांची किळस वाटत असली, तरी मला या साऱ्यांविषयी प्रेम आहे. नव्हे, आत्मीयता आहे. माझ्या या चाळीपुढे आणि या रूमपुढे मला संगमरवरी ताजमहालसुद्धा तुच्छ आहे. जे समृद्ध, सांस्कृतिक आणि सामाजिक जीवन आपण इथे, गिरगावात जगतो, त्याची सर त्या नव्या वसाहतीतल्या जीवनाला आहे का? अजून एक महत्त्वाची गोष्ट. गेल्या कित्येक वर्षांपासून मी चाळ कमिटीचा सेक्रेटरी आहे. लढून, झगडून, रक्त आटवून चाळीचं हे देखणं स्वरूप आम्ही उभं केलंय. कशाला? गिरगावातल्या चाळकऱ्यांनी पैशाच्या लोभाने परक्यांना खोल्या विकून गिरगावातली मराठी वस्ती घटवू नये, म्हणून आम्ही चळवळ चालवतोय. त्या संघटनेचा मी सक्रिय, जबाबदार पदाधिकारी आहे. हे सगळं माहीत असतानासुद्धा तू दुसरीकडे जाऊन राहण्याचं सुचवतेस? मी माझा निर्णय पूर्वीच दिला आहे. मला हा विषय पुन्हा नकोय. पुन्हा कधी हा विषय काढलास तर खबरदार! माझी सत्त्वपरीक्षा पाहण्याचा प्रयत्न करू नकोस.''

उत्तरोत्तर कठोर होत जाणारी त्याची मुद्रा आणि चढत जाणारा आवाज यामुळे ती बर्फाचा गोळा बनून बसून राहिली. पायांत चपला सरकवून श्रीधर निघून गेला.

वर्षे लोटली; पण शोभाच्या मनात घर करून बसलेला सेल्फ कंटेन्ड फ्लॅटचा विषय कधी निघाला नाही. श्रीधरकडे विषय काढण्याची सोयच नव्हती. तरी ती प्रसंगाप्रसंगाने मयुरेशकडे हा विषय जरूर काढत असे. आपल्या मनात जपलेले स्वप्न ती संधी मिळेल तेव्हा मुलासोबत रंगवत असे. सुदैवाने या विषयावर तो बापाच्या वळणावर गेला नव्हता. बुद्धी आणि कर्तबगारीमध्ये मात्र बापसे बेटा सवाई

होता. पवई आय.आय.टी.मधून त्याने एम.टेक आणि अहमदाबादवरून एम.बी.ए. केले होते. कँपस इंटरव्ह्यूमध्ये अमेरिकेची पोस्टिंग मिळत असताना त्याने टी.सी.एस.ची नोकरी पत्करून भारतात राहणेच पसंत केले. माय-बाप अगदी कृतकृत्य होऊन गेले होते. आईला लागलेल्या ठेचेमुळे तोसुद्धा श्रीधरपुढे कधी दाखवत नसला, तरी सिंगल रूममध्ये त्याची होत असलेली कुचंबणा शोभाला जाणवत असे. माई-तात्या सहा महिन्यांच्या अंतराने गेले; त्यामुळे विरोधाची एक आघाडी आता संपली होती.

तळमजल्यावरच्या सोमणांनी त्यांच्या भाचीचे, पूर्वा साठेचे स्थळ आणले आणि वादाला तोंड फुटले. फ्लॅट घेण्याचे स्वप्न मनातच दडपून टाकून जगणाऱ्या शोभाने आता मात्र आक्रमक पवित्रा घेतला. आता ती या विषयावर श्रीधरशी प्रतिवाद करत वाद घालू लागली. वडिलांचा उपमर्द न करता मयुरेश आईची पाठराखण करत असे; त्यामुळे तर तिला अधिकच बळ आले. तिने ज्या अडचणी सोसल्या, कुचंबणा सहन केली, त्याच दिव्यातून आपल्या सुनेला जाऊ देण्यास ती तयार नव्हती. गेल्या पंचवीस-सव्वीस वर्षांत तिच्या मनात खदखदत असलेला उद्वेग उसळून बाहेर येत होता. वाघिणीसारखी चवताळून ती श्रीधरचा प्रतिवाद करत होती. त्याचा प्रत्येक मुद्दा अगदी बिनतोडपणे खोडून काढत होती. आपल्या शालीन, सोशीक पत्नीचे हे रौद्र रूप पाहून श्रीधर अगदी स्तंभित होऊन गेला. त्राग्याने का होईना; पण अखेर त्याला नमते घ्यावेच लागले.

"करा काय करायचं ते. मला मात्र त्यात गुंतवू नका."

"ते कसे शक्य आहे? घरचे कर्ते पुरुष आहात. बाप आहात पोराचे. माझ्या मनाविरुद्ध तुमच्याखातर मी हे सोसत आलेच ना? पण आता मुलासाठी आणि सुनेसाठी आपल्याला हे केलेच पाहिजे. आयुष्यभर कधी आपला विसंवाद उमटू दिला नाही. आता बरोबरीच्या मुलासमोर आणि नव्याने येणाऱ्या लक्ष्मीसमोर तो उघडा करणार आहात का? वडील म्हणून तुम्हालाच पुढाकार घेतला पाहिजे. इतकी वर्षे मी मनाला मुरड घातली. आता माझ्यासाठी नाही; पण मुलासाठी अन् सुनेसाठी तुम्हाला तुमच्या मनाला मुरड घालावीच लागेल."

श्रीधरने नमते घेतले. होकार भरला. शोभाने मग उत्साहाने घर शोधायला सुरुवात केली. इतकी वर्षे याच ध्यासाने केलेला अभ्यास तिने पूर्ण पणाला लावला. अंधेरीला एका कॉम्प्लेक्समध्ये तिला तिच्या मनाजोगतं घर मिळालं. स्टेशनपासून फार लांब नाही; पण निवांत परिसर. दुमजली रो हाउस. तळमजल्यावर भला प्रशस्त हॉल, त्याला लागून आटोपशीर स्वयंपाकघर. शेजारीच स्वतंत्र स्टोअर रूम आणि डायनिंग एरिया, वरच्या मजल्यावर तीन बेडरूम्स, त्यांना अटॅच्ड बाथरूम, समोर रस्त्याच्या दिशेला बाल्कनी, वर प्रशस्त टेरेस, एका बाजूला दोन गाड्या सहज उभ्या राहतील असा पार्किंग एरिया, मागे-पुढे मोकळी जागा. सगळंसगळं अगदी

मनासारखं. जणू इतक्या वर्षांची तिची तपश्चर्याच फळाला आली.

मोठ्या धूमधडाक्यात तिने वास्तुशांत केली. श्रीधरनेही मनापासून त्यात सहभाग घेतला. वर्षानुवर्षे तिने मनात योजल्या होत्या, तशा सुखसोयी, सजावटीचे सामान वगैरेंनी लग्नाच्या चार दिवस आधी घर पूर्णतः सुसज्ज करून घेतले. देवदयेने पैशांची कमतरता नव्हती. श्रीधरनेही कुठे खळखळ केली नाही. लग्नाची वरात चाळीतल्या खोलीवर नाही, तर या नव्या घरीच आली. माप ओलांडून पूर्वाने गृहप्रवेश केला. थाटात तिचे लक्ष्मीपूजन झाले. शोभाची सारी हौस पूर्ण झाली.

मयुरेश-पूर्वा हनिमूनवरून परत आले. लग्नाला आता दोन महिने पूर्ण होऊन गेले होते. त्या घरात शोभा चांगलीच रुळली होती. रविवारी दुपारी उशिरा अन् जड जेवण झाल्यामुळे रात्रीची जेवणं अगदीच नावापुरतीच होती. मयुरेश आणि पूर्वा त्यांच्या बेडरूममध्ये गेली होती. श्रीधर-शोभा आपल्या प्रशस्त बेडरूममध्ये ऐसपैस बेडवर पाय पसरून बसले होते. बॅकरेस्टवरचे रीडिंग लाइट्स तेवढे सुरू होते. श्रीधर पेपरची चाळवाचाळव करत होता. शोभा रिमोटने उगीचच टी.व्ही. चॅनेल्स बदलत होती. काही वेळाने श्रीधर सहेतुकपणे खाकरला आणि त्याने शोभाचे लक्ष वेधून घेतले. तोंडभर हसत प्रश्नार्थक मुद्रेने तिने त्याच्याकडे पाहिले.

''मला वाटतं, मोठ्या, स्वतंत्र घराची तुझी हौस आता पूर्ण झाली. अखेर तू तुझ्या मनासारखं घर घेतलंस. सजवलंस. तुला कबूल केलं त्याप्रमाणे मी कुठेही कधीही कसल्याही प्रकारचा रसभंग किंवा रंगभंग केला नाही.''

''हे मात्र अगदी खरं. एकदा तुम्ही होकार दिलात आणि भरभरून साथ दिलीत. आधी तुमचा एवढा प्रखर विरोध होता. कोणाला सांगून खरे वाटायचे नाही. प्रश्नच नाही. फक्त माझीच नाही, माझ्या माहेरच्यांचीही तुम्ही नेहमीच काळजी घेतलीत.''

''ते ठीक आहे. त्यात मी काही विशेष केले असे मला वाटत नाही; पण एक सांगू? मला मात्र इथे - या तुझ्या नव्या घरात करमत नाही. उगाच रिकामं रिकामं वाटत राहतं. चालूनचालून माझे पाय भरून येतात. मला आपली ती चाळीतली सिंगल रूमच बरी वाटते. पुढच्या रविवारी संध्याकाळी मी आपल्या चाळीतल्या खोलीत परत जाणार.''

शोभा हतबुद्धपणे नवऱ्याकडे पाहत राहिली. उद्वेग, संताप, दुःख, अगतिकता सारे एकदम दाटून आले. तिची आर्त, विद्ध नजर चुकवीत श्रीधर तुटकपणे पुढे म्हणाला, ''नाही. माझी तुझ्यावर कोणतीही जबरदस्ती नाही. तुझा निर्णय तूच घे. मी तुला परत चलण्याचा अजिबात आग्रह करणार नाही. फक्त एकच कर, आपले मतभेद मुलांपुढे उघड करू नकोस. जे करशील, जे ठरवशील ते समजूतदारीने कर. सुज्ञ आहेस. फक्त आता मला कोणत्याही भरीला पाडू नकोस किंवा इमोशनल ब्लॅकमेल करण्याचा प्रयत्न करू नकोस.''

हंबरडा फोडून रडण्याची ऊर्मी महत्प्रयासाने दाबून शोभाने जखमी पक्षिणीच्या विद्ध नजरेने श्रीधरकडे पाहिले आणि ती धाडकन बेडवर कोसळली. उशीत तोंड खुपसून तिने अश्रूंना वाट मोकळी करून दिली.

नव्या घरात सगळ्या वस्तू नवीन घ्यायच्या, जुन्या घरातील साधे पातेले अथवा विळीसुद्धा नव्या घरात आणायची नाही, या श्रीधरच्या आग्रहाचे त्या वेळी तिला फार कौतुक वाटले होते. तो प्रत्येक गोष्टीत आपल्याला साथ देतोय, हे पाहून ती समाधानाने मोहरून गेली होती. नवऱ्याच्या समंजसपणाचा तिला अभिमान वाटला होता; पण त्याच्या त्या वागण्यातली आणि आग्रहातली गोम अशाप्रकारे उघड झाल्याने फसवले गेल्याची भावना तिच्या मनात निर्माण झाली. सत्तावीस-अठ्ठावीस वर्षांच्या वैवाहिक आयुष्यात तो कधीच असा दुटप्पीपणे वागला नव्हता. मोडकळीला आलेल्या एका जुनाट चाळीतल्या एका क्षुद्र सिंगल रूमसाठी सोन्यासारख्या संसारावर, आजपर्यंत सारे मूकपणे सोसत मनापासून साथ देणाऱ्या बायकोवर, कोणालाही हेवा वाटावा अशा बुद्धिमान, कर्तबगार मुलावर आणि काल-परवा घरात आलेल्या लक्ष्मीसारख्या सुलक्षणी सुनेवर बिनदिक्कतपणे पाणी सोडताना तो जराही विचलित झाला नव्हता. इतकी वर्षे तिने मनाच्या देव्हाऱ्यात जपलेला श्रीधर असा असू शकेल, याची कल्पनाच तिला मरणप्राय यातना देत होती. एका भाड्याच्या जागेत एवढी मानसिक गुंतवणूक? ही किंमत मोजण्याइतके समर्पण? सारे तिच्या आकलनापलीकडचे होते. रात्रभर तिचे अंग हुंदक्यांनी गदगदत राहिले. श्रीधरने तिच्या डोक्यावरून हात फिरवण्याचा प्रयत्न करून पाहिला; पण तिने तो हात त्वेषाने झिडकारून दिला. आजवर कधीच ती त्याच्याशी इतक्या कठोरपणे वागली नव्हती.

पुढचे तीन दिवस शोभा काहीच न घडल्यासारखे वागत असली, तरी तिच्या वागण्यातला तुटकपणा श्रीधरला बोचत राहिला, पूर्वाला जाणवून गेला; त्यामुळे ती पोर बिचारी गांगरून गेली. तीन दिवसांनंतर प्रथमच ती श्रीधरशी तुटक कोरडेपणाने का होईना, पण बोलली.

"सोबत सामान काय नेणार?"

तिची दाहक नजर चुकवत श्रीधर पुटपुटला, "रोजचे कपडे नि काय? बाकी सारे तिथे आहेच."

बस्स. या पलीकडे साधा हुंकाराचासुद्धा प्रतिसाद नाही. गुरुवारी रात्री ऑफिसातून येताना मयुरेश शोभाला अतिशय आवडणारे 'ताज'चे एगलेस मूस घेऊन आला होता. शोभाने अतिशय चोखंदळपणे घेतलेल्या डेझर्ट सेटमधून पूर्वा रात्रीच्या जेवणानंतर ते सर्व्ह करत होती. मयुरेश काहीतरी बोलून पूर्वाची मस्करी करत होता. तर शोभा मोकळेपणाने हसून त्याला दाद देत असल्याचे भासवत होती. श्रीधर मात्र

जरा गंभीरच होता.

हसतहसतच शोभा म्हणाली, "मयू-पूर्वा रविवारी संध्याकाळी आम्ही दोघे मुगभाटातल्या आपल्या चाळीत राहायला परत जात आहोत. आता हे घर तुम्ही दोघांनीच सांभाळायचं."

श्रीधरने चमकून शोभाकडे पाहिले. तिच्या बोलण्यातला सहजभाव पाहून तो स्तिमित होऊन गेला. आपली निराशा, अगतिकता आणि आक्रोश तिने मनात खोलवर दाबून ठेवलेला त्याला जाणवून गेला. सहज वाटावे अशा रीतीने तिने उच्चारलेल्या शब्दांमागची कळ मयुरेशला हादरवून गेली.

"काय सांगतेस काय तू आई? अगं, केवढ्या हौसेने तू हे घर शोधलंस. सजवलंस! आयुष्यभर मनात जपलेलं स्वप्न पूर्ण झालं असं तूच म्हणाली होतीस. मग आता मध्येच हे काय खूळ काढलंस. मी आता तुला अजिबात त्या जुनाट चाळीत जाऊ देणार नाही. त्या सिंगल रूममध्ये तू मन मारून कसे दिवस काढलेस मला चांगले माहीत आहे. मी तुला जाऊ द्यायचा नाही."

पूर्वासुद्धा अगदी रडकुंडीला आली.

"नाही हं आई, आम्हाला असं एकटं टाकून तुम्हाला जाता येणार नाही. तुम्ही कुठेच जायचं नाही. बाबा, तुम्ही सांगा ना आईंना!"

"मयू बेटा, अरे सोन्याची लंका मिळाली तरी जन्मभूमीची आस न सुटणारे रामराया तुझ्या बाबांचे आदर्श. तेच आपलं कुलदैवत. त्यांचा उभा जन्म गेला त्या चाळीत. त्यांचे मन काही इथे रमत नाही. दुसरे असे, एवढी दगदग करून ऑफिसात जायची सवय नाही. वयोमानाप्रमाणे आता झेपत नाही आम्हाला. त्यांचा स्वभाव ठाऊक आहे ना तुला? ठरवले तसेच करणार. घरासंबंधी माझं त्यांनी कधी ऐकलं नाही; पण तुझ्याखातर आणि मुख्य म्हणजे पूर्वासाठी ही जागा घेण्यास ते तयार झाले. तुमच्यासाठी इतके दिवस तरी ते इथे राहिले. त्यांचे मन चाळीशिवाय अन्यत्र रमत नाही आणि त्यांच्यापासून दूर राहण्याचा विचारसुद्धा मी करू शकत नाही. त्यांना ठसका लागला, तरी माझा जीव कासावीस होतो. जिथे ते तिथेच मी."

हुंदके देत पूर्वाने तिच्या गळ्याला मिठी मारली. आजवर वडिलांना एक शब्दसुद्धा उलटून न बोललेला मयुरेश चिडून त्यांना काही बोलणार, तोच त्याला घाईघाईने डाव्या हाताने थोपवीत आणि उजव्या हाताने पूर्वाला घट्ट जवळ ओढून घेत गदगदल्या आवाजात ती म्हणाली, "अरे वेड्यांनो, आम्ही काय तुम्हाला टाकून कायमचे चाललोय का? दर शुक्रवारी किंवा शनिवारी संध्याकाळी आम्ही इथे येणार आणि सोमवारी सकाळी इथूनच आपापल्या ऑफिसात जाणार. होय ना हो, असंच ठरवलंय ना तुम्ही?"

मान डोलवीत श्रीधरने बायकोच्या समजूतदारपणाला आणि चतुराईला दाद देत

होकार दिला.

रविवारी दुपारच्या जेवणानंतर मयुरेशने दोघांना स्वतःच्या गाडीने मुगभाटातल्या चाळीत पोहोचवले. जिन्याच्या तोंडाशीच अंत्या भडसावळे आडवा आला. हातातल्या बॅगांकडे पाहत आणि तोंडभर हसत म्हणाला, ''काय? लेका शिध्या, आलास ना परत. काही म्हण; पण 'गड्या, आपली चाळ बरी' हे काही खोटं नाही.''

नाटकी हसून; पण त्याला काही उत्तर न देता सारे जिना चढून वर आले. फासावर जाणारा धीरोदात्त कैदी ज्या तिरिमिरीने वधस्तंभाकडे जातो, जणू त्याच आवेशात शोभा सर्वांना मागे टाकत झरझरा पुढे झाली. पर्समधून चावी काढून तिने कुलूप उघडले आणि त्या सिंगल रूममध्ये शिरून ती खोलीच्या मधोमध उभी राहिली. गच्च डोळे मिटून आणि दोन्ही हातांच्या मुठी घट्ट आवळून. तिच्या मनातली चाळीची, सिंगल रूमची चीड आणि स्वप्नभंगाचे दुःख अन् दारुण निराशा, मनाचा अवघा आक्रोश तिने मुठींमध्ये बंद करून टाकला होता. तर मिटल्या डोळ्यांमध्ये अश्रूंना गोठवून टाकून ती नियतीला संपूर्ण शरण गेली होती.

(२५ डिसेंबर, २००६)

◆

मयूर मोरे

संस्कारांना पारख्या झालेल्या तरल व्यक्तिमत्त्वाची दारुण शोकांतिका

साहेबाने वसवलेले मुंबई शहर जसजसे मोठे होत गेले. तसतशी त्या शहरात खासगी मालकीच्या मालमत्तांची संख्या वाढत गेली. अर्थातच मालमत्तांचे वादसुद्धा वाढू लागले. वादात गुंतलेल्या मालमत्तांचे व्यवहार होत नसत. मॉरिस नावाच्या एका गोऱ्या साहेबाने अशा इस्टेटींच्या देखभालीचा आणि विल्हेवाटीचा धंदा सुरू केला. व्याप वाढू लागल्यावर वाडिया, वाच्छा वगैरे पारशी लोकांना त्याने पार्टनर म्हणून घेतले. अशाप्रकारे आमचे ऑफिस अस्तित्वात आले. त्या प्रकाराची व्यावहारिक उपयोगिता पाहून अनेक केसेसमध्ये कोर्टसुद्धा आमचे साहाय्य घेत असे. बँकांसारख्या संस्था म्हणजे आमच्यासाठी जणू दुभत्या गायीच ठरू लागल्या. अगदी वेगळ्याच प्रकारचा कारभार, त्यातच बँका, कोर्ट, म्युनिसिपालिटी, कलेक्टर अशा विविध खात्यांशी जवळचा संपर्क; त्यामुळे ऑफिसची एक अगदी वेगळ्याच प्रकारची कार्यशैली तयार झाली. ती सहजपणे कोणाला समजावून सांगण्यासारखी नव्हती. हल्ली तर आमच्या ताब्यात असलेल्या इस्टेटींची संख्या कित्येक हजारांवर गेली आहे आणि त्या सर्व देशभर विखुरल्या आहेत. आमच्या ऑफिसचे आणखी एक वैशिष्ट्य म्हणजे आमच्याकडे औषधालासुद्धा महिला कर्मचारी नाही. मध्यंतरी नरिमन शेठनी त्यांच्या मुलीला पार्टनर करून घेण्याचा प्रयत्न केला; पण इतर पार्टनर्सनी कडाडून विरोध केला. अनेक वर्षांची जुनी जुनी प्रकरणे वर्षानुवर्षे पडून असल्याने आमचे रेकॉर्ड सेक्शन जणू एक स्वतंत्र संस्थान होऊन बसले आहे. त्याच रेकॉर्ड सेक्शनमध्ये होता मयूर मोरे.

जवळपास शंभर-दीडशे लोकांचा स्टाफ असणारे आमचे ऑफिस म्हणजे जणू राणीचा बागच! माणसांचे इतके चित्रविचित्र नमुने एकाच ठिकाणी नांदत असलेले असे दुसरे ठिकाण क्वचितच कोठे असेल. आमची आपासातली बोली आणि त्यात

होणारे शब्दप्रयोगसुद्धा अगदी भन्नाट. हिंदी, मराठी, इंग्रजी, गुजराथी शब्दांची विचित्र सरमिसळ करत बोलण्याची लकब ऑफिसपुरती आमच्यात बाणली होती. आमच्याकडे कुठलेही काम फसायचे नाही, तर त्याचा 'फॉट' व्हायचा. म्हणजे कागदाची पिशवी फुगवली आणि जोरात आपटली की काय होतं? अगदी तेच. 'गणपुले' हा 'बावळट' या शब्दाला समानअर्थी शब्द. कोणी कोणाला 'नाही' असं सांगत नाही. 'आवळा' असं सांगतो. 'बुडवायला' मिळाल्याशिवाय चहाला कापल्याचा विधी पूर्ण होत नाही. या अशा वातावरणात मयूर मोरेच्या 'अंगभूत गुणांना' वाव न मिळेल तरच नवल.

साधारण पाच फुटांच्या जवळपास उंची. अंगासरशी बांधा. काहीशी मंगोलियन वाटावी अशी मिचमिच्या डोळ्यांची चेहरेपट्टी, डोळ्यांत कायम मिस्कील भाव आणि ओठांवर चावट हसू. स्वभाव 'वात्रट' याशिवाय दुसऱ्या कोणत्याही शब्दात न बसणारा. सतत कोट्या करून भोवतालच्यांना हसव, कोणाला तरी 'गिऱ्हाईक' बनव, याची त्याची टर उडव, असे त्याचे उद्योग अखंड सुरू असत; पण तसाच तो निर्व्याज, मनमोकळा आणि मदतीला तत्पर. गंमत अशी की, ज्याला तो 'गिऱ्हाईक' बनवी तोसुद्धा थोड्याच वेळात सारे विसरून त्याचा होई. त्याने कधी कोणाचा द्वेष केला नाही, त्याचा कोणाला कधी द्वेष वाटला नाही. मदतीसाठी याचा हात कायम पुढे. कामात अतिशय चटपटीत. तोंडाने अखंड चावटपणा सुरू असला, तरी हात आणि डोके सतत कामात. स्मरणशक्ती अफाट. अगदी जुने रेकॉर्ड काढून देण्याचासुद्धा कधी कंटाळा नाही. काहीही काम सांगा 'नाही' असे उत्तर नाही. तासन्तास न कंटाळता काम करण्याची तयारी. या गुणांमुळे सर्व सिनियर्स त्याच्या माकडचेष्टांकडे दुर्लक्ष करत. त्याचे हे असे सारे उद्योग चालत, ते त्याच्या पातळीवरच, म्हणजे शिपायांपुरते मर्यादित असत. बाकी कोणी त्याला स्वतःहून छेडल्याखेरीज तो काही करत-बोलत नसे. ती पायरी मात्र त्याने कधीच ओलांडली नाही. अगदी शेवटशेवटचे दिवस वगळता.

व्होरा शेठ ऑफिस इन्चार्ज आणि एक्झिक्युटिव्ह पार्टनर असताना बाळोबा शिपाई एक दिवस सोबत सतरा-अठरा वर्षांच्या एका पोराला घेऊन आला. पोरगं अगदीच बापुडवाणं दिसत होतं. वाढत्या वयात खाण्या-पिण्याची आबाळ झालेली जाणवत होती. बाळोबाने त्याला व्होरा शेठच्या पायांवर डोके ठेवून नमस्कार करायला लावला. एवढा दीन बापुडवाणा पोरगा पाहून शेठ थोडे विरघळले.

"शेठ, माझ्या धाकल्या भयनीचो झील. माझो सख्खो भाचो असत. एकदम गरीब गाय. बापसाचं काय खरं न्हाय. आता ह्येच्या म्होरं सांगना काय बरा न्हाय. अकरावी फेल हाय. शेठ ह्येका पदरात घ्येवा. लई उपकार हुतील गरिबावर."

"केम बाळोबा, ऑफिसमंदी काय समदा तुजाच रिलेशन भरायचा केम? समदी

मालवनी येड गोळा करायचा की काय?

"नाय शेठ, ह्ये इतकंच. पुन्यांदा नाय सांगूचा."

"फूल. लास्ट टाइम तुज्या भावाला गेतला, तवाबी हे असाच सांगितला. लई खोटा बोलते हं तू बाळोबा."

"नाय शेठ ह्यो खराच. ह्यो खराखर शेवटचो." आणि अशा प्रकारे मयूर मोरे आमच्या ऑफिसात चिकटला. बाळोबाने शेठला अगदी तोंडभरून वचन दिले असले, तरी त्यांच्या पश्चात त्याची पाच-सहा माणसं चिकटायची ती चिकटलीच; पण त्यामुळे मध्येच कोणी ऑफिस शांत असले अन् मयूर हॉलमध्ये आला की, आवाज काढायचाच "शेवटलो काय रे?" ऑफिसच्या कामाची ओळख व्हावी, फोर्ट एरिया माहीत व्हावा म्हणून चार-पाच महिने त्याला डिलिव्हरी बॉयचे काम दिले गेले. कोणाच्या अध्यात ना मध्यात. आपण बरे आपले काम बरे. नीटनेटकेपणा, स्वच्छता, कुठल्याही कामाला नकार न देणे वगैरे गुणांमुळे सुपिरिंटेंडंट दत्तू कामथ याच्या तो नजरेत भरला.

रेकॉर्ड सेक्शनच्या आत्माराम फायलरवर, त्याचा आचार्य नावाचा जोडीदार वारल्यामुळे, कामाचा ताण बराच वाढला होता. त्याचप्रमाणे त्याच्या एकाधिकारशाहीला वेसण घालून नवा माणूस तयार करणेसुद्धा आवश्यक होते; त्यामुळे रेकॉर्ड सेक्शनमध्ये कोणी चांगला माणूस हवाच होता. तिथल्या शिपायाला दोन पैसे वरची कमाई होती; पण सदोदित कामाच्या ताणामुळे तिथे माणूस टिकत नसे. काम खूप जोखमीचे असल्याने कोणाला धरून बांधून मुसलमान करण्यात काही हशील नव्हते. दत्तू कामथाने साटम स्टेनोग्राफरकडे विषय काढला. तोसुद्धा मालवणीच. त्या निमित्ताने एक मालवणी पर्मनंट होतो म्हटल्यावर त्याने लगेच मनावर घेतले. व्होरा शेठकडे विषय छेडला. दुसऱ्याच दिवशी मयूर मोरे रेकॉर्ड सेक्शनमध्ये रुजू झाला. दोन महिन्यांत त्याच्या हातात कन्फर्मेशनची आणि पगारवाढीची ऑर्डर पडली. पुढल्या दोन-तीन महिन्यांत तो कामात चांगलाच तरबेज झाला. आत्माराम फायलरच्या सद्दीस ओहोटी लागली.

एकदा कोणा एका पार्टीने जुने रेकॉर्ड शोधण्यासाठी आत्मारामला तगडा ॲडव्हान्स दिला होता. अर्थात 'यस्टरडे चिनपाट' मयूरला त्या व्यवहारात घेण्याची त्याला गरज वाटली नाही. त्या बापुडवाण्याला त्यातलं काही समजलं असेल, अशी पुसटशी शंकासुद्धा त्याला आली नाही. दुपारी त्याने अगदी प्रेमळपणे मयूरला सांगितले, "मयूर, एक काम करशील? स्टेट बँकेसमोर रॉयल हॉटेल आहे बघ; तिथून सुके मटण एक प्लेट, स्पेशल झिंगा फ्राय एक प्लेट आणि चार मसाला-पाव घेऊन येशील? त्याला डबल कांदा-लिंबू द्यायला सांग. तुझ्याकडे तुझ्या चपात्या असतीलच ना? वाटले तर तुझ्यासाठीही दोन मसाला-पाव आण. खाली

रामरतन पानवाला आहे बघ, त्याला माझं नाव सांग आणि दोन चारसो बीस ओरिजिनल मावा अन् एक कॅप्स्टनचं पाकीट घेऊन ये. नीघ, आताच जा. लंचमध्ये खोटी नको. दुपारी नवलकर शेठला कोर्टासाठी फायली द्यायच्या आहेत. ठेव ते काम बाजूला, मी बघतो त्याचं. तू पळ.''

आत्मारामने दिलेली शंभरची नोट खिशात टाकून साडेबाराच्या सुमारास मयूर खाली उतरला. दोन वाजता सारे डबा खायला बसले. लंच संपला. साडेतीन झाले, तरी मयूरचा पत्ता नव्हता. आत्मारामच्या पोटात कावळे ओरडत होते. त्यातच फायली वेळेवर मिळाल्या नाहीत म्हणून नवलकर त्याची आई-माई काढून मोकळा झाला. ऑफिसात बायका नसल्याने कोणाच्याही जिभेला सेन्सॉरशिप अशी नव्हतीच. तोपर्यंत त्याने चिरीमिरीचे शंभर रुपये देऊन मयूरला झिंगा फ्राय आणायला पाठवले, ही बातमी ऑफिसभर पसरली. मध्ये एकदा 'माझ्या भाच्याक नायता शिकवायचं धंदे करायचे नाय' म्हणून बाळोबा दम भरून गेला. वाट बघून तो हैराण झाला. भुकेने वेडापिसा झाला. श्रावणसुद्धा न पाळणाऱ्या आत्मारामला कडकडीत उपास घडला होता. शेवटी चार वाजता त्याने भटाकडून सिंगल दूधपाक चहा आणि खारी मागवून पोटात ढकलली. अगदी व्होरा शेठनेसुद्धा मयूरला कुठे पाठवले म्हणून त्याला दम देऊन झाला. बाळोबाने आता वरची पट्टी लावायला सुरुवात केली. त्याच्या तोंडून फटाफटा मालवणी लाह्या फुटत होत्या.

अखेर पावणेपाचच्या सुमारास थकला-भागला, घामाने चिंब भिजलेला मयूर परत आला. त्याच्याकडे जळजळीत नजरेने पाहत 'पार्सल' ताब्यात घेऊन फारशा चौकश्या न करता आत्माराम लंच रूममध्ये गेला. रॉयलच्या स्पेशल झिंगा फ्रायची चव घेण्यासाठी पाच-सहा शिपाई त्याच्या मागोमाग गेले. प्लास्टिकच्या पिशवीतून एक अर्धे पिवळा हत्तीचे पाकीट, एक पूना मसाला आणि... आणि... मटण किंवा झिंगे काहीच नाही, तर चक्क द्रोणात बांधलेली ॲश लेनमध्ये गाडीवर मिळणारी भेंडीची भाजी आणि दोन सुके पाव अन् हाफ दाल-राइस. बस्स! भुकेने कळवळलेल्या आत्मारामला संतापाने वेड लागायची पाळी आली. भोवताली जमलेल्यांनी खिंकाळून खिंकाळून लंच रूम डोक्यावर घेतली. भुकेपोटी समोरचे अन्न कसेबसे पोटात ढकलून, ठेवणीतल्या अस्सल शिव्या देत तो मयूरची खबर घ्यायला रेकॉर्ड सेक्शनमध्ये परत आला. तिथले दृश्य पाहून त्याचा संताप आणि शिव्या जागच्या जागीच थिजल्या. मयूर डोळे पुसत बसलेला. बाळोबा त्याच्या पाठीवरून हात फिरवत असलेला अन् दत्तू कामथ, शाम नवलकर, साटम, मांजरेकर, नाडकर्णी, नेरुरकर असे सीनियर रथी-महारथी त्याला धीर देत असलेले. रॉयल हॉटेल शोधण्यासाठी आपण कसे आणि किती भटकलो, कसे वाट चुकलो, आत्मारामने दिलेले पैसे कसे हरवले. नशिबाने एक पाव्हणा कसा भेटला. त्याच्याकडून गयावया

करून वीस रुपये कसे घेतले आणि आत्मारामचे जेवण कसे आणले, तो अजून कसा उपाशी आहे, अशी सारी रामकहाणी अगदी हृदयद्रावक पद्धतीने सांगत होता. साटमनी 'मातृभाषेत' आत्मारामलाच चार गोष्टी सुनावल्याने विषय तिथेच संपला.

संध्याकाळी ऑफिस रिकामे झाले. चार-पाच टायपिस्ट अर्जंट काम करत बसलेले, तर शिरस्त्याप्रमाणे सिनियर मंडळींचा स्मोकर्स क्लब गप्पा मारत बसलेला. सुंदर नाडकर्णी कुठलातरी किस्सा सांगून सगळ्यांना पोट धरून हसायला लावत होता. तर दुसऱ्या दिवसाची कामे काढत हे दोघे रेकॉर्ड सेक्शनमध्ये थांबलेले. आत्माराम आतून धुमसत होता. त्याला मयूरच्या बापुडवाण्या चेहऱ्याच्या जागी एक अत्यंत इब्लिस चेहरा दिसत होता आणि त्याचे ओठ कुत्सितपणे हसत असल्याचा भास होत होता.

साडेसहापर्यंत त्यांचे काम आटोपले. आत्माराम खुर्चीत विसावला. मयूरने डब्याची बॅग उचलली. मधल्या टेबलांना वळसा घालून तो आत्मारामसमोर आला. त्याच्या हातात एक दहाची नोट होती.

"आत्माराम दादानू... जाऊ म्या?"

डोळे उघडून आत्मारामने त्याला खुन्नस दिली.

"हे तुमचे दहा रुपये, तुमचा जेवण, पान, शिग्रटी वीस रुपयाचे झाले. वीस रुपये मी जेवलो. पन्नास रुपये माझा हिस्सा मी ठेवून घेतला. झिंगा फ्राय काय मस्त होता. सोबत क्वार्टर पाहिजे होती."

पुढ्यातल्या टेबलावर दहा रुपये टाकून मयूर निघून गेला. कितीतरी वेळ आत्मारामचा आऽऽ मिटत नव्हता. हा मयूरचा पहिला दणका. त्या दिवसानंतर त्याने आपला बापुडवाणा मुखवटा उतरून ठेवला तो कायमचा. आत्मारामची चांगली खोडकी जिरवली म्हणून सगळ्यांना मोठीच गंमत वाटली. कधीकधी सिनिअर्ससुद्धा आता त्याला 'झिंगा फ्राय' म्हणून हाक मारायला लागले.

यानंतर काही दिवसांनी ऑफिसातले दुसरे संस्थान सदाशिवला मयूरने जमिनीवर आणले. त्या दिवशी चहावाला भट बिस्किटांच्या पुड्यातून बिस्किटे काढून बरणीत भरत होता. भल्या सकाळची वेळ असल्याने कोणी स्टाफ आला नव्हता. शिपाई साफसफाईमध्ये गुंतले होते. भटाला मदत करण्याच्या बहाण्याने मयूरने बिस्किटांचे पुडे खराब न करता अलगद उघडून दिले आणि रिकामे पुडे आपल्या ताब्यात घेतले. जणू भरलेलेच पुडे असावेत असे भासवत तो ते पुडे घेऊन रेकॉर्ड सेक्शनमध्ये आला. रोजच्याप्रमाणे सर्व सिनियर शिपाई मंडळी सकाळचा चहा घेण्यासाठी तिथे बसली होती. माळकरी सदाशिव स्वतःला त्या सर्वांपेक्षा उच्च श्रेणीचा आध्यामिक विचारवंत वगैरे समजत असल्याने सर्वांपासून थोड्या दूरच्या इन्स्पेक्शन टेबलवर बसत असे.

हातातले दोन पुडे त्याने अलगद त्याच्यासमोर ठेवले आणि बसता बसता ऑफर दिली, ''दादांनू, मिनी बिस्किटा आणलीव, तुमी चाय मांगवा. कटिंग नाय हां, फुल पायजे. आपून दोगाच चाय नि बिस्किटा खाऊ.''

प्रत्यक्ष पुडे समोर दिसत असल्याने शंकेला कुठेच वाव नव्हता. सदाशिवने दोन फुल कप दूधपाक चहा मागवला. मात्र, चहा येईपर्यंत मयूरने बिस्किटांचे पुडे आपल्या हातातच ठेवले होते. सदाशिवसारख्या कंजुषाने चक्क दोन फुल दूधपाक चहा मागवल्याने सर्व शिपायांचे लक्ष त्या दोघांकडे होते. चहा आला त्यासरशी मयूरने कप तोंडाला लावून उष्टा केला आणि डाव्या हाताने पुडे सदाशिवकडे सोपवले. सदाशिवने एकानंतर एक दोन्ही पुडे उघडले. 'दोन्ही ठार रिकामे'. सदाशिवच्या अस्सल मालवणी शिव्यांचा भडिमार इतरांच्या हसण्याच्या गदारोळात बुडून गेला. मात्र, त्या गडबडीत चहाचा दुसरा कपसुद्धा रिकामा करून अगदी शांतपणे फायलींचा गठ्ठा सुपरिंटेंडंटला नेऊन देण्यासाठी मयूर निघून गेला. त्यानंतर त्याने मालवणी बोलण्याचे नाटकसुद्धा बंद करून टाकले.

असा त्याचा काही ना काही टारगटपणा सतत चालू असे; पण त्याच्या चोख आणि बिनचूक कामाकडे पाहून आणि अन्यथा सिनिअर्सशी निर्व्याज सरळपणे वागण्यामुळे सारे तिकडे दुर्लक्ष करत. ऑफिसच्या तणावपूर्ण कामात नवा विरंगुळा म्हणून उलट सारे त्याची मजा लुटत. स्वतःचे अत्यंत त्रासदायक काम सांभाळूनसुद्धा मयूर बाकी शिपायांना त्यांच्या कामात जमेल तशी मदत करी. त्यांच्या घरगुती अडी-अडचणींमध्ये वेळ-काळाची, शारीरिक कष्टांची तमा न बाळगता मदत करण्यात तो कायम अग्रेसर असे; त्यामुळे सहकाऱ्यांच्या कुटुंबांतसुद्धा त्याचे स्नेहाचे संबंध जुळून आले.

मयूर मोरे राहायचा ती वस्ती अंधेरीची एक झोपडपट्टीच होती. भोवतीची वस्ती बहुतांश इस्ट इंडियन ख्रिश्चनांची; त्यामुळे अगदी नकळत्या वयापासूनच त्याचा संबंध हातभट्टी, त्यात होणाऱ्या दारूची वाहतूक, संबंधित गुन्हेगार आणि गुन्हेगारी याच्याशी आलेला. त्या सर्व वातावरणाचा त्याच्या व्यक्तिमत्त्वावर मोठा प्रभाव होता; पण त्याच्या व्यक्तिमत्त्वात अनेक कप्पे होते. त्याची तो कधी सरमिसळ होऊ देत नसे. त्याचे कुटुंब म्हणजे एका छताखाली राहणारी माणसे एवढाच त्याचा अर्थ. घरचे वातावरण अगदी गढूळ. त्याचे ग्लोरिया नावाच्या त्याच्याच वस्तीतल्या एका मुलीवर प्रेम होते. दोघे बहुधा शाळेत एकाच वर्गात होते. पोरगी मोठी गोड आणि सालस होती. चार-सहा वेळा त्याला भेटायला ऑफिसात येऊन गेली होती. याने खटपट करून एका सॉलिसिटर कंपनीत तिला टेलिफोन ऑपरेटरची नोकरी मिळवून दिली; पण दोन्ही घरच्या आडमुठेपणामुळे त्यांचे लग्न होऊ शकले नाही. बाळोबानेच पुढाकार घेऊन त्याचे लग्न करून दिले; पण त्याच्या संसारात काही राम

नव्हता. मयूरचे वैशिष्ट्य म्हणजे या कशाचाच परिणाम त्याच्या कामावर किंवा टारगट चाळ्यांवर झाला नाही; त्यामुळे त्याच्या या पार्श्वभूमीची माहिती फारच मोजक्या लोकांना होती.

घरच्या वातावरणामुळे त्याचे खाण्या-पिण्याचे हाल होत; त्यामुळे सदाशिवला त्याची फारच दया येई. मग त्याने आपल्या डब्यातच मयूरसाठी जेवण आणायला सुरुवात केली. चिक्कू मारवाडी म्हणून प्रख्यात सदाशिवची उदारता अख्ख्या ऑफिसच्या कौतुकाचा विषय झाली. एक दिवस नवलकर शेठला अगदी राहवले नाही. ते दोघे एकत्र जेवत असताना त्याने विचारलेच, "काय सदाशिव, तुझी बायको रोज या मयूरसाठी डबा देते की काय? हे कसे काय बुवा?"

सदाशिवला बोलण्याची संधी न देता मयूरनेच उत्तर दिले, "मग? माझे तिचे संबंधच तसे प्रेमाचे आहेत."

हे बोलताना त्याने जो काही आविर्भाव केला, डोळे उडवले; ते पाहून सारी लंच रूम पोट धरून हसायला लागली. सदाशिवला धरणी दुभंगेल तर बरे असे होऊन गेले. असे झाले, तरी अनेक वर्षे तो त्याचा डबा आणतच राहिला. कारण तोंडाने काहीही वाह्यात बोलत असला, तरी तो मनाचा किती निर्मळ आहे, याची त्याला खात्री पटली होती.

कॅश सेक्शनमधला सहदेव शिपाई म्हणजे अस्सल मालवणी नमुना. त्याला मयूर भरपूर मदत करी आणि अर्थात त्याच्या येडचापपणाची भरपूर जाहिरात करून त्याची टर उडवून त्याची किंमत वसूल करी. सहदेवचा थोरला भाऊ अर्धवट होता; त्यामुळे त्यांच्या कुटुंबाचा आणि घरच्या शेतीवाडीचा सारा व्याप सहदेववरच होता. भावजय बिचारी कधी-मधी टपाल धाडून दीराकडे मन मोकळे करी. मयूर ते पत्र पळवी आणि त्याच्या 'खास' टिप्पणींसह त्याचे जाहीर वाचन करी. ऑफिसची मोठी करमणूक होई. एक वर्षी लावणीच्या कामाला जायला सुट्टी मिळणार नाही म्हणून त्र्यंबक अकाउंटंटने सहदेवला दम देऊन ठेवला होता. सहदेव मोठ्या चिंतेत होता. मयूरने त्याला सल्ला दिला, 'गुपचूप गावी जाऊन, तिथून सिक लिव्हचा अर्ज पाठवून दे.' सहदेवने हा लाखमोलाचा सल्ला मानला आणि गावावरून त्याने सिक लिव्हचा अर्ज पाठवला; पण सवयीप्रमाणे त्याने गाढवपणा केलाच. मयूरला लिहिलेल्या पत्राच्या पाकिटातूनच त्याने तो अर्ज पाठवला. मग काय त्या अर्जाचे जाहीर वाचन झाल्याशिवाय का राहणार? अर्थात अर्जाचा ड्राफ्ट मयूरनेच जाताना लिहून दिला होता.

'आदरणीय अन्नदाता साहेबांना बालके सहदेवचो साष्टांग दंडवत! रीतसर परवानगी घेतल्याबिगर माका गावाक येवूक झाले म्हणान गरिबाक धर्मराज व्हवून मापी करावी. माझ्या भावजयीक माझ्याबिगर कोनाचो आदार न्हाय, म्हणून तिचा

समदा माकाच बगूक व्हया. माझो शेतीचो बैल लईच शिक झाल्या कारनान माका दोन हप्त्याची शिक लिव देन्याची क्रुपा करावी, अशी गरिबाची याचना असतेली. सर्वांक माझो दंडवत.'

परत आल्यावर साहजिकच सहदेवची हजामत झालीच; पण कायमसाठी त्याचे 'बैल आजारी' हे नाव रूढ झाले.

आत्मारामची खिल्ली उडवण्याची एकही संधी तो सोडत नसे. प्रत्येक वेळी त्याला त्याने असा काही पेचात पकडलेला असे की, मनातल्या मनात चडफडला तरी तोंडावर उसने हसू आणण्याशिवाय त्याला गत्यंतरे नसे; त्यामुळे त्याचे सहकारी त्याचा उल्लेख 'सहन होत नाही आणि सांगताही येत नाही' असाच करू लागले. जुने रेकॉर्ड दाखवण्यासाठी आत्माराम कोण्या पार्टीशी सौदा पक्का करी. पार्टीला चार-पाच दिवसांनी येण्यास सांगून ॲडव्हान्स घेऊन ठेवी. जरा 'वजनदार' सौदा असेल, तर तो त्याच्या दृष्टीने मयूरला 'दूर ठेवण्याची' पुरेपूर खबरदारी घेई. मयूर मात्र त्याचे बारसे जेवलेला. तो त्याच्यावर बारीक नजर ठेवून असे. आत्मारामने शोधून ठेवलेली फाइल तो गुपचूप एखाद्या पार्टनरच्या टेबलावर ठेवलेल्या फाइलच्या गठ्ठ्यात किंवा अशाच एखाद्या सुरक्षित ठिकाणी नेऊन ठेवून देई.

मग ठरल्या दिवशी जेव्हा पार्टी येई, तेव्हा आत्मारामला त्याने ठेवलेल्या जागी फाइल सापडत नसे. चोरीचा मामला, कोणाला काय सांगणार? अन् काय विचारणार? शोधाशोध करून आत्माराम घामाघूम. घेतलेला ॲडव्हान्स कुठे झिंगा क्राय आणि डिएसपीमध्ये तर कुठे 'नवी चादर, नवी उशी'मध्ये खर्च होऊन गेलेला असे. पार्टीचा तगादा वाढत जाई. मयूर शांतपणे सारा तमाशा पाहत राही. पार्टी तक्रार करण्याची वगैरे भाषा करू लागली की, मग तो आत्मारामच्या अकलेचे दिवाळे काढत, त्याला खिजवत मैदानात उतरे. पार्टीला रॅकच्या कोनाड्यात - 'खलबतखान्यात'- घेऊन जाई आणि त्याला शांत करण्याच्या बहाण्याने सौद्याचा आकडा काढून घेई. बाकी देण्याची रक्कम आपल्याच हातात देण्याचे पार्टीकडून वदवून घेऊन तो बाहेर येई. दहा मिनिटांत पार्टीसमोर फाइल हजर करून सगळी 'मऊमऊ' तो शांतपणे खिशात घाली. पार्टी समजूतदार असेल, नंतर येण्याचा वायदा करून गेली असेल तर मग तो सरळ आत्मारामशीच भागीदारीचा सौदा करी.

बाळोबा शिपायाच्या भावकीत मिळकतीचे वाद होते. कलमांवरून आणि सागवानाच्या झाडांवरूनचा वाद अगदी 'कटोकटीला' पोहोचला होता. बाळोबाने मेलेल्या बायोच्या प्रेताचा अंगठा कागदावर उठवून तिची इस्टेट हडपल्याचा बोभाटा मयूरने ऑफिसभर केला. ते प्रकरण एवढे रंगले की, जर अमूक एक गोष्ट मी केली नाही असे कोणी सांगू लागला, तर मग समोरचा विचारू लागे, "तू नाही लिहिलेस? मग काय बायोचा आंगठो काय रे?"

झेले म्हणजे दत्तू कामथाच्या भाषेत सांगायचे तर फाइलवर्म. ऑफिसच्या कामाव्यतिरिक्त कशातही रस नसलेला आणि त्या पलीकडे जगाची जाणीव नसलेला माणूस. ना कधी कुठली करमणूक ना विरंगुळा. चारचौघांत मिसळणे नाही की कधी कोणाशी गप्पा-टप्पा नाही. बोललाच तर विषय ऑफिसचे काम, बस्स. थट्टामस्करी? अब्रह्मण्यम्! एकदा त्याला एक जुनी मॅटर हवी होती. बहुधा कोणा पार्टनरने एखादे तातडीचे काम त्याच्यावर सोपवले असावे. सकाळपासूनच त्याचे रेकॉर्ड सेक्शनमध्ये येऊन तगादा लावणे सुरू होते. लंच टाइम होऊन गेला तरी फाइल मिळाली नाही आणि कामाची तर मोठी निकड. तो अगदी चिरडीला येऊन गेला. त्याने आत्मारामला झापायला सुरुवात केली. अशा प्रसंगी डोके थंड ठेवून, कोणतीही प्रतिक्रिया किंवा प्रत्युत्तर न देता शांत राहण्याची विलक्षण हातोटी आत्मारामकडे होती. हे एकतर्फी अरण्यरुदन शेजारीच काम करत बसलेला मयूर ऐकत होता. तणतण करून दमलेला झेले 'फायनल वॉर्निंग' देऊन जाण्यास वळला आणि त्याने एखाद्या लहान पोराला समजावण्याच्या स्वरात बोलायला तोंड उघडले.

''असं काय लहान मुलासारखं करायचं झेलेशेठ. असा हट्ट करू नये. शहाणा मुलगा काय करतो? आई देईल तेच खातो. आई देईल त्याच्याशीच खेळतो. आता इथे इतक्या फायली आहेत. कोणतीही एक घ्यायची आणि काम करायचं. वेड्यासारखं हेच पाहिजे म्हणून हट्ट करणाऱ्याला काय म्हणतात? वेडा मुलगा.''

बरे, हे सगळे बोलताना मयूरचा चेहरा अगदी निरागस, निर्विकार होता. हात रेकॉर्ड अरेंज करण्यात गुंतलेले अन् मान खाली. संतापाने झेलेच्या तोंडून शब्द फुटेना. गोरा गोरा चेहरा असा लालबुंद झाला की, असे वाटले, आता शिरा फुटून रक्त येईल. तिरीमिरीने तो रेकॉर्ड सेक्शनबाहेर पडला आणि पाठोपाठ हास्याचा मोठा स्फोट उडाला. मात्र, तासाभरातच त्याच्या टेबलवर हवी असलेली मॅटर पोहोचली.

अकरावी मॅट्रिक बंद होऊन दहावी एस.एस.सी. सुरू झाली. जुन्या विद्यार्थ्यांना संधी देण्यासाठी बोर्ड अकरावीच्या परीक्षा तीन-चार वर्षे घेत होते. उदारहस्ते मार्क देऊन लोकांना पास केले जात होते. त्या वेळची ही गोष्ट. रोज जमतात तसे सकाळच्या चहाला सगळे शिपाई रेकॉर्ड सेक्शनमध्ये जमले होते. आत्माराम याच विषयावर काही किस्से सांगत होता.

मोठ्या उत्साहाने तो मयूरला म्हणाला, ''मयूर, मंत्रालयात माझा एक मित्र एज्युकेशनला आहे. तो दोन हजार घेतो. आपण फक्त अकरावीचा फॉर्म भरायचा, त्याला नंबर आणि हॉल तिकीट द्यायचे. तो आपल्याला पासिंगचे सर्टिफिकेट आणि मार्कलिस्ट मिळवून देतो. विचार कर, मी तुझे काम करून देतो. गोप आणि रमेशसारखा लगेच क्लार्क होशील बघ. काय?''

मयूरच्या कानात त्यातला जणू एकही शब्द शिरला नाही. सहदेव आणि

शांतारामला उद्देशून त्याने गोष्ट सांगायला सुरुवात केली.

"एक माणूस होता. देवाचा मोठा भक्त. त्याला देव प्रसन्न झाला. देवाने त्याला हरणाच्या कातड्याची एक पिशवी दिली. पिशवीत उजवा हात घालायचा. देवाचे नाव घ्यायचे आणि गरज असेल तेवढे रुपये मागायचे. पिशवीतून तितके पैसे बाहेर यायचे. एकदा त्या माणसाला कडकी लागली. त्याने ती पिशवी विकायचा विचार केला; पण त्याच्या शब्दावर कोणाचा विश्वास बसेना. पिशवी विकली जाईना. तो जाम वैतागून गेला..."

न राहवून सहदेवने तोंड उघडलेच. "मेल्या आमका काय खुळा समजतलो? त्येका रे खयची कडकी. पिशवीत हात घालूचा पैशेच पैशे. मा××× आमका गजाली सांगताहा."

"मगे? आत्माराम अजून शिपाई कसो?"

आत्मारामने टेबलवरचा पेपरवेट सरळ त्याच्यावर भिरकावला.

सहदेवचे लग्न झाले तरी त्याने बायकोला गावीच ठेवले. वास्तविक सुंदर नाडकर्णींच्या ओळखीने त्याला चिखलवाडीत एक सिंगल रूम मिळाली होती. म्हणजे राहण्याची सोय होती; पण तत्त्व. 'भावजयीक मदत करूक नुको?' एक दिवस सहदेवच्या नावाने ऑफिसात टपाल आले, बायकोने पाठवलेले पोस्टकार्ड. ते थेट मयूरच्या हातात. झालं! माकडाच्या हातात कोलीत सापडले. मयूरच्या सौजन्याने पत्र ऑफिसभर फिरले.

"आय-बापान लगीन लावलनीत पन तुमका माझ्याकडे बगुक टायम नाय. सगळा म्या येकल्यानच करूचा. कोनाचो आदार नाय की हातबार नाय. शेताची, बांधाची उस्तवार माकाच करूची. गुरुवाचो बाळू खाल्ल्या अंगाची जमीन वाट्यान करूक मागत हा. तेका काय जबाब देचा ता उलटटपाली कळवा इ.इ.इ..."

अर्थाचे द्व्यर्थी अनर्थ करण्यात सगळे पटाईत. दिवस-दोन दिवस तोच विषय. दुसरी चर्चा नाही. दुसऱ्या दिवशी सहदेव गावी गेला आणि बायकोला घेऊन आला. नंतर कधीतरी त्याच्या लक्षात आले की, कार्डावरचे अक्षर मयूरचेच होते. मयूर अस्सल मालवणी; पण त्याचे नाव असे गुजराती वळणाचे कसे, याबद्दल सारे आश्चर्य व्यक्त करत. त्याच्या भोवतालची वस्तीसुद्धा काही गुजराती नव्हती. मात्र, ही चौकशी खुद्द त्याच्याकडे करण्याची कोणाची प्राज्ञा नव्हती. काही अतिचौकसांनी बाळोबाला छेडून पाहिले; पण त्याने उडवून लावले. आमचा एक कॉन्ट्रॅक्टर मिया अहमद जरा जादाच चौकस. शेवटी एक दिवस त्याला अगदी राहवलेच नाही.

"ए साला मयूर, तू तो साला एकदम तद्दन एमवाय (मालवणी लोकांसाठी आमच्या ऑफिसचा खास शब्द) पण तारो नाम एम गुजराती जेवा केम छे? बाकी बद्धाना जो आत्माराम, सखाराम, पांडुरंग आम होय छे? ए केहने एम केम?"

मयूर बायडिंगला पाठवायच्या एका फाइलचे रेकॉर्ड व्यवस्थित लावत होता. हातातल्या कागदांवरून नजर न हलवता अगदी थंड, निर्विकार चेहऱ्याने शांत स्वरात त्याने उत्तर दिले, "माझी आई गुजरात्याकडे काम करत होती."

मिया अहमद आऽ वासून बघतच राहिला. काय बोलावे त्याला सुचेना. क्षण, दोन क्षण इकडेतिकडे बघत तो उभा राहिला आणि मग झटकन रेकॉर्ड सेक्शनमधून निघून गेला. वास्तविक नंतर पुन्हा त्या विषयावर टिपणी करण्याचा किंवा प्रतिक्रिया देण्याचा मयूरचा स्वभाव नाही; पण मिया बाहेर पडल्यावर दातांच्या फटीतून फुसफुसत तो पुटपुटला, "××× साला माझ्या नावाची उठाठेव करतो."

त्यानंतर कित्येक दिवस मिया अहमद प्रत्येक सिनिअरच्या टेबलासमोर जाऊन हा किस्सा सांगत राहिला आणि तोबातोबा करून स्वतःच्याच तोंडात मारून घेत राहिला.

ऑफिसच्या शिपायांनी पिकनिक काढण्याचा घाट घातला. ऑफिसात येणाऱ्या पार्टीज, वकील, कॉन्ट्रॅक्टर्स वगैरे लोकांकडून कुठे १०-१५ तर कुठे ५०-१०० रुपये जमा करत त्यांनी आपल्यावरच्या खर्चाचा भार हलका करून घेतला. रूमाओ नावाच्या एका ट्रान्सपोर्ट कॉन्ट्रॅक्टरची प्रॉपर्टी आमच्याकडे होती. मयूर त्याच्याशी इस्ट इंडियन बोलीत बोले; त्यामुळे त्या दोघांचे चांगले सख्य होते. डिझेल टाकून घेण्याच्या आणि ड्रायव्हरचे 'चहा-पाणी' करण्याच्या बोलीवर त्याच्याकडून मयूरने बस मिळवली. फुकटात पिकनिक म्हटल्यावर झाडून सगळे शिपाई एका पायावर तयार! काही ज्युनिअर क्लार्क्सही बसमध्ये जागा आहे म्हणून त्यांना सामील झाले. मोठ्या उत्साहात कामाच्या वाटण्या झाल्या. सहदेव, सदाशिव, सखाराम आणि गोप यांना भाजणी आणि गोडेतेल देऊन त्यांच्याकडून वडे तयार करून घ्यायचे ठरले. आत्माराम कट्टर शिवसैनिक. त्याने सर्वांच्या नाश्त्यासाठी वडा-पाव आणि सुकी भेळ आणण्याची जबाबदारी उचलली. मग कोणी कांदा, टोमॅटो, काकडी आणायची, तर कोणी चॉकलेट, गोळ्या, बिस्किटे घ्यायचे असे ठरले. सगळ्यांत महत्त्वाची जबाबदारी सागुतीची. ती एकट्या मयूरने उचलली. मयूरने 'मद्यपानावर' कडक बंदी घोषित केली होती.

पिकनिकनंतर जो तो मयूरच्या सागुतीचे अगदी तोंडभरून कौतुक करत होता. मात्र, प्रत्येकाला एका गोष्टीचे आश्चर्य वाटत होते, दुपारी जेवल्यानंतर ते जरा आडवे व्हावे म्हणून पडले तर अगदी गाढ झोपून गेले. मयूरने अन् ड्रायव्हरने अंधार पडल्यानंतर कसेबसे उठवून त्यांना बसमध्ये बसवले. बसमध्येही सारे पेंगत होते आणि घरी पोहोचताच परत झोपून गेले. सर्वानुमते चर्चेच्या शेवटी असा निष्कर्ष निघाला की, सकाळी लवकर उठणे, समुद्रात भरपूर खेळणे, दंगा-मस्ती आणि दुपारी उशिरा म्हणजे चार-साडेचार वाजता आडवा हात मारून जड सागुतीचे जेवण

याचा तो परिणाम असावा.

सुमारे पंधरा दिवस गेले आणि एक दिवस विस्फोट झाला. मयूरने आणलेली सागुती कोंबडीची नव्हती, तर कबुतरांची होती आणि तीसुद्धा दारूत शिजवलेली. झाले! तक्रार मग दावर शेठकडे गेली. दारूत शिजवलेली कबुतराची सागुती ऐकून बावाजी अगदी अवाक् झाला. त्याने ताबडतोब मयूरला चेंबरमध्ये बोलावून घेतले. तो येईपर्यंत त्याच्या चावटपणाचे अनेक किस्से सांगून झाले. मयूर अत्यंत अदबीने चेंबरमध्ये आला. चेहऱ्यावर सभ्य गंभीर भाव. आता शेठ याला आडवा-उभा तासणार म्हणून मनात मांडे खाणारे शिपाई पार भुईसपाट होऊन गेले.

"ए काय रे गांडा, साला तू काय हे लोकला दारूमंदी कबूतर पकवून खायला घातला? कसा असते, चांगला लागते काय रे? मंग दारूची नशा नाय होत माणसाला? काय, एकदम आस्ते आस्ते होते? ए समदा लोक एकदम चूप. आता मी या घेलियाला पनिशमेंट देते. सामळो. हे माझा कार्ड. काले संडे हाय. माज्यासाठी काले डबा भरून तुझा तो सागुती का काय म्हंते ते बंगल्यावर घेऊन यायचा. साला मी शिरीनला पन खिलवनार हाय हा नवा आयटम. आन सामळ, हे सागुती बनवायची रेसिपी जे हाय ते साटमला सांग. टाइप करून दे. नाऊ, चलो गेट आउट! समदी इडियट लोग कामधंदा सोडून इथे काय करते? आउट!"

मयूरची कॉलर टाइट.

थट्टा, मस्करी, मस्ती, मजाक करताकरता दिवस सरत होते. मयूर दिवसभर ऑफिसमध्ये जे काम करत होता ते फारच कष्टाचे, तणावाचे आणि मानसिक संतुलनाची कसोटी पाहणारे होते. दिवसअखेरपर्यंत अंग मोडून येत असे. डोके शिणून जात असे. दिवसेंदिवस घरातले वातावरण बिघडत चाललेले. तो ताण मनात दडपून टाकून बेफिकिरीचा मुखवटा घेऊन हसत-हसवत राहायचे, याचा ताण दिवसेंदिवस वाढता होता. वाढते वय पदोपदी आपल्या मर्यादा दाखवून देऊ लागले होते. वरकमाईचे चार पैसे खिशात खुळखुळत. नकळत्या वयापासून दारूशी निकटचा संबंध; त्यामुळे हळूहळू मयूरचं पिणं वाढत गेलं. नंतर जणू तो दारूच्या आहारीच गेला. दांड्या मारण्याचे प्रमाण वाढले. नंतर दिवसच्या दिवस गैरहजर राहू लागला. मग दम देणे, वॉर्निंग देणे, मेमो या गोष्टी ओघानेच आल्या. हे सारे मयूरला आपला घोर अपमान वाटे. मग तो पिऊन ऑफिसात येऊ लागला. एक दिवस नशेतच तो दावर शेठच्या चेंबरमध्ये घुसला आणि त्यांना खिडकीतून खाली फेकून देण्याची भाषा केली. मग भावे सुपरिटेंडंटने त्याला ऑफिसातून बाहेर घालवून दिले, तर रात्री त्यांच्या घरी तलवार घेऊन गेला आणि दमबाजी केली.

वास्तविक तेव्हाच त्याची नोकरी जायची; पण दत्तू कामथ, नवलकर, साटम वगैरे सिनिअर लोकांनी दावर शेठकडे त्याची रदबदली केली आणि प्रकरण

मिटवले. कारण इतर वेळी त्याचे काम अतिशय चोख असे. मित्र म्हणून, माणूस म्हणून तो लाखात एक होता.

नवलकर म्हणजे हरहुन्नरी माणूस. त्याच्या पुढाकाराने ऑफिसात सत्यनारायणाची पूजा झाली. साहजिकच मयूरने सर्व कामांमध्ये अतिशय हिरिरीने भाग घेतला. त्याने दोन-तीन अन्य शिपायांना आपल्यासोबत घेतले आणि आदल्या रात्री ऑफिसची साफसफाई आणि सजावट करण्याचे काम अंगावर घेतले. सकाळी बघतात, तर ऑफिस झाडूनपुसून लख्ख! सर्वत्र तोरणे-माळा लागलेल्या. केळीच्या गाभ्यातून केलेले मखर सजवून तयार. सारे कसे चोख. कार्यक्रमाच्या शेवटी भाषणे झाली. प्रत्येक वक्त्याने त्याचे भरभरून कौतुक केले. दावर शेठनी त्याला स्वतःच्या मनगटावरचे घड्याळ काढून बक्षीस दिले. मयूरच्या सर्व्हिसचाच नव्हे, तर कदाचित आयुष्यातला हा परमोच्च क्षण असावा.

ऑफिसला रंग लावण्याचे काम निघाले. नेहमीसारखी फक्त वरवरची रंगसफेदी न करता प्रत्येक भिंतीचा प्रत्येक कोपरा नीट खाचा-खोचा भरून व्यवस्थित रंगवून काढायचा निर्णय दावर शेठनी घेतला; त्यामुळे ते काम बराच काळ लांबणारे ठरणार होते. एवढा दीर्घकाळ ऑफिस बंद ठेवणे अशक्यच; त्यामुळे काम रात्रीचे चालणार होते; त्यामुळे मग ऑफिस रात्रभर उघडे ठेवावे लागणार, तर कोणी भरवशाचा आणि जबाबदारीने काम करणारा माणूस हवा. सर्व सिनिअर्सचा कौल अर्थातच मयूर मोरेच्या बाजूने पडला. मूळचाच बेरकी मयूर आत्माराम फायलरच्या तालमीत चांगलाच तयार झाला होता. तो काही किड्याच्या घासाने गळाला लागणारा नव्हता. त्याने स्पेशल टी.ए. डिनर अलाउन्स आणि त्याशिवाय स्पेशल ओव्हरटाइम पदरात पाडून घेतला; पण ते इतक्या लाघवीपणाने की, दावर शेठपासून कोणालाच त्यात काही वावगे वाटले नाही.

या रंगकामानेच त्याच्या आयुष्याचा बेरंग केला. त्याचे पिणे बेसुमार वाढले. रात्री ड्युटी म्हणजे घराऐवजी ऑफिसात झोपायचे. दिवसभर सुटी. मग दिवसाही बेसुमार पिणे सुरू झाले. वागणे अधिकच बेताल झाले. याच दिवसांत एकदा त्याचा कोणी नातेवाईक वारला. त्याचे अंत्यसंस्कार चंदनवाडीत झाले. प्रेतावरचे काढलेले हार गळ्यात घालून तो ऑफिसात आला. दारू पिऊन धुंद. लिफ्टमनने त्याला अटकाव करण्याचा प्रयत्न केला, तर त्याने त्याचे डोके फोडून रक्त काढले. त्याला अजून धिंगाणा घालायला वाव न देता काही शिपायांनी त्याला युक्तीयुक्तीने बाहेर काढले. आता त्याची थट्टा पूर्वीसारखी निर्व्याज न राहता तिला एक विकृत किळसवाणा रंग येऊ लागला. वागणे-बोलणे अश्लील आणि अचकट-विचकट होऊ लागले.

अखेर व्हायचा तोच परिणाम झाला. मेमो, चार्जशीट आणि शेवटी सस्पेन्शन.

गमतीची गोष्ट अशी की, एवढे सारे झाले तरी अजून त्याचा कोणाला राग येत नव्हता. उलट तो ज्यांची सर्वांत जास्त टर उडवी, फजिती करी तेच शिपाई त्याच्या मागे उभे राहिले. त्यांनी खटपट केली. सारे शिपाई दावर शेठना जाऊन भेटले. सोबत त्यांनी त्याच्या बायकोला आणि पोरांना ठेवले होते. सर्वांनी त्याची रदबदली केली. बायको-पोरांना शेठच्या पायांवर घातले. या बाबीचा विचार करण्यासाठी दावर शेठनी साऱ्या पार्टनर्सना चेंबरमध्ये बोलावून घेतले. आत्मारामने आपणहून लेखी जामीन दिला. मयूरची हमी घेतली. सर्व शिपायांनी कधी नव्हे अशी एकी दाखवली. सिनिअर्सनी त्यांना पाठिंबा दिला. बरीच भवती न भवती होऊन मयूरचे सस्पेन्शन रद्द झाले. त्याला पुन्हा कामावर घेतले.

पण आता रंगाचा पुरता बेरंग झाला होता. साराच तोल बिघडला होता. मयूरमध्ये कोणती सुधारणा होईल अशी अपेक्षा करणे म्हणजे नासलेल्या दुधाची बासुंदी करण्याचा खटाटोप करण्यासारखे होते. जवळपास दोन महिने तो ऑफिसला आला. कधी काम करी, कधी नुसताच बसून राही. त्याची थट्टामस्करी तर बंद झालीच होती; पण तो सहसा कुणाशी काही बोलतसुद्धा नसे. सहकारी सांभाळून घेत होते. सिनिअर्स समजून घेत होते. सुरुवातीचे काही दिवस बायको ऑफिसपर्यंत सोडायला येई. कोणी सहकारी तो वाटेत कुठे प्यायला बसू नये म्हणून घरी पोहोचवायला जाई. हळूहळू ते बंद झाले. वाटू लागले, आता तो सुधारेल; येईल पुन्हा पहिल्यासारखा ऑफिसात. एक दिवस डबा घेऊन ऑफिसला निघालेला मयूर ऑफिसात आलाच नाही. दुसऱ्या दिवशी बायको ऑफिसात आली, तेव्हा समजले तो रात्री घरी गेलाच नव्हता. लगेच फोनाफोनी, शोधाशोध सुरू झाली. त्याचे नातेवाईक आणि पाव्हण्यांचा गोतावळा बराच मोठा होता. त्या लोकांनीही शोध सुरू केला. रेल्वे स्टेशन, एस.टी. स्टँड, पोलीस स्टेशन, हॉस्पिटल्स अगदी शवागारेसुद्धा धुंडाळून झाली; पण मयूर मोरेचा ठावठिकाणा कुठेच सापडला नाही. कोणी गावी जाऊन, कोणी गर्दुल्ल्यांचे अड्डे धुंडाळून, कोणी कोणी नाशिक, शिर्डी, शेगाव असा कुठे कुठे त्याचा शोध घेतला; पण व्यर्थ. मयूर मोरे जणू हवेत विरघळून गेला.

दिवस लोटले, महिने लोटले, वर्षे उलटली. जगरहाटी आपल्या चालीने चालत राहिली. आता आमच्या ऑफिसात मयूर मोरे फक्त एक दंतकथा बनून शिल्लक राहिला आहे.

(५ जून, २००९)

◆

बालय्या स्वामी

राजकारण आणि गुन्हेगारी यांचे विदारक सहजीवन

बांद्र्याची अमृतनगर झोपडपट्टी आज रोषणाईने झगमगून उठली होती. तसे पाहता हा झगमगाट या वस्तीला नवा नव्हता. सत्यनारायण पूजा, गणपती, नवरात्र उत्सव, डॉ. बाबासाहेबांची जयंती, बुद्ध पौर्णिमा, न्यू इयर अशा महत्त्वाच्या आणि पंधरा ऑगस्ट, सव्वीस जानेवारी अशा बारीकसारीक प्रसंगांना अमृतनगर असेच झगमगत असते; पण आजचा दिवस काही खास आहे. आज विधानसभा निवडणुकीचा निकाल आहे; त्यामुळे वस्तीत उत्साहाला उधाण आले होते. जणू आपल्याच घरचे कोणी निवडणुकीला उभे असावे आणि निवडून येण्याच्या खात्रीने आपण विजय साजरा करण्यास उत्सुक असावे, याच आविर्भावात वस्तीतला प्रत्येक स्त्री-पुरुष वावरत होता.

बरीच रात्र झाली होती. वस्तीवर काही मोजकी म्हातारी-कोतारी आणि राखणीसाठी मुद्दाम बसवून ठेवलेली मंडळी वगळता फारसे कोणी नव्हते. कसे असणार? सारी तरणीताठी पोरे-पोरी इतकेच काय चिल्लर-खुर्दासुद्धा दुपारपासून मतमोजणी केंद्रावर गर्दी करून होता. नाक्यावरच्या निवडणूक कार्यालयासमोरच्या भल्या मोठ्या फळ्यावर मोजणीची ताजी स्थिती दर अर्ध्या तासाने लिहिली जात होती. रात्री साडेदहाच्या सुमारास फटाक्यांचा मोठा दणदणाट उडाला.

निवडणूक ऑफिसच्या बाहेर असलेल्या पार्टीच्या मांडवात कच्ची बाजा आणि नाशिक ढोल दणाणू लागला. पोरेटोरेच काय; पण पिकल्या केसांचे बाप्येसुद्धा तालावर धुमशान नाचत होते. नाचणाऱ्या पोरींनाही उत्साहाच्या भरात पदराचे भान राहिले नव्हते. मध्येच कोणीतरी बेंबीच्या देठापासून आरोळी ठोके. 'लोकनायक बालय्या स्वामी की' ऽऽ 'जय'च्या गर्जनेने मांडवाचे छप्पर थरथरे.

या उत्साहाला तशी दोन कारणे होती. एक म्हणजे त्यांच्या झोपडपट्टीचा

सर्वेसर्वा बालय्या दादा आज सत्तारूढ पार्टीचा आमदार म्हणून निवडून आला होता आणि दुसरे त्यापेक्षा महत्त्वाचे कारण, आज दादाच्या भट्टीवरचा 'खास माल' सर्वांना मनसोक्त प्यायला मिळत होता. तोसुद्धा एकदम मोफत. एखाद-दुसरा माळकरी सोडला, तर सर्वांनीच दादाचा 'मान राखला' होता. अवसे-पुनवेला घेणारेसुद्धा आज हवेत होते. उत्साहाच्या भरात बायकांनीसुद्धा वाईच चाखली होती. रात्री साडेअकरा वाजता निवडणूक अधिकाऱ्याने बाहेर येऊन अधिकृत घोषणा केली.

"इंदिरा काँग्रेसचे अधिकृत उमेदवार नामदार श्री. व्यंकटहळ्ळी बालय्या स्वामी पेरुमल पुजारी यांचा अठ्ठावीस हजार मतांनी विजय झाल्याचे मी जाहीर करतो. काँग्रॅच्युलेशन सर!"

केंद्राच्या बाहेर पुन्हा फटाक्यांचा धडाका आणि बाजाचा कल्लोळ सुरू झाला. बालय्या स्वामीच्या गळ्यात त्याच्या वजनाइतकेच हार पडले. मोबाईलवर दिल्लीवरून मॅडमचा अभिनंदनाचा फोन आला. हाराच्या ओझ्याने वाकलेले नूतन आमदारसाहेब केंद्राबाहेर आले. बंदोबस्तासाठी स्वतः ए.सी.पी. चव्हाणसाहेब पुऱ्या लवाजम्यानिशी जातीने हजर होते. जुन्या काळातील काळ्या दंतमंजनाच्या जाहिरातीची आठवण करून देणारी, कधी हस्तदंती नमस्कार, तर कधी पंजा दाखवून घोषणांना आणि अभिवादनाला प्रतिसाद देणारी 'साहेबांची' मूर्ती दारात येताच चव्हाणसाहेबांनी खास पोलिसी ढंगात, शेजारी उभे असलेल्या बैलघोडे साहेबांच्या कानात फुसफुस केली.

"मायला तिच्या हे ××× आमचे लोकप्रतिनिधी म्हणे. तिच्या आयला पब्लिक पण साले ××× आहे. काय होणार आमचं आणि या देशाचं देवच जाणे! काल-परवापर्यंत ज्या हातांनी या ××× च्या ××× ची सालटी काढली, त्याच हातांनी या ××× ना सलाम करायचे. थुत् तिच्या आयला या ड्युटीच्या."

आमदारसाहेब जवळ येताच चव्हाणसाहेब दोन पावले पुढे आले. चेहऱ्यावर विशिष्ट 'व्यावसायिक' हास्य आणून त्यांनी प्रथम कडकडीत सॅल्यूट ठोकला आणि मोठ्या अदबीने 'साहेबांचा' हात हातात घेऊन गर्मजोशीने शेकहँड केला. बोलण्यात खात्यातल्या वरिष्ठांशी बोलण्यासाठी खास कमावलेली लकब आणून ते मोठ्या नाटकी अदबीने म्हणाले, "काँग्रॅच्युलेशन पुजारीसाहेब. सर्कलच्या वतीने आणि माझ्या स्वतःतर्फे मी आपले मनापासून अभिनंदन करतो. आमचा माणूस आज निवडून आला, याचा आम्हाला विशेष आनंद होतोय."

"थेंकू, थेंकू चवान सायब थेंकू. आपन दुनियेसाठी कोन्पन होईल, पर तुमी मात्र बालय्याच बोलायचं बालय्या. अरे, तुमच्या खांद्यावर येकच स्टार असतानाची आपली दोस्ती हाय. काय?"

"हा आपला मोठेपणा झाला साहेब. काही असले तरी पब्लिकमध्ये हे असे बोलणेच दोघांसाठीसुद्धा बरे आहे. साहेब, एक आठवण करून द्यायची होती.

कोर्टाने रात्री दहानंतर आवाजावर बंदी घातली आहे. साहेब, पब्लिकचा उत्साह ठीक आहे. कार्यकर्त्यांच्या भावनांची मला कदर आहे; पण माझीही ड्यूटी आहे साहेब. तुम्ही लोक आम्हाला को-ऑपरेशन नाही करणार तर कोण करणार साहेब. उद्या सकाळी जंगी मिरवणूक होऊन जाऊ द्या. परमिशन, बंदोबस्त कशाचीच चिंता करू नका. ते माझ्यावर सोडा. शेवटी रूलिंग पार्टीची मिरवणूक आहे; पण साहेब, आता हे जरा बंद होऊ द्या. उगाच पहिल्या दिवसापासून विरोधकांना चान्स मिळायला नको आणि साहेब, घरी पोहोचल्यावरसुद्धा जरा थोडक्यातच आटोपतं घ्या साहेब.''

विजयाने धुंद झालेला कार्यकर्त्यांचा एक घोळका पोलिसांशी हुज्जत घालायला लागला. ते पाहून पार्टीने पाठवलेला पी.ए. आमदारसाहेबांच्या कानाशी लागला. ''साहेब, मघाशी पाटीलसाहेबांचा याच गोष्टीची आठवण करून देणारा फोन होता. त्यांनी खास निरोप दिला आहे साहेब. तुम्हाला ब्राइट चान्सेस आहेत. पहिल्याच दिवशी लफडा नको.''

गळ्यातले हारांचे ओझे सांभाळत आमदारसाहेब कसेबसे पोलीस व्हॅनच्या टपावर चढले. त्यासरशी पुन्हा एकदा ढोल-ताशा आणि घोषणांचा कल्लोळ उडाला. दोन्ही हात उंच करून पंजे दाखवत आमदारसाहेबांनी कल्लोळ शांत केला. कुणीतरी त्यांच्या हातात माईक दिला.

''हा इजय माज्या येकल्याचा नाय. तुमच्या समद्यांचा हाय... आता पब्लिकच्या पायाशी येक इनंती, हात जोडून इनंती हाय, कोर्टानं बंदी घालून आपली गोची करून ठ्येवलेली समद्यांना म्हाईत हायच. आपन शांतताप्रेमी सच्चे नागरिक हावोत. मनून कोर्टाचा हुकूम, हाय कमांडचा हुकूम आन आपल्या चवानसायबांचा हुकूम आपन माननार हावोत. आपली इजय मिरवनूक उद्या सकाळी निगनार. आता समदी धमाल बंद. हापिसवर समदा बंदोबस्त क्येलेला हाय. गरिबाघरचे चार घास खाल्ल्याबिगर कोनी घरला जायाच नाय.''

नव्या आमदारसाहेबांना घरापर्यंत एस्कॉर्ट देण्यासाठी चव्हाणसाहेबांनी आपली जीप पुढे काढली. मात्र, त्यांच्या तोंडातल्या शिव्यांना काही खळ नव्हता. त्यांच्या शिव्या, शेरे आणि आमदारसाहेबांच्या जुन्या आठवणी ऐकून गाडीतल्या स्टाफची भरपूर करमणूक होत होती. दिवसभराच्या थकव्यावर त्यामुळे थोडा आराम मिळाला.

अमृतनगरच्या तोंडाशी उभारलेल्या झगमगत्या कमानीखाली वस्तीतल्या सुवासिनी हातात तेवती निरांजने घेऊन स्वागतासाठी उभ्या होत्या. मध्यभागी उभी होती प्रेमलक्ष्मी. तिच्या हातात चांदीच्या तबकात चांदीची निरांजने तेवत होती. वीतभर रुंद जरीकाठ असलेली रेशमी साडी आणि अंगावरचे किलोभर वजनाचे सोन्याचे दागिने लायटिंगमध्ये झळाळत होते. नाकातल्या बेसरीतल्या मोठ्या हिऱ्यावर तर नजर ठरत नव्हती. पुन्हा नवे हार, घोषणांचा कल्लोळ, फ्लॅशचा लखलखाट, व्हिडिओ

कॅमेऱ्याचे प्रखर झोत सगळ्याला नवे उधाण आले. उत्साही कार्यकर्त्यांच्या संरक्षक गराड्यात, झोपडपट्टीतील चिंचोळ्या गल्ली-बोळांच्या चक्रव्यूहातून पायी चालत बांद्रा पूर्व विधानसभा मतदारसंघाचे नवनिर्वाचित आमदार नेक नामदार माननीय श्रीमान व्यंकटहळ्ळी बालय्या स्वामी पेरुमल पुजारी आपली लक्ष्मीसारखी सोन्याच्या दागिन्यांनी मढलेली धर्मपत्नी श्रीमती प्रेमलक्ष्मी देवी यांच्यासह आपल्या घरात आले. त्यांचे घर सरकारी कागदपत्रांनुसार झोपडी म्हणवले जात असले, तरी एक सुरक्षित बंगलीच होती. तिचा आतला थाटमाट आणि सुविधा कलानगरमधल्या साहेब लोकांच्या बंगल्याला मागे सारतील अशा होत्या. कार्यकर्त्यांना - आता त्यांना चेले चपाटे, पंटर लोक म्हणणे कसे शोभून दिसणार? - उभयतांनी प्रेमाचा निरोप दिला.

कडकडीत गरम पाण्याच्या शॉवरखाली स्नान करून, संगमरवरी देव्हाऱ्यातल्या चांदीच्या व्यंकटेश्वराच्या आणि साईबाबांच्या मूर्तीसमोर महागडी मंगलोरी अगरबत्ती लावून आपल्या ए.सी. बेडरूममध्ये यायला बालय्याला रात्रीचा एक वाजला. मऊ गिर्दीला टेकून आणि दोन्ही पाय बेडवर पसरून तो आरामात बसला. कोमट केशरी दुधाने भरलेला भला मोठा चांदीचा ग्लास हातात घेऊन, दोन-तीन मोठे घोट घेत तो स्वस्थ बसून राहिला. कपाळावर, चेहऱ्यावर न आलेला घाम पदराने पुसत काहीबाही बडबडणाऱ्या बायकोला त्याने हाताने खूण करून गप्प केले. दुधाचा मोठा घोट घेऊन त्याने डोळे मिटले. हातातला दुधाचा प्याला तसाच होता. तो निश्चल बसून राहिला. गेल्या पस्तीस वर्षांपासून त्याच्यासोबत राहून प्रेमलक्ष्मी त्याच्या पापणीच्या हालचालीचासुद्धा अर्थ समजत होती. तिचा नवरा तिचे सर्वस्व होता, परमेश्वर होता. त्याचा आठवणींत बुडालेला, सतत भाव बदलणारा चेहरा निरखीत ती त्याच्या पायाशी बसून राहिली. सवयीप्रमाणे हात हळूहळू पाय चुरू लागले. बालय्या आठवणीत बुडाला होता. दारुडे, बदफैली आई-बाप, एकेकाळचा अनाथ भिकारी, पाकीटमार, उचल्या चोर, सुरेबाज, हातभट्टीवाला, झोपडीदादा, बिल्डर, आता आमदार आणि नशिबाची साथ लाभली तर मंत्री. अशा सगळ्या आठवणी डोक्यात गर्दी करत होत्या. प्रचाराचा कल्लोळ, मतदानाचा तणाव, दिवसभराचे मतमोजणीचे दडपण, दगदग, विजयाची धुंदी, कार्यकर्त्यांच्या घोषणा, जल्लोष, अभिनंदनाचे फोन, फ्लॅशचा चमचमाट सारे आता संपले होते. झोपडपट्टीच्या ऐन गाभ्यातली, अरुंद, नागमोडी, चक्रव्यूही गल्ल्यांनी संरक्षित बंगलीमधली एअर कंडिशन बेडरूम, त्यातला ऐसपैस डबल बेड, हातात दुधाने भरलेला चांदीचा बिअरमग, दागिन्यांनी नटलेली, पाय चुरणारी बायको या सगळ्याचाच त्याला विसर पडला होता. डोळ्यांसमोर गतायुष्याचा पट उलगडत होता.

व्यंकटहळ्ळी बालय्या स्वामी पेरुमल पुजारी या निवडणूक अर्जात भरलेल्या लांबलचक नावातले फक्त बालय्या एवढे एकच नाव खरे होते. बाकी सर्व नावे खोटी होती. त्याच्या मनात बापाविषयी इतका भयंकर तिरस्कार भरला होता की, त्याचे नावसुद्धा आपल्या नावापुढे न लावता त्याने त्या जागी आपल्या धंद्यातल्या गुरूचे नाव लावले होते.

बालय्या मूळचा कर्नाटकातला. मंगलोरच्या पुढे केरळ-कर्नाटक सीमेवरचे एक खेडेगाव. जेमतेम शंभर-सव्वाशे उंबऱ्यांचे ते गाव. आई चिकम्मा, बाप रावण्णा, तीन बहिणी आणि तो, असे त्याचे कुटुंब. बालय्या सर्वांत धाकटा. घरात अठरा विश्वे दारिद्र्य. रावण्णा शेतमजुरी करी; पण मिळवलेल्या मजुरीचा सर्वांत मोठा हिस्सा अरकवर खर्च करी; त्यामुळे चिकम्मा लोकांकडे दळण-कांडण, धुणी-भांडी करून पोरांच्या तोंडी कशीबशी चार ओढूचे घास घाली. बालय्याला एकाही बहिणीचा चेहराच काय; पण नावसुद्धा आठवत नव्हते. भांडणाच्या भरात चिकम्मा नवऱ्यावर पोटच्या पोरी विकल्याचा आरोप करी, हे मात्र त्याला स्पष्ट आठवे.

चिकम्मा होती काळीशार; पण शिशवी लाकडात कातून काढलेल्या मूर्तीसारखी घाटदार आणि नाकी-डोळी सुंदर होती. तिच्या गोड आवाजातले गुणगुणणे आठवत बालय्याने कित्येक रात्री काढल्या होत्या. तिच्या रूपागुणाचे रावण्णाला कवडीइतकेसुद्धा कौतुक नव्हते. उलट तो तिच्यावर सतत संशय घेऊन तिला मारहाण करी. अनेक वर्षे ती नवऱ्याचा जाच सोसत राहिली; पण जेव्हा तिने त्याला तिच्या पेजेत फवारणीचे विषारी औषध मिसळताना पकडले, तेव्हा तिने मागचापुढचा विचार न करता त्याला सोडले. बालय्याला घेऊन ती एकटीच गावाबाहेर ओढ्याकाठी केंबळाची झोपडी बांधून राहू लागली. रावण्णाने तिथेसुद्धा तिची पाठ सोडली नाही. एकदा त्याने तिची झोपडी पेटवून दिली, तर एकदा दारूच्या नशेत तिच्या डोक्यात मोठा दगड घातला. नशेत तर्र असल्याने दगड न पेलवल्याने तो भेलकांडून तिच्या अंगावर पडला आणि माय-लेकराची झोप मोडली म्हणून ते बचावले.

रावण्णाच्या छळाला कंटाळून शेवटी तिने शेजारच्या गावातल्या लिंगण्णा कामण्णा या श्रीमंत शेतकऱ्याचा आसरा शोधला. रावण्णा मनगटे चावत राहण्यापलीकडे काही करू शकला नाही; पण त्यानंतर आठ-पंधरा दिवसांतच रावण्णा अरकच्या गुत्त्यातून बाहेर यायला आणि हॉटेलसमोर भीक मागत असलेला बालय्या त्याच्या नजरेत यायला एकच गाठ पडली. चिकम्माचा आश्रयदाता लिंगण्णा सर्वार्थाने त्याच्यापेक्षा वरचढ असल्याने तिच्या केसाला धक्का लावण्याची त्याची शामत नव्हती; पण मनात साचलेला तिच्यावरचा राग अशक्त, असहाय आणि आता अनाथ झालेल्या बालय्यावर काढणे मात्र त्याला सहज शक्य होते. त्याला गलिच्छ शिव्या देत, चिकम्माचा उद्धार करत, कमरेचा कोयता उपसून तो बालय्याच्या

अंगावर धावला. दोन दिवसांचा उपाशी बालय्या बापापासून बचावण्यासाठी जिवाच्या आकांताने पळत सुटला. आश्चर्य असे की, दिवसाउजेडी भर बाजारपेठेत हा प्रकार घडत असताना रावण्णाला अडवायला आणि बालय्याला वाचवायला पुढे यावे, असे एकाही गावकऱ्याला वाटले नाही.

शिवाप्पा शेट्टीच्या दुकानासमोरचा ट्रक नुकताच सुरू झाल्याचे बालय्याने हेरले. होती नव्हती तेवढी शक्ती एकवटून त्याने ट्रकवर झेप घेतली आणि मागच्या फाळक्याची कड कशीबशी पकडली. जिवाच्या आकांताने तो ट्रकला चिकटून राहिला आणि तसाच लटकत, लोंबकळत कित्येक मैल दूर गेला. त्या क्षणापासून त्याने बापाकडे आणि गावाकडे पाठ फिरवली ती कायमचीच.

बराच वेळ धावून ट्रक एका चहाच्या टपरीसमोर थांबला. केवळ मरणाच्या भीतीने आणि इच्छाशक्तीच्या जोरावर इतका वेळ ट्रकच्या मागे लटकत असलेल्या बालय्याने खाली उतरण्याचा प्रयत्न केला; पण तो धप्पकन जमिनीवर पडला आणि बेशुद्ध झाला. ट्रकवाल्याने आणि टपरीवाल्याने त्याला कसेबसे शुद्धीवर आणले; पण तो एवढा घाबरला होता की, त्याच्या तोंडून एक शब्द फुटत नव्हता. शेवटी त्याला टपरीवरच सोडून ट्रक पुढे निघून गेला. त्या वेळी बालय्याचे वय होते अवघे सहा-सात वर्षांचे.

बालय्याला आसरा नव्हता. आधार नव्हता. काय करावे, कोठे जावे काहीच समजत नव्हते. समजत होती फक्त पोटातली भूक. टपरीवाल्यालासुद्धा केवळ अन्नावारी राबणारा कुणीतरी हवाच होता. तीन-चार महिने बालय्या तेथेच राहिला. जेवण जरी दोन वेळा मिळत असले, तरी शिव्या आणि माराचा रतीब दिवसभर सुरू असे. ज्यापासून सुटण्यासाठी तो पळून आला होता, ते काही नशिबातून सुटत नव्हते. एक दिवस गिऱ्हाइकाला चहा देतादेता चिखलात पाय घसरून तो आडवातिडवा पडला. डोके दगडावर आपटून खोक पडली. रक्ताची धार लागली. उकळता चहा अंगावर पडून तीन-चार ठिकाणी भाजले. उठण्याच्या धडपडीत फुटलेली काच लागून हातसुद्धा कापला. इतके होऊनसुद्धा टपरीवाल्याकडून सहानुभूतीचा, प्रेमाचा शब्द निघाला नाही. उलट नुकसान झाल्याबद्दल भरपूर शिव्या आणि सात-आठ सणसणीत तडाखे मात्र मिळाले. रडत-भेकत, कण्हत-कुथत बालय्या तिथून निघाला. लंगडत, रखडत दोन दिवस रस्त्याच्या कडेने चालत राहिला आणि अखेर मंगलोरला पोहोचला.

कुठे हमाली कर, कधी भीक माग, कधी फुटकळ मजुरी कर, तर कधी कुठल्या हॉटेलात भांडी घास; असे काहीबाही करत त्याने मंगलोरमध्ये सहा महिने काढले. त्यानंतर या गावातून त्या गावात भटकत भटकत काही महिन्यांनी तो बंगळुरूला आला. बंगळुरूचे रेल्वे स्टेशन आणि त्याच्या समोरच असलेला मोठा

बसस्टँड हेच आता त्याचे घर बनले. मंगलोरच्याच शिरस्त्याने त्याचे दिवस कंठणे सुरू होते. गाडीत भीक मागणाऱ्या एका मुलीशी त्याची ओळख झाली. तिच्या सोबतीने त्याने गाडीत भीक मागणे सुरू केले; पण त्याच लाइनवर भीक मागणाऱ्या आणि त्या पोरीवर लाइन मारणाऱ्या टग्याबरोबर त्याची जोरदार मारामारी झाली. पोलिसांनी उचलून त्याला रिमांड होममध्ये टाकले. इथेच बालय्याच्या आयुष्याला पहिली कलाटणी मिळाली.

रिमांड होममध्येच त्याची पेरुमलबरोबर गाठ पडली. चांगला दाढीमिश्या असलेला बाप्यागडी असताना पेरुमल पोलीस लॉकअप अथवा जेल कस्टडीत न जाता रिमांड होममध्ये कसा, हे एक कोडेच होते. तो एक नामांकित पाकीटमार होता. त्याची स्वतःची टोळी होती. काहीतरी खटपटी-लटपटी करून, अधूनमधून तो रिमांड होममध्ये बंद होत असे आणि प्रत्येक वेळी परत जाताना एखाद-दुसरा 'होतकरू' उमेदवार आपल्या टोळीसाठी घेऊन जात असे. या भेटीत त्याने बालय्याला सोबत नेले. पेरुमलने त्याला सुरामारी आणि पाकीटमारीचे 'शास्त्रशुद्ध' शिक्षण दिले. बालय्याने अगदी थोड्या अवधीत त्या दोन्ही विद्यांमध्ये आश्चर्यकारक प्रावीण्य मिळवले. लवकरच तो पेरुमलच्या गळ्यातला ताईत बनला. तो त्याच्यावर पोटच्या पोरासारखे प्रेम करी.

बंगळुरूमध्ये बालय्याचा बरा जम बसला. आता त्या टोळीत पेरुमलच्या खालोखाल त्याचा शब्द प्रमाण मानला जाऊ लागला. पाच-सहा वर्षांच्या त्या काळात बालय्या पाकीट मारताना एकदासुद्धा पकडला गेला नव्हता. साहजिकच त्यामुळे त्याची वट अधिकच वाढली होती. सावज टिपण्यात तो अतिशय तरबेज होता. त्याचा होरा सहसा चुकत नसे; पण सरहद्दीच्या वादातून झालेल्या मारामारीत पेरुमलचा खून झाला आणि पुन्हा एकदा बालय्या अनाथ झाला. टोळी फुटली. त्यांच्या हद्दीत दुष्मनांची घुसखोरी झाली. पेरुमल नसल्याने ते आता वरचढ झाले होते. बालय्याची स्थिती बिकट झाली. याच दिवसांत बालय्याला सिनेमाचे वेड लागले. सिनेमा पाहून त्याला मुंबईचे आकर्षण वाटू लागले होते. टोळीमध्ये त्याच्यासोबत टिकून असलेल्या पाच साथीदारांना सोबत घेऊन मुंबई गाठण्याचा विचार पक्का झाला. ट्रेनमध्ये धंदा करत करत, वाटेतल्या एखाद्या गावात चार-दोन दिवस मुक्काम करून हात साफ करत दोन महिन्यांनी तो मुंबईला पोहोचला, त्या वेळी त्याच्यासोबत अमृत आणि किसन हे दोनच साथीदार उरले होते.

मुंबईत आल्याबरोबर लगेच काम मिळणार नाही याची जाणीव असल्यामुळे तो वाटेने येताना माल गोळा करत आला होता. त्या पुंजीवर तीन-चार महिने गुजराण सहज शक्य होती. जेमतेम सोळा वर्षांच्या वयापर्यंतच बालय्याने इतके अनुभव घेतले होते की, तो एखाद्या प्रौढाप्रमाणे आत्मविश्वासाने ठाम निर्णय घेऊ शकत

होता. त्याची निरीक्षणशक्ती जबरदस्त होती. त्याच्या आधाराने तो अचूक आडाखे बांधी. माणसाची पारख करण्यात त्याचा हातखंडा होता. एकदा पाहिलेला चेहरा आणि रस्ता तो कधीच विसरत नसे.

संपूर्ण भारतात रेल्वे स्टेशन म्हणजे बेघर अनाथांचे उदार आश्रयस्थान. त्याला मुंबई कशी अपवाद असणार? त्याने दादर स्टेशनवर मुक्काम ठोकला. दिवसभर लोकलमधून विदाउट तिकीट हिंडत राहायचे. मनाला वाटेल त्या अधल्यानधल्या स्टेशनवर उतरून भोवतालच्या परिसराचे निरीक्षण करायचे, रस्ते पाहून ठेवायचे. लोकलमधून प्रवास करणाऱ्यांचे निरीक्षण करायचे, असा त्याचा शिरस्ता होता.

त्या दिवसांमध्ये बांद्र्याच्या पूर्वेला नव्याने वसाहती उठत होत्या. इथे तिथे झोपड्या बांधून मजूर-कामगार वस्ती करत होते. त्याने मनात योजून ठेवलेल्या अनेक कामांसाठी बांद्रा हे अनुकूल कार्यक्षेत्र होते. महिनाभरात दादर सोडून तो बांद्रा स्टेशनमध्ये राहायला आला. आठ-दहा दिवस त्याने मनात निश्चित केलेल्या जागेचे आणि सभोवतालच्या वस्त्यांचे, मोकळ्या जागांचे अगदी बारीकसारीक तपशिलात जाऊन निरीक्षण केले. एका बाजूला सरकारी कॉलनी आणि दुसऱ्या बाजूला खाडीच्या खाजणात वाढलेल्या झुडपांचे जंगल अशा सुरक्षित बेचक्यात त्याने आणि त्याच्या दोघा साथीदारांनी स्वतःसाठी पहिले झोपडे बांधले.

आई-बापाचे छत्र गमावल्यानंतर वयाच्या केवळ सोळाव्या वर्षी बालय्याने मुंबईसारख्या मायानगरीत अशा प्रकारे स्वतःच्या हिमतीवर स्वतःचे घर उभे केले. पुंजी संपून फाके पडण्याची वाट न पाहताच संधी मिळेल तशी हातसफाई करून कामधंदा सुरू केला. हळूहळू त्याचे बस्तान स्थिरावू लागले. दरम्यान, त्याने कामचलाऊ हिंदी आणि मराठी शिकून घेतली. झोपडी बांधल्यापासून आठव्या दिवशीच त्याने बांद्रा स्टेशनवर पहिला हात मारला. मुहूर्ताची कमाईच चारआकडी होती. दोस्त बेहद खूश झाले. त्यांची बालय्यावर भक्ती जडली. चौथ्या दिवशी पुन्हा मोठा हात बसला. बालय्या मुंबईत स्थिरावला.

कमाई सुरळीत सुरू झाली. आधीपासून लाइनमध्ये असलेल्या पाकीटमारांबरोबर लहान-मोठ्या कुरबुरी, मारामाऱ्या, झगडे हा तर या धंद्याचा अविभाज्य भाग होता. एक-दोन वेळा किसन आणि अमृत पब्लिकच्या हाती पडले. त्यांनी जबर मार खाल्ला; पण एकंदर वर्षभर सारे सुरळीत चालू होते. नाही म्हणायला चकऱ्या पक्याच्या टोळीशी मात्र त्याचा हिंस्र झगडा चालूच राहिला. गटारी अमावास्येचा दिवस होता. चकऱ्या पक्याच्या पोरांनी व्यवस्थित फिल्डिंग लावली. पब्लिक असल्याचा बहाणा करत त्याला घेरून झोडपायला सुरुवात केली. मार चुकवण्यासाठी तो पळत सुटला. सोबत्यांची चुकामूक झाली. मात्र, पक्याच्या पोरांनी पाठलाग सोडला नाही. तो महालक्ष्मी स्टेशनात उतरला तेव्हा त्यांनी पुन्हा गाठले. त्याने पुन्हा

पळायला सुरुवात केली आणि सात-आठजणांचे टोळके 'चोर-चोर' ओरडत त्याच्या मागे लागले. रेसकोर्सजवळ एका म्हातारीला वाचवण्याच्या प्रयत्नात तो ठेच लागून कोलमडला आणि त्या पोरांनी त्याला गाठून कुत्र्यासारखे मारायला सुरुवात केली. लाथा-बुक्क्या, दगड, काठी, शिगा सगळ्यांचा यथास्थित वापर झाला. सुदैवाने त्यांच्यापैकी कोणाकडेच हत्यार नव्हते. मार खाऊन बेशुद्ध पडलेला बालय्या ठार झाला असे समजून ते लोक निघून गेले. पावसाच्या शिडकाव्याने तो शुद्धीवर आला; पण मार इतका जबर बसला होता की, चार दिवस तो जागचा हलू शकत नव्हता. हगणे-मुतणे जागीच सुरू होते. पाचव्या दिवशी उठून बसण्याचे त्राण आले. तो पडला होता त्याच्या जवळच फुटपाथवर एका झाडाखाली साईबाबाचे एक देऊळ होते. येणारे-जाणारे काही भाविक भिकारी समजून त्याला काही थोडे खायला टाकत होते. त्यावरच तो कसाबसा जगला.

आठव्या दिवशी जवळच्या नळावर जाऊन त्याने स्वच्छ अंघोळ केली. कपडे इतके घाण झाले होते की, ते परत घालणे शक्यच नव्हते. तो तसाच नागडाधडंग खुरडत खुरडत रस्त्याला लागला. थोड्या वेळाने त्याचा आत्मविश्वास वाढला आणि तो उठून चालू लागला. एके ठिकाणी वाळत टाकलेल्या कपड्यांमधून एक लुंगी चोरून त्याने गुंडाळली. कसातरी उठत-बसत दुसऱ्या दिवशी तो आपल्या झोपडीत परतला.

त्या दिवसापासून त्याने कधीही निःशस्त्र राहायचे नाही, असे निश्चयपूर्वक ठरवले. त्याला मारहाण करणाऱ्या गुंडांमधील एकट्या-दुकट्याला गाठून कोणाचा हात, कोणाचा पाय, कोणाचा डोळा त्याने कायमचा निकामी करून ठेवला. चकऱ्या पक्याकडून आलेले तडजोडीचे सर्व प्रस्ताव ठोकरून लावून त्याने त्याची टोळी पद्धतशीरपणे उद्ध्वस्त करून टाकली; त्यामुळे त्याचा दबदबा वाढला. साहजिकच त्याच्याभोवती पोरे जमा झाली. टोळी तयार झाली. बालय्याने स्वतः पाकीट मारणे बंद केले. आता तो पोरे तयार करू लागला.

आणि जोडीला गाडीत फिरून चिक्की विकू लागला. हा धंदा करताकरता टोळीतल्या पोरांना टीप देऊन त्यांच्याकरवी पाकिटे, पर्सेस, सोनसाखळ्या, घड्याळे उडवू लागला.

बालय्याची निरीक्षणशक्ती तर तीव्र होतीच. जखमी होऊन फुटपाथवर लोळत पडला असताना त्याच्या लक्षात आले होते की, साईबाबाच्या देवळातला म्हातारा पुजारी काही मेहनत न करता भरपूर पैसा आणि मान मिळवत होता. त्याच्या डोक्यात भन्नाट कल्पना आली. बांद्रा स्टेशनच्या बाहेर एक घुमटी बांधून त्याने त्यात साईबाबांची मूर्ती बसवली. चिक्की विकण्याचे काम अमृतकडे सोपवले. स्वतः साईबाबांचा पुजारी बनून तिथेच तळ ठोकून राहिला. तिथे बसूनच तो टोळीची सूत्रे

हलवीत असे. आता टोळीतली पोरे त्याला स्वामी म्हणू लागली. दोन वर्षांतच त्याने ठिकठिकाणी अशी दहा-बारा देवळे तयार केली. त्याच्या आश्रयाला आलेल्या, धंदा न करू शकणाऱ्या म्हाताऱ्या-कोताऱ्यांची त्याने तिथे सोय केली. अर्थात प्रत्येक देवळात सकाळची पूजा तो स्वतः जाऊन करी आणि आदल्या दिवशी जमा झालेला गल्ला घेऊन जाई.

साईबाबांच्या देवळात बसल्याबसल्या त्याची ओळख माकडांना शिकवून खेळ करणाऱ्या माकडवाल्यांबरोबर झाली. त्यांच्याबरोबर त्याने पक्की दोस्ती तर केलीच, शिवाय अनेक प्रकारे मदत करून त्यांना अंकित करून घेतले. हळूहळू माकडांना शिकवून त्यांच्याकडून पर्सेस आणि इतर भारी वस्तूंची चोरी करून ती त्यांनी मालकांना आणून द्यायची, अशी त्याच्या डोक्यातली कल्पना त्याने त्यांच्या गळी उतरवली. अशा प्रकारे पिकनिक स्पॉटवर येणाऱ्या लोकांच्या वस्तू लांबवण्याचा त्याचा नवा उद्या उद्योग सुरू झाला. घारापुरी, आरे कॉलनी, नॅशनल पार्क, एवढेच नव्हे; तर हाजी मलंग, माथेरान, त्र्यंबकेश्वर वगैरे ठिकाणी त्याचे माकडवाले 'खेळ' करू लागले. मग चिक्कीचा धंदा किसनकडे सोपवून माकडवाल्यांवर लक्ष ठेवायला त्याने अमृतला मोकळे केले.

याच काळात त्याने आपली झोपडी मोठी आणि प्रशस्त करून घेतली. अमृत आणि किसन स्वतंत्र झोपड्यांमधून राहू लागले. स्वतःच्या झोपडीभोवती मोठे आवार तयार करून त्याच्याभोवती मजबूत भिंत बांधून घेतली. गुंडांच्या तावडीतून सोडवलेली एक म्हातारी तिच्या बरोबर नातवाला घेऊन त्याच्या आश्रयाला आली. बालय्याची आणि त्याच्या पोरांची जेवणा-खाणाची आबाळ थांबली. त्याच्या टोळीतल्या पोरांसाठी भोवताली झोपड्या बांधल्या. यामधूनच कल्पना सुचून त्याने कर्नाटक, केरळ, मद्रासहून आलेल्या मजूर, भिकारी वगैरेंना झोपड्या बांधून भाड्याने दिल्या. त्या नवीन आलेल्या लोकांचा तर तो आश्रयदाता, तारणहारच झाला. त्यातल्या कित्येकांना त्याने आपल्या धंद्यात सामावून घेतले. याच लोकांकडून आता तो रेल्वेत वेगवेगळ्या वस्तू विकण्याचा धंदा करवून घेऊ लागला; त्यामुळे आता त्याची टोळी खूप मोठी आणि तितकीच भक्कम झाली होती.

बघताबघता बालय्या स्वामी मालदार झाला. पांढरे स्वच्छ, कडक इस्त्रीचे कपडे, गळ्यात सुंभासारखी जाड सोन्याची चेन, बोटांमध्ये वजनदार अंगठ्या अशा थाटात तो वावरत असे. त्याच्या टोळीत काम करणाऱ्या शेखर शेट्टी नावाच्या एका गाववाल्याकडे त्याचे जाणे-येणे बरेच वाढले. नववीत शिकणारी शेखरची बहीण प्रेमा आणि त्याचे धागे जुळले. एक दिवस त्याने शेखरकडे प्रेमासाठी सरळसरळ मागणी घातली. बालय्या शेखरपेक्षा खालच्या जातीतला होता. शेखरच्या घरच्यांनी त्याची मागणी धुडकावून लावली. त्याला अपमानित केले. शेखर टोळी सोडून

दुसऱ्या टोळीला मिळाला; पण बालय्याने माघार घेतली नाही. प्रेमा तर त्याच्यासाठी वेडी झाली होती. त्यांची प्रेमकहाणी सुरूच राहिली. बालय्याने शेखरला मनवण्याचा आणि शेखरने त्याचा अपमान करण्याचा क्रम काही दिवस सुरू होता. चिडलेल्या शेखरने एक दिवस बालय्यावर सुऱ्याचा वार केला. त्या दिवशी बालय्याने निमूटपणे माघार घेतली. दुसऱ्या दिवशी काही अनोळखी लोकांनी शेखरला शिगा आणि हॉकी स्टिकने झोडपून काढले. इतका मार बसला की, त्याला भाभा हॉस्पिटलमध्ये दाखल करावे लागले. बालय्या हॉस्पिटलमध्ये जाऊन त्याला बघून आला. म्हणजे तो किती दिवस हॉस्पिटलमध्येच पडून राहील, याची चाचपणी करून आला. तो घरी जाऊन शेखरच्या विधवा आईला भेटला. शेखरला मारणाऱ्यांचा बंदोबस्त करण्याचे आश्वासन त्याने दिले. धाकट्या भावाला धीर दिला. खर्चासाठी मोठी रक्कम आईच्या हातावर ठेवली. प्रेमाला योग्य त्या सूचना देण्याससुद्धा तो विसरला नाही. दोन दिवसांनी प्रेमाच्या शाळेच्या दारात एक जीप आणि एक पांढरी ॲम्बॅसडर उभी राहिली. बालय्या मागच्या सीटवर बसला होता. हॉर्नचा इशारा मिळताच मैत्रिणींच्या घोळक्यात उभी राहून वाट पाहणारी प्रेमा त्याच्या शेजारी येऊन बसली. दोन्ही गाड्या वेगात निघून गेल्या.

शिर्डीच्या साई मंदिरात एकमेकांना हार घालून त्यांनी लग्न लावले. तिथून ते व्यंकटेशाच्या दर्शनासाठी तिरुपतीला गेले आणि पुढे महिनाभर गावोगाव हिंडत हनिमून साजरा करत राहिले. जवळचा पैसा संपत आला तेव्हा ते घरी परत आले. त्यांच्या गैरहजेरीत इकडे रामायण घडले होते. शेखरने बालय्याविरुद्ध अल्पवयीन बहिणीला फूस लावून पळवून नेल्याची तक्रार तर केलीच, शिवाय टोळीत फूट पाडण्याचाही प्रयत्न केला. इतकेच नव्हे, तर दुष्मन टोळीशी हातमिळवणी करून बालय्याच्या वस्तीवर जबरदस्त हल्ला केला. त्या मारामारीत बालय्याचा जुना दोस्त कलप्पा ठार झाला. अमृत जबर जखमी झाला. बालय्याला पाहूनच त्याने प्राण सोडला. बालय्याने मग त्याच्या नावावरून आपल्या वस्तीचे नाव अमृतनगर ठेवले. पोलिसांनी अपहरणाच्या आरोपाखाली बालय्याला अटक केली. इतकी वर्षे पोलिसांना दूर ठेवण्यात यशस्वी ठरलेला बालय्या अखेर मुंबई पोलिसांच्या तावडीत सापडला. मात्र, चाणाक्ष बालय्याने हे संकट हीच संधी समजून पोलिसांशी जवळचे संबंध निर्माण केले. प्रेमाने भावाकडे परत जाण्यास नकार दिला. बालय्या सुटून येण्याची वाट पाहत ती एकटीच त्याच्या झोपडीत राहिली. प्रेमा एकटी राहत होती; पण एकटी पडली नव्हती. अवघे अमृतनगर तिच्या पाठीशी होते. ती शेखर आणि शेखरची माणसे यांच्यापासून पूर्ण सुरक्षित होती.

पंधरा दिवस पोलीस कस्टडीत काढून बालय्या जामिनावर सुटून आला. या पंधरा दिवसांत त्याची साहेबलोकांशी घनिष्ठ मैत्री जुळली. वकील लोकांशी संधान

बांधले गेले. बाहेर येताच त्याने शेखरचा शोध घ्यायला सुरुवात केली. या वेळी त्याने जो संयम आणि दूरदृष्टी दाखवली, त्याला तोड नव्हती. त्याने शेखरचा सूड त्याला ठार करून वा जखमी करून घेतला नाही तर त्याला त्याने पकडून आणून कलप्पा व अमृतचा खुनी आणि कटाचा सूत्रधार म्हणून पोलिसांच्या स्वाधीन केले. पुरावे गोळा करायला मदत केली आणि पोलिसांकडे आपली पत वाढवली.

जेलच्या कस्टडीत असताना त्याची फ्रान्सिस मेनेंझिस ऊर्फ पांछीशी मैत्री झाली. पांछीसुद्धा मूळचा मंगलोरचाच. दोघांची मातृभाषा एक; त्यामुळे मैत्री अगदी घट्ट जमली. पांछी म्हणजे अवलिया प्राणी. मुंबईत हातभट्टी चालवणाऱ्या आणि दारू विकणाऱ्यांच्या वर्तुळात त्याचे स्थान बरेच वरचे होते. दोघांची हातमिळवणी झाली. खाडीमधल्या झुडपांच्या जंगलात बालय्याच्या भट्ट्या लागू लागल्या. त्याच्या वस्तीवरची बेकार पोरे कामधंद्याला लागली. इतकेच काय; पण कित्येक म्हातारे आणि वयस्कर बायकासुद्धा दारूच्या वाहतुकीतून चार पैसे गाठीला लावू लागल्या.

प्रेमाच्या पायगुणानेच कमी मेहनतीत रग्गड पैसा देणारा आणि पोलिसांशी सलोखा ठेवणारा धंदा हाताला लागला, असा त्याचा ठाम विश्वास होता; त्यामुळे त्याने कौतुकाने प्रेमाचे नाव प्रेमलक्ष्मी असे ठेवले. तो तिला त्याच नावाने हाक मारी. नवीन धंदा सुरू झाला, तरी त्याची जुन्या धंद्यावरची पकड तशीच कायम होती. मात्र, तसेच विशेष कारण असल्याशिवाय तो त्याच्या दैनंदिन व्यवहारात लक्ष घालत नव्हता. ती संपूर्ण जबाबदारी किसन समर्थपणे सांभाळू लागला होता. मात्र, अजूनही तो रोज सकाळी त्याच्या सर्व साईबाबा मंदिरांत जाऊन पूजा करत होता. गल्ला गोळा करून आणत होता. त्याच्या घरचे राशनपाणी आणि इतर खर्च त्याच पैशांतून चालायचे.

वर्षानुवर्षे नवे-जुने व्यवसाय सुखेनैव सुरू होते. नुकताच त्याने लेबर सप्लायरचा नवा धंदासुद्धा सुरू केला होता. देशात आणीबाणी जाहीर झाली. पोलीस लोक कडक झाले. देण-घेणे सुरू असले, तरी पूर्वीसारखे सहकार्य मिळेनासे झाले. धंदा रोडावला. तरीसुद्धा अवलंबून असणाऱ्यांना पोसणे भाग होते. पैशांची चणचण जाणवू लागली. बालय्या परेशान राहू लागला. मात्र, त्याने काही गोष्टींच्या मर्यादा आयुष्यभर कटाक्षाने पाळल्या. दारूचा यथेच्छ धंदा केला; पण दारूच्या थेंबाला कधी स्पर्श केला नाही. इतकेच काय, त्याने कधी साधे सुपारीचे व्यसनही केले नाही. कोणत्याही स्त्रीकडे कधी वाकड्या नजरेने पाहिले नाही. हे त्याचे सर्वोच्च बलस्थान होते. याचा त्याला पुढच्या वाटचालीत नेहमीच फायदा झाला.

गेल्या अनेक वर्षांत त्याचे पायी फिरणे बंद झाले होते. एक दिवस काहीतरी कारणाने तो पायी चालत जात होता. सोबत जिवाभावाचा सखा किसन होता. वाटेत त्याला आणीबाणीविरोधी निदर्शने करणारा एक घोळका दिसला. बंदोबस्तावर जुन्या

ओळखीचा चव्हाणसाहेब होता. साहेबाला सलाम, दुवा करून तो पुढे निघाला. इतक्यात त्याला एका टपरीमागून बाहेर येणारा शेखर शेट्टी दिसला. तो बाहेर कसा आला याचे आश्चर्य करत असतानाच सदा सावध असणाऱ्या त्याच्या मनाने धोका टिपला. शेखर एकटा नव्हता. त्याच्या सोबत्यांनी बालय्याभोवती पद्धतशीरपणे कडे केले होते. किसनने डोळ्यांनीच पोलीस व्हॅनकडे इशारा केला. दोघे उलट पावली मागे फिरले. योगायोगाने निदर्शने करणाऱ्यांना व्हॅनमध्ये कोंबण्याचे काम सुरू होते. घोषणा देत दोघे घोळक्यात मिसळले. बालय्या आणि किसनला अटक झाली. त्यांची रवानगी थेट आर्थर रोड जेल.

अटक आणि त्यानंतर आयुष्याला नवे वळण, असा जणू बालय्याच्या जीवनाचा क्रम ठरून गेला होता. या अटकेनंतर त्याच्या आयुष्याला पुन्हा एक वळण मिळाले. या वेळी तो सर्वसामान्य गुन्हेगार म्हणून बंद नव्हता, तर सन्मान्य सत्याग्रही म्हणून अटकेत होता. राजकीय बंदी; त्यामुळे राजकारणाचे वेगळेच दालन त्याच्यापुढे उघडले गेले. ज्या लोकांबरोबर तो बंद होता, तो सेवा दलाच्या कार्यकर्त्यांचा गट होता. उत्स्फूर्तपणे सत्याग्रहात सामील झाल्यामुळे बालय्याचे भरपूर कौतुक झाले. मानसन्मान मिळाला. काही दिवसांनी बालय्या सुटून घरी परत आला; पण त्या गटाने त्याच्याबरोबरचा संपर्क कायम ठेवला. त्यांना खर्चाचा भार हलका करणारा कुणीतरी हवाच होता; तर जंटलमन लोकांमध्ये वावरण्याची संधी आणि त्यांच्याकडून मिळणारा सन्मान बालय्याला सुखावत होता. बालय्या जनता पक्षाचा कार्यकर्ता बनला.

राजकारणी लोकांशी बालय्याचा संपर्क वाढत राहिला; त्यामुळे त्याची बिल्डर लोकांशी घसट वाढली. लेबर सप्लायरसारखी छोटी मोठी कामे तो करत होताच. हळूहळू तो घरबांधणी व्यवसायात उतरला. त्याने अनेक टोलेजंग इमारती बांधल्या; पण स्वतःची झोपडपट्टीतली राहती जागा बदलली नाही. आपली झोपडपट्टी हटू दिली नाही. ते त्याचे अत्यंत मजबूत संरक्षक कवच होते. तो चक्रव्यूह भेदून त्याच्या बंगल्यापर्यंत पोहोचणे प्रतिस्पर्धी सोडाच; पण पोलिसांनासुद्धा शक्य नव्हते. राजकीय परिस्थिती बदलली. जनता पक्ष दुभंगला. बालय्या अनेक वर्षे जनता पक्षाच्या समाजवादी गटाशी निष्ठा ठेवून होता; पण त्या लोकांच्या राजकीय कोलांटउड्या आणि वैचारिक संभ्रमावस्था तसेच वैयक्तिक अहं, बुद्धिवादी नसलेल्या त्याच्या मनाला समजणे आणि भावणे कठीण होत गेले. फायद्याचा मार्ग त्वरित टिपणाऱ्या त्याच्या उपजत बुद्धीने राजकारणातले काँग्रेस पक्षाचे महत्त्व आणि त्यामुळे होणारा वैयक्तिक फायदा ओळखला नसता तरच नवल. मोठा गाजावाजा करून, समारंभ घडवून आणून वरिष्ठ नेत्यांच्या उपस्थितीत त्याने काँग्रेसमध्ये प्रवेश केला. त्याचे लक्ष त्याच्या धंद्यांमध्ये गुंतलेले असल्याने आणि त्याचे संरक्षण हीच त्याची

प्राथमिकता असल्याने, त्याने राजकीय महत्त्वाकांक्षा ठेवली नाही. पदाचा आग्रह धरला नाही. मात्र, वरिष्ठ वर्तुळात संपर्क वाढवत ठेवला. निरपेक्ष निष्ठावान कार्यकर्ता, अशी त्याची प्रतिमा हायकमांडमध्ये तयार झाली. जसजसे वय वाढू लागले, मुले कळत्या वयाची झाली, तसतसे जुने धंदे कोणा विश्वासातील सहकाऱ्याकडे सोपवून, जास्तीतजास्त वेळ राजकारणातच सक्रिय राहून प्रतिष्ठेचे जीवन जगण्याचे विचार प्रबळ होऊ लागले. निवडून येण्याची सर्वाधिक क्षमता असणारा उमेदवार या कसोटीला उतरणे बालय्याला जड गेले नाही. त्याला आमदारकीचे तिकीट मिळाले. पक्षश्रेष्ठींचा विश्वास सार्थ ठरवत, भरघोस मतांनी तो आज निवडून आला होता. आजवर कोणत्याही पदाची अपेक्षा न ठेवता त्याने पक्षाचे काम केले होते. गुन्हेगारीची पार्श्वभूमी असली, तरी त्याच्या वैयक्तिक चारित्र्यावर त्याचा दुष्मनसुद्धा बोट ठेवू शकत नव्हता. या भांडवलावरच त्याने पद्धतशीरपणे मंत्रिपद मिळवण्यासाठी आवश्यक असलेली मोर्चेबांधणी केली होती.

फोनची घंटी खणखणली. बालय्या तंद्रीतून बाहेर आला. हातातला अर्धा दुधाचा प्याला तसाच होता. पाय चेपणारी प्रेमलक्ष्मी तिथेच लवंडून गाढ झोपी गेली होती. आवाजाने तीसुद्धा जागी झाली. फोन कानाला लावतालावता बालय्याने घड्याळाकडे नजर टाकली. पहाटेचे साडेचार वाजले होते. पार्टीने नेमलेला त्याचा पी.ए. फोनवर उत्साहाने ओसंडणाऱ्या आवाजात बोलत होता.

"सर, अभिनंदन! तुमची झोपमोड झाली असेल तर माफ करा; पण हायकमांडचा अतिशय तातडीचा निरोप देण्यासाठी तुम्हाला डिस्टर्ब करतो आहे. सर, पाटीलसाहेब आमदारांची यादी आणि मंत्रिमंडळात सामील करून घ्यायच्या संभाव्य उमेदवारांची यादी घेऊन दिल्लीला निघालेत. सकाळी सहाची फ्लाइट आहे. मॅडमची साडेदहाची अपॉइंटमेंट मिळाली आहे. मंत्र्यांची यादी आहे तशीच कन्फर्म होणार यात संशय नाही. कारण ती मॅडमच्या ऑर्डर्सप्रमाणेच तयार झाली आहे. सर, त्या यादीत तुमचे नाव गृहराज्यमंत्रिपदासाठी आहे. पाटीलसाहेबांच्याच फ्लाइटमध्ये आपल्या दोन सीट्स ठेवल्या आहेत. आपली वीस-बावीस मंडळी पाठोपाठ साडेआठच्या फ्लाइटने येतील. त्यांच्या तिकिटांची व्यवस्था पार्टी ऑफिसमधून झाली आहे. मी ×××ला फोन केला आहे. तो त्यांची बाकी व्यवस्था करेलच. सर, हायकमांडचा आणखी एक आदेश आहे. पाटीलसाहेब स्वतः नाव जाहीर करत नाहीत, तोपर्यंत तुमच्या कार्यकर्त्यांनासुद्धा ही बातमी कळता कामा नये. सर, मी सव्वापाचपर्यंत गाडी घेऊन येतो आणि सर, माझी एक पर्सनल रिक्वेस्ट आहे सर. सर आल्याबरोबर मी कॉल करतो. सर आपण इलेक्शन ऑफिसमध्येच याल का? नाही. त्याचे काय आहे सर, कार तुमच्या घरापर्यंत आणता येत नाही आणि सर पहाटेच्या अंधारात मला रस्ता

सापडणे कठीण. शिवाय इलेक्शन ऑफिसमध्ये झोपलेल्या कोणाला उठवून सोबत घेतले, तर विनाकारण चर्चा सुरू होईल. हायकमांडला ते टाळायचे आहे. सर, मॅडमनासुद्धा गुप्तता बाळगण्याच्या सूचना देऊन ठेवा. अच्छा सर, मी बरोब्बर सव्वापाचला पोहोचतो. पुन्हा एकदा अभिनंदन सर.''

फोन बंद करून बालय्या उभा राहिला, तेव्हा त्याचे डोळे भरून आले होते. भिंतीवरच्या तस्बिरींना त्याने हात जोडले. प्रेमलक्ष्मीने डोळ्यांनीच 'काय?' म्हणून विचारले. बातमी कळताच ती 'अय्यो अम्मा' म्हणत आवेगाने नवऱ्याला बिलगली.

बांद्रा पूर्व विधानसभा मतदारसंघाचे नवनिर्वाचित आमदार नेक नामदार श्रीमान व्यंकटहळ्ळी बालय्या स्वामी पेरुमल पुजारी, महाराष्ट्राचे भावी गृहराज्यमंत्री म्हणून हायकमांडला भेटण्यासाठी पहाटेच्या अंधारात दिल्लीकडे रवाना झाले.

(२९ सप्टेंबर, २००५)

◆

संगमरवरी समाधी

दिसते तसे खरोखरच नसते. प्रत्यक्षात त्यामागे काही वेगळेच विस्मयकारी असते

लग्नानंतर मांडवपरतणीसाठी म्हणून प्रथमच सासुरवाडीला गेलो होतो. ते गात्र महाराष्ट्र-आंध्राच्या सीमेवर आहे. एक छोटेसे टिपिकल वैदर्भीय खेडे. लहान खेडे असले, तरी व्यापारपेठेचे गाव असल्याने गावात सुबत्ता नांदते. सुशिक्षितांचे प्रमाण नजरेत भरण्यासारखे; त्यामुळे असेल कदाचित, खेड्यात राहूनही माणसे खेडवळ नाहीत. सामाजिक कामात असल्याने खेडेगाव मला नवे नसले, तरी खेड्यात अनेक दिवस राहणे जरा जडच जाते; कारण माझे सारे आयुष्य मुंबईत गेलेले. सासरे आध्यात्मिक क्षेत्रातले अधिकारी पुरुष; त्यामुळे सोवळेओवळे कडक. आपल्याला त्याचा गंध नाही; त्यामुळे प्रवासभर बायकोच्या सूचनांची सरबत्ती सुरू होती.

नागपूर-निर्मळ बस गावात आली, तेव्हा साडेदहा होऊन गेले होते. लेक-जावयाचे मोठ्या इतमामात स्वागत झाले. लग्न होऊन जवळपास वीस दिवस उलटले असल्याने घरात पाहुण्यांची गर्दी नव्हती. मांडवपरतणी आणि परळ दुसऱ्या दिवशी असल्याने आज निवांतपणा होता. तरी नव्या जावयाची भेट घेण्यासाठी गावातली प्रतिष्ठित मंडळी वाट पाहत बसली होती. सासऱ्यांच्या स्थानामुळे अस्मादिक जणू साऱ्या गावाचेच जावई. मात्र, मंडळी समजूतदार. सरबत वगैरे पिण्याचा कार्यक्रम झाल्यानंतर औपचारिक चौकश्या करून, फार न रेंगाळता निघून गेली. आम्ही स्नानादिकासाठी मोकळे झालो.

दुपारी चमचमीत जडजूड जेवण आणि गरगरीत वामकुक्षी झाली. सासऱ्यांचा एक शिष्य त्यांच्या घरीच राहतो. घरातल्या सगळ्यांचीच त्याच्यावर गाढ माया आणि विश्वास. जणू घरातला सर्वांत मोठा मुलगाच. सगळे त्याला भाऊ म्हणूनच हाक मारतात. वास्तविक चांगल्या भल्या घरचा हा माणूस केवळ गुरूभक्तीपायी

सारे सोडून आलेला. गुरूसेवेत तत्पर. कामामध्ये तर गुरूमातेचा चटपटीत उजवा हात! प्रेमळ; पण व्यवहारदक्ष आणि गोष्टीवेल्हाळ गमत्या स्वभाव; त्यामुळे पहिल्या काही मिनिटांतच आमची तार मस्त जुळली.

"काय जावईबुवा आता काय प्रोग्राम? काय करणार घरात बसून? चला, तुम्हाला गावातली प्रेक्षणीय स्थळे दाखवतो. पाय मोकळे होतील आणि रात्रीच्या जेवणासाठी पोटात जागा होईल."

दुसरे करण्यासारखे काहीच नव्हते. मी कपडे करून तयार झालो. बायको सोबत येईल या अपेक्षेने थोडा घुटमळलो; पण ती येण्याची चिन्हे दिसली नाहीत. मग भाऊच म्हणाला, "तिचे सोडा. आपणच हिंडून येऊ. पिकते तिथे विकते का?"

निघालो. राममंदिर, गढी, पेवठाण (म्हणजे धान्य साठवण्याच्या कोरड्या विहिरी ज्या भागात असतात ती जागा), महाकाली, पोळ्याचा मारुती अशी भाऊच्या शब्दांत सांगायचे म्हणजे 'प्रचंड टुरिस्ट इंटरेस्टची प्रेक्षणीय स्थळे' पाहतपाहत मुकूटबनकडे जाणारा रस्ता सोडून आम्ही नदीकाठावर आलो. नदी काही फार मोठी नव्हे, ही इथून तिथवर; गावाच्या कडेने एक धार झुळझुळ वाहत असलेली. पात्रात उतरलो. थंड वाळूच्या स्पर्शाने अंगावर सुखद शिरशिरी आली. थंड पाण्यात पाय बुचकळून उगीचच स्वच्छ पाणी गढूळ केले. सूर्याचे भाऊच्या शब्दांत काउंटडाउन सुरू झाले होते. वातावरणात निचळ शांतता. गाव एका बाजूला पडल्याने माणसांचीसुद्धा चाहूल नव्हती.

"आपण ज्या भागातून खाली आलो, ती गावची खरी मूळ वेस. खाचरा बैलांच्या जमान्यात पांढरकवड्याला याच रस्त्याने जावे लागायचे. पोळ्याचा मारुती म्हणजे शिवेवरचा मारुती; पण हायवे झाल्यानंतर इकडचे तोंड तिकडे फिरले. नदीपलीकडे दिसते ती मांडवी. त्या काठाला तालुका बदलतो. पलीकडच्या अंगाला दिसते ती आपलीच आंबराई."

"बघून यायची का?"

"बाप्पा? अहो, ती दिसते जवळ; पण भली दूर आहे. अर्ध्या रस्त्यातच भास्करराव राम म्हणतील. परवा-तेरवा तरी काय उद्योग आहे? रेंगी छकडा घेऊन मस्त जाऊ. आता चला आरतीपर्यंत पोहोचावे लागते."

"असंच नदीतून चालत गेलो तर?"

"चला, पण पायाखाली पाहत सांभाळून चाला. माणसं ठाईठाई निखारे टाकून ठेवतात."

गावाला वळसा घालून बस स्टँडच्या जवळ रस्त्यावर येण्यासाठी दरड चढू लागलो. एका हाताला काही घडीव चौथरे आणि त्यावर शंकराच्या पिंडी, नंदी वगैरे दिसले.

"भाऊ हे काय? एकदम इतकी देवळे? तीसुद्धा अशी उघडोबोडकी?"

"काय राव, ही काय देवळे दिसतात? या गावातल्या कोमट्यांच्या आणि लिंगायतांच्या समाध्या."

थोडे आणखी वर जरा सपाटीवर आलो तर एका सुंदर घाटदार टुमदार आरस्पानी मिनी देवळाने लक्ष वेधून घेतले. शुभ्र संगमरवरी देखणी वास्तू. भरपूर नक्षीकाम केलेले. उंची जेमतेम सात-आठ फूट उंच. त्याच्याशी मिळतीजुळती प्रमाणबद्ध लांबी-रुंदी, सुरुदार खांब, नक्षीदार कमानी आणि नाजूक जाळ्या. पांढऱ्याशुभ्र जाळीतून दिसणारे घाटदार काळेभोर शिवलिंग. समोर तसाच नंदी. भान हरपून बघत राहावे असे ते सुंदर वास्तुशिल्प होते. ते न्याहाळत थबकून उभा राहिलो. तेवढ्यात आठ-दहा पावलं पुढे गेलेल्या भाऊने मागे वळून हाक मारली. मी नाइलाजाने पुढे झालो.

"भाऊ, हीसुद्धा समाधीच का? कोणाची? काय सुंदर अहे."

"हो, तीही समाधीच!"

"गावातल्या सगळ्यात श्रीमंत सावकाराची असली पाहिजे. काय एकेकाचे नशीब असते नाही? मेल्यानंतरसुद्धा यांना अशी मस्त सुंदर समाधी मिळते. मुंबईसारख्या शहरात जिवंत माणसांना खुराडी मिळणेसुद्धा दुरापास्त."

"ती समाधी लक्ष्मणण्णा सावकार कस्तुरवारची. त्याचं नशीब म्हणजे काय पाहावे लागते!!" बोलताबोलता भाऊ थोडा चेष्टेने, थोडे गूढ वाटेल असे हसला.

"भाऊ ज्याची समाधी अशी सुंदर, त्याचा वाडा काय मस्त असेल! उद्या-परवा जायचं का बघायला?"

"उद्या कायला? आजच दाखवतो. रस्त्यातच आहे. चल, पावलं उचला. घरी कल्ला होईल उशीर झाला म्हणून. तुम्हाला इकडून आणलं, मोठी गलतीच झाली. मांडव गोट्याकडूनच वर यायला पाहिजे होतं. चला, लवकर लवकर."

दरड चढून बस स्टँडवर आलो, तेव्हा चांगलेच अंधारले होते. स्टँडवरच्या हॉटेलातून दिवे उजळले होते. लाउड स्पिकर कर्कश किंचाळत होते. तेलगू, मराठी, हिंदी गाण्यांचा सरमिसळ गोंगाट सुरू होता. जेमतेम सडकेला लागलो न लागलो तोच दमदार आवाजात हाक कानांवर आली, "का भाऊ महाराज, नव्या जावयाले हिंडवून घेऊन आलात का?"

आवाजापाठोपाठ आवाजाचा धनी रस्त्यावर सामोरा आला. उंच धिप्पाड शरीर, पक्का वऱ्हाडी रंग, चेहऱ्यावर मनमोकळे प्रसन्न हसू. हात जोडलेले.

"नमस्कार हो जावईबुवा. हे समोरची रसवंती आपलीच व्हे. चला, थोडी पायधूळ झाडा. ताजा रस काढून देतो. प्या आणि मग निघा."

"आत्ता नको, आरतीला उशीर झाला तर महाराज कल्ला करतील. येऊ उद्या-

परवा. हफ्ताभर मुक्काम आहे.''

चांगलीच पायपीट झाली होती. वातावरणात गारवा असला तरी दुपारच्या चमचमीत जेवणामुळे सणकून तहान लागली होती. नेहमीच्या सवयीप्रमाणे अशा वेळी काहीतरी थंडगार पिण्याची इच्छा होतेच; पण भाऊने परस्पर उत्तर देऊन प्रश्न पार निकाली काढून टाकला होता. माझी पावले किंचित रेंगाळली; पण भाऊ तरातरा पुढे चालत राहिल्याने माझासुद्धा नाइलाज झाला. चुटपुटता नमस्कार करून मीही पुढे होऊन भाऊला गाठले.

''अरे काय यार भाऊ, तहान लागली ना! काय हरकत होती रस घ्यायला? आता लक्ष्मण्णा सावकाराच्या वाड्यावर मात्र अशी नकारघंटा वाजवू नकोस. तुझे सोवळे आड येत असेल तर तू घेऊ नकोस. मला चालते त्यांच्या हातचे.''

''घरी गेल्यावर सरबत पिऊ. अरे हो, तुम्हाला लक्ष्मण्णा सावकाराचा वाडा दाखवायचा राहिलाच. बरी आठवण केलीत, नाहीतर रात्रभर झोप लागली नसती. तो तिकडे पलीकडे मोठा दिवा दिसला? हं, तो सरकारी दवाखाना, त्याच्या मागे आहे तो लक्ष्मण्णा सावकाराचा वाडा.''

मोठ्या उत्कंठतेने मी थबकलो आणि वळून पाहू लागलो. सरकारी दवाखान्याच्या एकमजली ठेंगण्या इमारतीमागे मला काहीच दिसत नव्हते. एका पडक्या घराच्या ढासळलेल्या भिंतीचा एक कोपरा तेवढा डोकावत होता.

''मजाक करतो का भाऊ? मला तर काहीच दिसत नाही, त्या पडक्या भिंतीशिवाय.''

''तोच लक्ष्मण्णा सावकार कस्तुरवारचा वाडा.''

एवढे बोलून भाऊने पुन्हा चालायला सुरुवात केली. काही क्षण मी अचंबित होऊन पाहत राहिलो. मग झपाट्याने पावले टाकत पुन्हा भाऊला गाठले.

''हा वाडा?''

''हो.''

पुढे काही विचारण्यात अर्थ नव्हता. मी मुकाट्याने चालत राहिलो. दहा-पंधरा पावलांवर मी पुन्हा कुरकुरलो.

''चांगला उसाचा रस घेतला असता.''

''अहो, तो रामभाऊ मलकापूरकर महा छाट माणूस. पेलाभर रसासाठी त्यानं दोन घंटे अडकवलं असतं. तो लेकाचा कसला फुकटात रस पाजतो. महाराजांनासुद्धा त्याचा रस वर्षातून फक्त दोनदाच फुकटात भेटतो. एकदा रसवंती सुरू होते त्या दिवशी आणि दुसरा रसवंती बंद करण्याच्या दिवशी. मोठा नाटकी लेकाचा! रसवंती लागली की, झोकात सोवळे-गिवळे नेसून, गळ्यात स्वच्छ नवेकोरे जानवे अडकवून, इथे तिथे भस्मागिस्माचे पट्टे ओढून, दुधाच्या या एवढ्या बरणीत रस घेऊन बेटा

निघतो. बिनाचपलांचा. लोकांना बाजूला ढकलत दोन पोट्टे समोर चालतात. याचा हे मोठा आरडाओरडा, सोवळ्यात रस घेऊन मठात निघालो म्हणून. गावाच्या एका टोकाला बस स्टँड आणि मठ दुसऱ्या टोकाला. रस्ता नेमका बाजारातून. मस्त जाहिरात होऊन जाते फुकटात.''

''काय चुकले रामभाऊंचे? धंदा करायचा तर त्याची जाहिरात नको? आणि अख्खा गाव ओळखीचा. हे हेडमास्तर तर ते पोस्टमास्तर. हे इन्स्पेक्टर तर ते फॉरेस्ट गार्ड. हे सरपंच तर ते तलाठी. हे सावकार तर ते गावचे इजारदार; रोज कुणाकुणाला फुकटात रस पाजत बसेल? धंद्याचे भान राखले नाही, तर आठ दिवसांत दिवाळं फुकून बसायची वेळ येईल. आपणही फुकटात नाही, पैसे देऊनच घेतला असता रस.''

''बरोबर आहे. तुम्ही धंदेवाले, त्याची कड घेणारच. खेडेगावात एवढे रोखठोक राहता येत नसते.''

''ते तुम्हा-आम्हाला. व्यापाऱ्याला व्यवहार सोडून चालत नाही. मारवाडी बापालासुद्धा व्याज देतो-घेतो आणि सोनार आत्याचे दागिनेसुद्धा 'तसेच' घडवतो. जावई झाला तरी जेवताना दक्षिणा द्यावी लागतेच ना ब्राह्मण म्हणून बसल्यावर?''

बोलताबोलता घर आले. आरती संपत आली असावी. सांदीच्या रस्त्याने मला आतल्या चौकात सोडताना भाऊ पुटपुटला, ''घ्या, शेवटी उशीर झालाच. वर तुम्हाला रसाची पडली होती. तुम्हाला कोण बोलणार? आता आमच्या शिव्या काही चुकत नाहीत.''

आतल्या चौकात पाऊल टाकेपर्यंत मधल्या दारातून आरती सोडून, मेव्हणा आत आला.

''या. भाऊने चांगलेच हिंडवलेले दिसते. बाहेरच्या पायांनी तसेच घरात येऊ नका. आधी स्वच्छ हात-पाय धुवा. मग कपडे बदलून आरामात बसा.''

टाक्यामध्ये आवाऱ्याने पाट मांडून समोर बादली, गडवा आणून ठेवला. झोपाळ्यावर बसून बाईसाहेब झरझर मोठमोठे झोके घेत होत्या. माझ्याकडे पाहून मिस्कीलपणे हसत होत्या. मी दुर्लक्ष केले. टाक्यात उतरलो. हात-पाय खसखसून धुतले. व्वा! पाणी मस्त कोमट होते. तोंडावर हबके मारले. खळखळून लांब लांब चुळा टाकल्या, गावातल्यासारख्या! शीण गेला. मस्त वाटले. हात-पाय धुऊन पाटावरून उतरलो. वर तारेवर कुठे टॉवेल दिसतो का पाहत होतो, तो दण्णकन आवाज झाला आणि मी एकदम दचकलो. हलत्या झोपाळ्यावरून बायकोने उडी मारली होती. उडी मारतामारताच तिने खुंटीवरचा टॉवेल हातात घेतला होता. मी टाक्याच्या पायऱ्या चढून वर येईपर्यंत ती टॉवेल घेऊन समोर आली. हात-तोंड पुसून मी तिला ओलांडून पुढे जाणार, तेवढ्यात तिने खांबावर लटकलेला दुसरा

टॉवेल ओढून घेत माझ्या पुढे धरला.

"हा पाय पुसायचा टॉवेल. पाय स्वच्छ कोरडे पुसा. अगदी बोटेसुद्धा. आवाऱ्याच्या हातचे पाणी घरात चालत नाही. आता बाबा आरती घेऊन येतील. आरती घ्या, प्रसाद घ्या. मगच पाणी पिऊन बैठकीवर बसा."

माझे कपडे बदलून होईपर्यंत सासरे आरती घेऊन आलेच. आरती घेतली. बाकी साऱ्यांनी केला तसा जमिनीवर डोके ठेवून नमस्कार केला. प्रसाद म्हणून चिमूटभर साखर मिळाली. तोंडात टाकून वळलो. बायको पाय हलवत खुर्चीवर बसून होती. तिच्याकडे पाहून पुटपुटलो, "पाणी..."

दात काढत नुसतीच हसली; पण जागेवरून ढिम्म हलली नाही. साळी चांदीचा गडवा-पेला घेऊन आली. पेला भरून समोरच्या तिवईवर ठेवून गडवा हातात घेऊन उभी राहिली. पेला हातात देईल म्हणून थोडा घुटमळलो. मग पुन्हा बायकोच चेष्टेच्या स्वरात म्हणाली, "घ्या. पाणी घ्या आणि गादीवर बसून पाणी प्यायला चालत नाही. खुर्चीवर बसून प्या."

सरबताचा पेलासुद्धा तिवईवरून घ्यावा लागला. मला आठवले, सकाळीसुद्धा असेच घ्यावे लागले होते. मग हुश्शऽऽ करत तक्तपोशीवर अंग टाकले. काय काय पाहिले, त्याचा मेव्हण्याला झाडा दिला. समाध्या पाहिल्याचे ऐकल्यावर त्याच्या कपाळावर आठी पडली. तो भाऊला काही बोलणार, तोच जेवणाची वर्दी आली. हुश्श! रात्रीचे जेवण सोवळ्यात नसते. जेवताजेवता मी पुन्हा लक्ष्मण्णा सावकाराच्या समाधीचा विषय काढण्याचा प्रयत्न केला. सासूबाई चमकून काही बोलणार, तोच त्यांना नजरेने थोपवीत सासरे एकदम म्हणाले, "आता निवांत जेवा. जेवण झाले की मग भाऊ, सांग त्यांना सगळं."

मला समाध्यांच्या बाजूला नेलेले ऐकून सासूबाईही वैतागल्या. त्यांना भाऊला दाटल्याशिवाय राहवले नाही. "भाऊ, आम्ही येईपर्यंत काही सांगायचे नाही. आम्हालासुद्धा ऐकायचे आहे." महिला मंडळाने एका सुरात फर्मावले.

हात धुऊन बाहेर आलो, तेव्हा रात्रीचे जेमतेम साडेआठ-नऊ वाजले होते. त्या दिवसांत गावात टी.व्ही. आलेला नसल्याने माणसे जागत बसत नसत. गाव अगदी चिडीचूप झाले होते. दोन मैल दूर असलेल्या हायवेवरून जाणाऱ्या एखाद-दुसऱ्या ट्रकचा अस्फूट आवाज मधूनच कानांवर येई तेवढाच. बाकी नीरव शांतता. कापसाने भरलेल्या बैलगाड्यांची एक भली लांबलचक रांग रस्त्यावरून गेली. कितीतरी वेळ बैलांच्या गळ्यातल्या घंटा-घुंगरांचा आवाज येत राहिला. कार्तिकातली थंडी चांगलीच जाणवत होती. सासरे शाल पांघरून तक्तपोशीवर आडवे झाले. भाऊ त्यांचे पाय चेपत बसला. मी आणि मेव्हणा शेजारच्या खाटेवर मस्त गुंडाळून घेऊन बसलो. सासरे काही-बाही विचारत होते. मी काहीतरी त्रोटक उत्तरे देत होतो. कारण माझे

सारे लक्ष ट्यूबलाइटखाली दोन गलेलठ्ठ पाली भिंतीवर बसणाऱ्या किड्यांच्या शिकारीचा खेळ खेळत होत्या, त्यांच्या हालचाली निरखण्यात गुंतले होते. माझ्यासारख्या मुंबईकराला ती नव्हाळीच होती. नाही का? आवराआवर करून महिला मंडळही आमच्यात सामील झाले.

त्या स्थिरस्थावर होताहोताच मी उतावीळपणे म्हणालो, "भाऊ, लक्ष्मण्णा सावकारांची समाधी..."

"इऽ बाई, लक्ष्मण्णा सावकारानं यांना वेडच लावलेले दिसते. त्या नादानं नीट जेवले तरी का रे मना हे." सासूबाईंनी नापसंतीचा सूर लावला; पण भाऊने सांगायला सुरुवात केली.

"ऐका तर मग. एक काळ होता. कस्तुरवार घराणे गावातले तालेवार घराणे. घरात धान्याचा व्यापार. भरपूर शेती-वाडी; पण सारी शेती पैनगंगेच्या पलीकडे आदिलाबाद जिल्ह्यात. तो भाग तेव्हा निझाम स्टेटमध्ये म्हणजे मोगलाईत होता. रझाकारांचा धुमाकूळ सुरू झाला. आदिलाबादच्या परिसरात त्यांचा चांगलाच जोर होता. दांडगाई करून त्यांनी कस्तुरवारांच्या साऱ्या जमिनी हडपल्या. ना कुठे दाद ना फिर्याद. त्यांचा व्यापारसुद्धा आदिलाबादच्या अडत्यांमार्फतच चालत असे. पैनगंगा ओलांडून जाण्याची शामत होत नव्हती. धंदा बसला. उलट बाजारचे कर्ज डोक्यावर चढले. त्या धसक्याने रुद्रप्पा सावकार, म्हणजे लक्ष्मण्णांचे वडील वारले. त्या काळी लक्ष्मण्णा जेमतेम आठ-दहा वर्षांचे होते. सुदैवाने त्यांच्या तिन्ही बहिणींची लग्ने आधीच होऊन गेली होती.

"डोक्यावर ऊन तापू लागले की, आपली स्वतःची सावलीसुद्धा अंग चोरते. विपन्नता आली. सग्या-सोयऱ्यांनी पाठ फिरवली. सरस्वती अम्मा, म्हणजे लक्ष्मण्णांची आई तशी धीराची. तिने टुकीने घर सावरले. मुलींची लग्ने होऊन गेल्याने एकट्या लक्ष्मण्णांचीच काळजी होती. तिने लेकाला मॅट्रिकपर्यंत शिकवले. झिलपिलवार मास्तरांसारखा देवमाणूस मदतीला धावून आला. लक्ष्मण्णा जिल्हा परिषदेच्या प्राथमिक शाळेत मास्तर झाले.

"मात्र, मास्तरकी करणाऱ्या लक्ष्मण्णांना कधीच कोणी मास्तर किंवा सर म्हणून संबोधले नाही. शाळा वगळता ते कायम लक्ष्मण्णा सावकारच राहिले. पुढे त्यांचे लग्न झाले. चार मुलगे झाले. संसार वाढला. त्या काळच्या प्राथमिक शिक्षकाला कितीसा पगार असणार? दिवस कसे-बसे धकत होते. दारिद्र्य पाठ सोडायला तयार नव्हते. मुले कर्ती-सवरती झाली. याच्या-त्याच्या दुकानावर, पेढीवर नोकऱ्या करू लागली. मात्र, त्यांचा पैसा घरात येत नव्हता. अंगातले पिढीजात व्यापारी रक्त नोकरीत समाधानी नव्हते. भांडवल उभे करण्यासाठी ते पैसा बाजूला टाकत होते. मुलांनी आपसात विचार केला. निर्णय घेतला, गाव सोडायचा.

त्याशिवाय गती नाही, उत्कर्ष नाही. त्याच दरम्यान लक्ष्मण्णांची बायको दगावली. पोरांना बांधणारा एकमेव पाश होता. आता तोसुद्धा उरला नाही. व्यापार उद्योग न करता मास्तरकी करणाऱ्या बापाविषयी त्यांच्या मनात प्रेमादर नव्हता; होती ती अढीच. होती नव्हती ती पुंजी घेऊन मुले पांगली. एक मुलगा निझामाबादला, दुसरा नागपूरला, तिसरा चंद्रपूरला, तर चौथा निर्मलला निघून गेला.

"पाखरे उडून गेली. मोडकळीला आलेल्या वडिलोपार्जित घरात लक्ष्मण्णा एकाकीपणे दिवस कंठू लागले. वर्षभरात ते पेन्शनीत निघाले. त्या काळात प्राथमिक शिक्षकाला पेन्शन मिळत नसे. फंडाचे वगैरे पाच-सात हजार आले. तीच पुंजी त्यांनी गावातल्या काही व्यापाऱ्यांकडे गुंतवली. ते त्यांचे एकेकाळचे विद्यार्थीच. जुन्या ऋणानुबंधांची आठवण ठेवून ते आपल्या मास्तरांना एक टक्का व्याज जास्त देत. एकाकी मास्तरांची कशीबशी गुजराण होत राहिली.

"काही वर्षे अशीच गेली. लक्ष्मण्णांच्या चारही मुलांनी व्यापारात चांगलेच बस्तान बसवले. हस्ते परहस्ते त्यांच्या यशाच्या, उत्कर्षाच्या आणि भरभराटीच्या बातम्या कधीकधी कानांवर येत. गावातले काही व्यापारी त्यांच्याशी देण्या-घेण्याचे व्यवहार ठेवून होते. मात्र, एकालाही बापासाठी काही करण्याची, त्याला येऊन भेटण्याची कधी इच्छा होत नव्हती. इतक्या वर्षांत ना कोणी पाच-पन्नास रुपये पाठवले, ना साधे धोतराचे पान. त्यांनी परस्परच आपली लग्ने ठरवली, उरकली. एकाही लग्नात बापाने असावे, असे कोणाला वाटले नाही. लक्ष्मण्णाने कधी कोणाकडे चकार शब्द उच्चारला नाही.

"लक्ष्मण्णांच्या दुर्दैवाचे दशावतार अजून बाकी होते. चीनचे युद्ध झाले. मागोमाग मोठा दुष्काळ पडला. शेतमालाच्या व्यापारावर निर्यातबंदी, जिल्हाबंदी यांसारखे निर्बंध आले. व्यापारावर गदा आली. बाजारात मंदीची मोठी लाट आली. अनेक व्यापारी उठले. त्या वावटळीत लक्ष्मण्णांची गुंतवणूक बुडाली. विपन्नता नव्या जोमाने अंगावर आली. लक्ष्मण्णांनी घरात भाडेकरू ठेवण्याचा प्रयत्न केला; पण त्या भयाण, पडक्या अवलक्षणी घरात राहायला भाडेकरू कुठून येणार?

"सोने-चांदी आधीच गेले होते. आता तांब्या-पितळेच्या भांड्यांनी बाजारचा रस्ता धरला. मागोमाग फर्निचर गेले. त्यानंतर वाड्याच्या तुळया, मयाली, खांब, दरवाजे, खिडक्या एवढेच नाही, तर फाडे आणि विटा-माती विकून काही दिवस गेले. आता विकण्यासारखे हाताशी काहीच राहिले नाही. मुलांकडे जाऊन राहण्याचा लोक सल्ला देत; पण कोणत्या मुलाकडे जाणार? इतक्या वर्षांत ज्या पोरांना बापाची आठवण झाली नाही, त्यांच्या दारात आता लाचार बनून जायला त्यांच्या मानी मनास येत नव्हते.

"जावईबुवा, बहात्तर रोग परवडले; पण दारिद्र्याचा रोग परवडत नाही. पोटातली आग माणसाला कोणतेही पाप करायला भाग पाडते. पैशांसाठी प्रत्यक्ष पोटचे गोळे विकताना मी स्वतःच्या डोळ्यांनी पाहिले आहे. मग पोटाची आग शमवायला लक्ष्मण्णांनी भीक मागायला सुरुवात केली, यात नवल ते काय? पण ज्या गावात गरिबीत का होईना सन्मानाने आयुष्य काढले, त्याच गावात भीक मागणार कशी? दिवस उगवण्याच्या आधीच लक्ष्मण्णा बस स्टँडवर येत. समोर दिसेल त्या बसमध्ये चढून बसत. मग कधी पांढरकवडा, कधी उमरी, कधी आदिलाबाद, कधी पाटण, कधी करंजी, तर कधी घाटंजी किंवा नरसिंहाची अंजी अशा वेगवेगळ्या बस स्टँडवर जाऊन बसायचे. बहुधा सगळे कंडक्टर ओळखीचे असल्याने कोणी तिकीट मागत नसे. कोणी नवखा फारच नडला, तर दोघे-चौघे मिळून तिकीट काढून देत. मात्र, कधीकधी फारच कठीण दिवस निघे. एखादा हटवादी चक्क उतरवून देई. मग लटपटत्या हाताने काठीचा आधार घेत, थरथरते पाय ओढत ते घरी परत येत. अशा वेळी मात्र रामभाऊ मलकापूरकरला त्यांचा कळवळा येई. त्याची रसवंती चालू असेल तर त्यांच्या लोट्यात एक-दोन पेले रस पडे. ज्यांच्या पिढ्यान्‌पिढ्यांनी याचकांच्या झोळ्या भरल्या, त्यांना अशा विपन्नावस्थेतसुद्धा तोंड वेंगाडत लोकांपुढे हात पसरण्याचा धीर होत नसे. बस स्टँडवर एखाद्या कोपऱ्यात ते दीनवाणेपणे बसून राहत. कोणाच्या मनात देव उभा राहिला, तर रुपया-दोन रुपये पदरात पडत. कोणी ओळखणारा समोर आला तर कधीमधी वडा-पाव, उसळ-पाव, चहा-भजी आणि दैवाची साथ असली, तर राइस प्लेटसुद्धा खायला घाली; पण असा योग क्वचितच. कित्येक दिवस स्टँडवरच्या नळाच्या पाण्याचाच काय तो आधार असे. गावाकडे जाणारी शेवटची बस स्टँडला लागली की, ते मुकाट बसमध्ये बसत आणि गावी परत येत. गावातल्या गोत पंचायतीने पंचायतीच्या पैशातून एखाद्या खानावळीत वा हॉटेलात त्यांच्या एकवेळच्या जेवणाची सोय करण्याची तयारी केली. सुंभ जळून गेला असला, तरी अशाही परिस्थितीत त्याचा पीळ कायम होता. समाजाने गोळा केलेला फंड व्यापारात-धंद्यात किंवा मोठ्या आजारपणात तातडीची मदत उभी व्हावी या हेतूने देण्यासाठी, परतफेडीच्या अटीवर देण्यासाठी आहे. निष्क्रिय, निरुद्योगी माणसास देऊन तो परत न घेण्याचा अनिष्ट पायंडा पडू नये, म्हणून त्यांनी स्वतःच त्या प्रस्तावाला कडक विरोध केला आणि मदत नाकारली.

"दुर्दैव माणसाची सत्त्वपरीक्षा घेण्यासाठी उभे ठाकले, की कोणत्या टोकाला जाईल याचे वर्णन केवळ अशक्य. कमनशिबी माणसाला मरणसुद्धा लवकर येत नाही. लक्ष्मीच्या नादाने तेसुद्धा पाठ फिरवते. अशा लाजिरवाण्या परिस्थितीत लक्ष्मण्णा तब्बल बारा-चौदा वर्षे जगले.

“मी महाराजांच्या सेवेत येऊन काही महिनेच झाले असतील, तेव्हाचीच गोष्ट. उमरीच्या स्टँडवर त्यांना देशमुखांचा जयंता भेटला. दिल्लीला असतो. त्याने आपल्या जुन्या मास्तरांना ओळखले. चंद्रपूरला निघाला होता, तरी तेवढ्या घाईत त्याने हॉटेलवाल्याकडे पैसे देऊन, लक्ष्मण्णांना पोटभर खायला देण्यास सांगितले. कित्येक दिवसांनी लक्ष्मण्णा पोटभर जेवले. हॉटेलातून बाहेर पडले, तर वाटेत कोणाच्यातरी सामानाला अडखळून पडले. उचलण्यासाठी लोक धावले; पण तोपर्यंत सारे संपले होते. परमेश्वराने दया केली होती. लक्ष्मण्णांची प्राणज्योत विझली होती. उमरीमधले जातभाई भराभरा गोळा झाले. गावात फोन गेले. भराभरा गाड्या भरून माणसे उमरीला पोहोचली आणि लक्ष्मण्णांचे जीर्ण अचेतन कलेवर घेऊन गावात आली.

“कस्तुरवार सावकारांचा वाडा म्हणजे आता फक्त दोन भिंती उरल्या होत्या. त्यांनाच एक फाटकी गोणी बांधून लक्ष्मण्णा राहत. त्याच आडोशाखाली ते कलेवर ठेवले गेले. भराभरा समाजाचे पंच आणि गावातली प्रतिष्ठित मंडळी जमली. वर्गणी गोळा झाली; पण काही सुज्ञांनी विचार मांडला की, लक्ष्मण्णा सावकार म्हणजे कोणी बेवारस भिकारी नाही. त्यांची चार करती-सवरती संपन्न मुले आहेत. त्यांना फोन गेले आहेतच. एक रात्र वाट पाहावी. आले तर उत्तम; नाहीतर गावकरी आहेतच. योग्य असेल, तर लोकांना लगेच पटते. आता रात्रभर प्रेत राखत बसणे आले. अशा अडचणीच्या कामी वैद्य सरांचा नेहमीच पुढाकार असे. अशा वेळी ते जात-पात, गरीब-श्रीमंत काही भेद मानत नाहीत. साहजिकच तो जिम्मा त्यांनी खुशीने घेतला. आपल्या चार-सहा विद्यार्थ्यांना सोबत घेऊन दोन पेट्रोमॅक्सच्या उजेडात ते रात्रभर प्रेताजवळ बसून होते.

“सकाळचे आठ-साडेआठ झाले. हळूहळू प्रेताजवळ गावकरी जमायला सुरुवात झाली. पाच-सहा ॲम्बॅसडर गाड्या आणि सात-आठ जीप्स धुरळा उडवीत दाखल झाल्या. लक्ष्मण्णा सावकाराची परगावी गेलेली चारही पोरे आपल्या बायका-मुलांसह आणि गुमास्ते मुनीमांना सोबत घेऊन त्यातून उतरली. वैद्य सर आणि समाजाचे मुख्य पंच कामण्णा शेट्टीवार त्यांना सामोरे गेले. बहुधा त्यांची त्यांची ओळख असावी. हाताला धरून त्यांनी पोरांना प्रेताजवळ नेले. हुंदके देऊ देऊ आणि नाक शिंकरू शिंकरू चारही पोरे रडू लागली. कर्त्या पुरुषांना असे रडताना पाहून बायका-पोरे विरघळली. आयुष्यात पहिल्यांदाच पाहत असलेल्या सासऱ्यासाठी आणि आजासाठी गळा काढू काढू चढाओढीने रडायला सुरुवात झाली. रडतारडता पद्धतशीर तालासुरात तेलगूमध्ये बडबड सुरू होती. त्या गदारोळाचा मथितार्थ असा की, म्हाताऱ्याने कधी सेवा करण्याची संधी दिली नाही. पोरांनी स्वकष्टाने मिळवलेले वैभव पाहिले नाही, भोगले नाही.

हा कालवा सुरू असताना गावातून आयाबाया गोळा झाल्या. बायका-पोरांना पोटाशी, उराशी घेऊन शांत करण्याचा प्रयत्न करू लागल्या; पण त्यामुळे नव्या जोमाने रडारड सुरू झाली. त्यांचा शोक पाहून गडीमाणसांचेसुद्धा डोळे ओले झाले. आसपासच्या घरांमधून काही खाटा आणि काही चटया आल्या होत्या; त्यामुळे स्वस्थपणे बसून नीट मनाजोगते रडणे शक्य झाले. सर्वांत धाकट्या सुनेचा शोक बघवत नव्हता. ती आत्येघरी सून होती म्हणे. पुरेशा वातावरण निर्मितीची खात्री पटल्यावर थोरल्याने आवाज उंचावून चढ्या स्वरात आवाज दिला. कोलाहल शांत झाला. पुढच्या तजविजीची चर्चा सुरू झाली.

तेलगू हेल काढत; पण सर्वांना समजण्यासाठी म्हणून मराठीत किंचित आढ्यतेने थोरला म्हणाला, "अन्ना, काय झालं, कसं झालं विचारपूस करण्यात अर्थ नाही. व्हायचे ते होऊन गेले. म्हाताऱ्याने सेवेचा मौका दिला नाही. हरकत नाही. तुम्हा लोकांच्या कृपेने शेवटची सेवा करण्याची संधी मिळाली, हेच मोठे नशीब म्हणायचे आणि मनाची तसल्ली करून घ्यायची. या जनाप्पा शेठ कस्तुरवारच्या बापाचं मयत असं तसं आलतूफालतू असणार नाही. पुढच्या सात पिढ्या गावातले लोक आठवण ठेवतील."

त्याने डगल्याच्या खिशातून नोटांचे पुडके काढून वैद्य सरांच्या हातात ठेवले. ते पाहून बाकी तिघेसुद्धा पुढे सरसावले. एक प्रेमळ शाब्दिक चकमक झडली. त्याचा सारांश असा की, त्यांचासुद्धा आपल्या बापावर पूर्ण हक्क आहे. त्यांच्याच आशीर्वादाने त्यांना वैभव मिळाले आहे. केवळ थोरल्यानेच आपल्या संपत्तीचा तोरा दाखवण्याचे काही कारण नाही. भराभरा आणखी काही नोटांची पुडकी वैद्य सरांच्या हातात पडली. वर पुन्हा लागतील तेवढे मागून घेण्याची ताकीदसुद्धा मिळाली. मास्तरकी करणाऱ्या वैद्य सरांनी एवढे एकरकमी पैसे आयुष्यात प्रथमच पाहिले होते. बिचाऱ्यांच्या हातापायांना घाम फुटला.

"खर्च करायला हाताशी भरपूर पैसा आणि बुडाशी गाड्या असल्या की, धावपळ करायला लागतील तेवढी माणसं सटासटा उभी राहतात. निर्मलवाला सोबत जंगम घेऊनच आला होता. जंगमाने सूत्रे हातात घेतली. भराभरा सामानाच्या याद्या झाल्या. हे-ते आणायला माणसं रवाना झाली. दुप्पट मजुरी, जेवण आणि संध्याकाळची सोय एवढे सगळे कबूल केल्यावर दोनाच्या ठिकाणी चार मजूर उभे राहिले. जंगमाच्या देखरेखीखाली समाधीची जागा शोधून खोदाई सुरू झाली. हार, फुले, फटाके आणण्यासाठी दोन गाड्या आदिलाबादला रवाना झाल्या. भजनी पार्ट्या आणण्यासाठी एक गाडी वणीला आणि एक अंजीला गेली. गावातले डफडेवाले पुरे पडणार नाहीत असे वाटल्याने सुन्ना, कवठा ढोकी, अगदी पार कोद्दोरीला गाड्या पाठवून डफडेवाले आणवले गेले.

“ऊन चढायला सुरुवात झाली होती. बिनछपराच्या वाड्यात पाहुण्यांचा निभाव कसा लागणार? काही प्रतिष्ठित वैद्य सरांना पुढे करून देशपांड्यांच्या वाड्यावर पोहोचले. आता अशा प्रसंगी एवढ्या तालेवर पार्टीला नाही म्हणणे तरी कसे शक्य आहे? होस्टेलच्या चार खोल्या मिळून गेल्या; पण व्यवहार कोणाला सुटला आहे हो? निघतानिघता देशपांडे सहज बोलून गेले, ‘इतक्या वर्षांनंतर लक्ष्मण्णा सावकाराची पोरं स्वतःच्या गावात आली. बिचाऱ्यांवर केवढा घोर प्रसंग ओढवला आहे. आपण नाही तर कोण त्यांची सोय करणार? सर, त्यांना सांगा, दिवस-वार सगळे गावातच करा. आपण सारे आहोतच. लागेल ती सोय करू. आपलेच घर समजा. पंधरा-वीस दिवस होस्टेलवर राहिले तरी काही हरकत नाही, असा आमचा निरोप कळवा. सर, जमलं तर एक काम करा. तुम्हाला तर माहीत आहे होस्टेल किती गळते ते. जमलं तर पावसाआधी नवी कौले टाकून घ्यायचा विचार आहे. जमेल तसा खडा टाकून पाहा. होस्टेलवर लक्ष्मण्णा सावकाराच्या नावाची पाटी लावू. व्हाइट मार्बल आणि गोल्डन इंकमधली. बघा जमवा.’

“इकडे ही धावपळ सुरू असताना चाणाक्ष वैद्य सरांनी किलोभर एरंडाचे तेल देऊन तीन-चार तगड्या गड्यांना प्रेताला मालीश करण्याच्या कामाला बसवलं. चोवीस तास उलटून गेल्याने प्रेत चांगले कडक झाले होते. त्याला बसते करणे तर भाग होते. प्रत्येकी दोन-दोन पाव पक्का चिवडा, एक पाव कांदा भजी, आलूबोंडे आणि दोन पव्वे पोटात गेल्यावर गडी उत्साहाने कामाला लागले नसते तरच नवल. गंगाराम वाढयाला नवीन पालखी बनवण्याचा हुकूम आला. जुनी खिळे निघालेली डगाडगा हलणारी पालखी कस्तुरवारांना शोभत नव्हती. पालखी म्हणजे खुर्चीच असते साधी. फक्त ती उचलण्यासाठी दोन बाजूंना लांब दांडे असतात. रावण्णा म्हाली आधी घाबरत होता; पण दोन कुडव ज्वारी आणि दोन करकरीत गांधी हातात पडल्यावर आणि नवीन हत्यार घेऊन देण्याचं आश्वासन मिळाल्यावर, त्याचा धीर चेपला. कित्येक वर्षांनंतर लक्ष्मण्णा सावकाराची तुळतुळीत हजामत झाली.

“लक्ष्मण्णाच्या बहिणी आसपासच्या खेड्यांतच दिलेल्या होत्या. आता पार म्हाताऱ्या झाल्या असल्या, तरी त्या अद्याप होत्या. गेल्या दोन तपांत त्यांना कधी भावाची आठवण आली नव्हती. राखी असो वा पोळा, होळी असो वा दिवाळी त्यांनी कधी भावाची विचारपूस केली नव्हती. कारण माहेराहून चोळी-बांगडी तर सोडाच, पण बोटभर कुंकू आणि गोळाभर भाताची शाश्वती नव्हती. मात्र, भाऊ गमावल्याची आणि त्याच्या मयताच्या तयारीची बातमी कर्णोपकर्णी त्यांना समजली आणि त्यांचे बंधूप्रेम एकदम उफाळून आले. सुना, नातवंडे, लेकी-जावई सगळ्यांसह त्या भावाच्या अंत्यदर्शनासाठी आल्या. एक-दीड तासाचा त्यांच्या शोक प्रदर्शनाचा

साग्रसंगीत कार्यक्रम पार पडला.

"दुपारी तीन-साडेतीनपर्यंत सगळी जमवाजमव पूर्ण झाली. बिदागीला जागून भजनी मंडळींचे टाळ खुळखुळू लागले. गावोगावच्या डफडेवाल्यांमध्ये आपले कसब दाखवण्याची चढाओढ सुरू झाली. टाळ-मृदुंगाचा दणदणाट आणि डफड्यांचा तडतडाटाने वातावरण भरून गेले. अधूनमधून फटाके दणाणत होते ते वेगळेच. पाच-सहा बादल्या गरमागरम पाणी आणि भरपूर साऱ्या गुलाबपाण्याच्या बाटल्या वापरून लक्ष्मण्णांचे अभ्यंगस्नान झाले. चंदनी साबणाची अख्खी वडी झिजली, तेव्हा कुठे अंगावरची खट आणि पुट स्वच्छ झाली. गेली दोन तपे केवळ चिंध्या पांघरून राहणाऱ्या लक्ष्मण्णांच्या कलेवरावर मात्र उंची जरीकाठी बंगलोर सिल्कचे सोवळे आणि उपरणे चढले. डोईवर भरजरी पागोटे विराजमान झाले. भस्म, गंध-बुक्का वगैरेंचा यथास्थित मेकअप झाला. लग्नानंतर प्रथमच गळ्यात सुगंधी फुलांचे हार पडले. लक्ष्मण्णांच्या देहापेक्षा हारांचेच वजन जास्त झाले असावे. फ्लॅशचा चमचमाट उडाला. फोटोमागून फोटो निघाले. एकट्याचे, बायकोचा फोटो शेजारी ठेवून, प्रत्येक कुटुंबाबरोबर ग्रुप फोटो. शेवटी वैद्य सरांनी घाई केली म्हणून प्रकरण आटोपले. केळीचे खांब, आंब्याची तोरणे, बेला-फुलांच्या माळा वगैरे लावून पालखी सजली. टाळ-मृदुंग, डफडे, फटाके यांच्या दणदणाटात भली मोठी प्रेतयात्रा निघाली. काही जंगम भकाभका धुपाचा धूर सोडणारे परळ हाती घेऊन प्रेतासोबत चालू लागले. मागे भला मोठा जमाव. निघताना जरा उशीरच झाला; त्यामुळे ऐन वेळी धावपळ आणि गैरसोय नको, म्हणून व्यवहारदक्ष वैद्य सरांनी पंधरा-वीस गॅसबत्त्या सोबत चालवल्या होत्या. या अभूतपूर्व प्रेतयात्रेची खबर आसपासच्या खेड्यापाड्यांतून पसरल्याने झाडून सारे सगे-सोयरे, जातवाले तसेच सोय होण्याच्या आशेने रिकामटेकडे मोठ्या संख्येने जमले होते. एवढी मोठी मिरवणूक आजपर्यंत गावाने पाहिली नव्हती. लक्ष्मण्णांच्या पोरांनी शब्द खरे करून दाखवले. सात पिढ्या लक्षात राहील अशी भली मोठी प्रेतयात्रा बाजारातून मिरवत समाधीच्या ठिकाणी पोहोचली, तेव्हा सूर्य जेमतेम दिसत होता.

"जवळपास दोन तपे कधी उपाशी, तर कधी अर्धपोटी, तर कधी निव्वळ पाण्यावर दिवस कंठलेल्या लक्ष्मण्णांच्या तेराव्याला दोन हजार माणूस जेवले. आपल्याच भोयिणीचा नवरा बुंदा ठोकायला बसला होता. वीस कुडवाचा बुंदा ठोकून त्याच्या हाताला फोड आले. शेवटी त्याला झीट आली. त्यानंतर तीन-चार दिवस कडू घास काढण्याची अहमहमिका सुरू होती. शेवटी पाहुण्यांचा परत जाण्याचा दिवस उजाडला. निरोप द्यायला गोत पंचायत बसली. होस्टेल, शाळा, समाजाची कमिटी, माराई वगैरेची देवळं, महादेवाचे देऊळ वगैरेंना भरघोस देणग्या मिळाल्या. अर्थात लक्ष्मण्णा सावकारांच्या मोठ्या तसबिरी आणि त्यांच्या नावाच्या संगमरवरी

पाट्या लावण्याच्या बोलीवर.

"चारही मुलांनी गोत पंचायतीला बजावून सांगितले. खर्चाची फिकीर करायची नाही; पण लक्ष्मण्णा सावकारांची अशी संगमरवरी समाधी बांधायची की, आसपास पाच-पन्नास कोसांत तशी समाधी कोणी बांधली नसेल. पुढाऱ्यांनी माना डोलवल्या. वर्षश्राद्धाच्या आत समाधी उभी करण्याचा संकल्प झाला. कामण्णा सावकारांच्या हातात इसाऱ्याची मोठी रक्कम पडली.

"त्यानंतर महिना उलटण्याच्या आत कामण्णा सावकारांच्या अंगणात राजस्थानातून आलेल्या कारागिरांची एक टोळी उतरली. दुसऱ्याच दिवशी संगमरवराने भरलेला ट्रक दाखल झाला. माराईच्या देवळाच्या मागे एक छपरी उठली. त्यात कारागिरांची ठाकठोक सुरू झाली. पावसाळाभर त्यांचे खांब, कमानी, जाळ्या नक्षीदार तक्ते बनवण्याचे काम सुरू होते. पोरेसोरे गर्दी करत, त्यांना हाकलण्याचे निमित्त करून मोठी माणसे तेथे घुटमळून जात. पावसाळा संपताच समाधीचे बांधकाम सुरू झाले. शिमग्याच्या दरम्यान आता तुम्ही पाहिलीत ती समाधी उभी राहिली. आता कोणी तिची बूज राखत नाही म्हणून जरा झाकोळली आहे; पण जेव्हा तयार झाली तेव्हा नजर ठरत नव्हती.

"वर्षश्राद्धालाही मोठा धडाका उडाला. भोई वेटाळ, पेरकी वेटाळ, तेलंगी वेटाळ, वड्डर वेटाळ, इंदिरानगर, आंबेडकरनगर अशा झाडून साऱ्या वस्त्यांमधून साड्या, धोतरे, चादरी, भांडी वाटली गेली. तेव्हा गावाची वस्ती होती तीन-चार हजार; पण माणसं जेवली आठ हजार. गावातल्या प्रतिष्ठितांसाठी वेगळा स्वयंपाक होता. खास जिलेबी आणि आलूभाताचा जंगी बेत होता त्यांच्यासाठी. मंथनचा सगळ्यात महागडा रामकृष्णय्या स्वयंपाकी होता. मग काय पाहावं लागते म्हणा! जंगमांना, ब्राह्मणांना भरघोस दक्षिणा आणि दाने मिळाली. भरल्या पोटाने, तृप्त मनाने लोकांनी लक्ष्मण्णा सावकाराला तोंड भरभरून दुवा दिले. पडक्या घरात दिवस कंठणाऱ्या लक्ष्मण्णांच्या कलेवरावर संगमरवरी समाधी चढली. त्यांच्या पोरांच्या दातृत्वाची वाखाणणी झाली. पितृभक्तीची नावाजणी झाली."

भाऊचे कथन संपले. सगळे मुकाट बसून राहिले. मी सावकाश उठलो. एक शब्द न बोलता खोलीत निघून गेलो. रात्रभर डोळ्यांसमोर ती संगमरवरी समाधी आणि तिच्या सावलीत बसलेला दीनवाणा, चिंध्या पांघरलेला, भुकेकंगाल लक्ष्मण्णा सावकार कस्तुरवार दिसत राहिला.

पुढचा सारा आठवडा मांडवपरतणीच्या धामधुमीत, याच्या त्याच्या घरी फराळाला जाण्यात आणि वावरात हुर्डा-पार्ट्या करण्यातच गेला. लक्ष्मण्णा सावकाराचा विषय डोक्यातून निघून गेला. नागपूरला परत जाण्यासाठी भल्या सकाळी स्टँडवर आलो. अनायासे लक्ष नदीकडे गेले. उगवत्या सूर्याच्या कोवळ्या उन्हात ती समाधी

झळाळून उठली होती. बस यायला वेळ होता म्हणून आम्ही अर्बन बँकेच्या ओट्यावर टेकलो होतो. मात्र, ती समाधी सारखे माझे लक्ष वेधून घेत होती. अचानक मनात एक ऊर्मी आली. बँकेच्या समोरच्या चाफ्याची आणि पारिजातकाची फुले वेचून घेऊन कोणाशी काही न बोलता मी तडक निघालो. समाधीवरील शिवलिंगावर ती पुष्पांजली वाहिली आणि 'नशीबवान' लक्ष्मण्णा सावकाराला मनोमन नमस्कार केला.

आजसुद्धा कोणी ज्योतिषी भविष्यात मिळणाऱ्या वैभवाचे पोवाडे गाऊ लागला की, मला ती सुंदर कोवळ्या सूर्यकिरणांत झळाळणारी संगमरवरी समाधी आठवते.

(टीप : सदर कथा संपूर्ण काल्पनिक आहे. कोणा व्यक्तीशी वा प्रसंगाशी साम्य आढळल्यास तो केवळ एक योगायोग आहे.)

(१० ऑक्टोबर, २०११)

◆

से लि ब्रे श न

स्वाती चांदोरकर

निसर्गाने दिलेला आनंद आणि निसर्गानेच दिलेलं संकट, नक्की महत्त्वाचं काय? खरं तर काहीच नाही.

'निसर्ग' एकमेव महत्त्वाचा.

या निसर्गाच्या साक्षीने पृथ्वीवर अखंड न संपणारं नाटक चालू आहे. ह्या नाटकाच्या रंगभूमीवर वावरणारा प्रत्येकजण कलाकार आहे. ह्या कलाकारांच्या वेगवेगळ्या भूमिका म्हणजे माणसांच्या वृत्ति आणि प्रवृत्ति.

प्रत्येक कलाकार प्रत्येक वृत्तीची भूमिका निभावतो.

त्या वृत्तींच्याच ह्या गोष्टी.

त्या कुणा एखाद्या व्यक्तीवर नाहीत.

वृत्ती परिचयाच्या असतात,

म्हणून गोष्टी आपल्याशा वाटतात.

ह्या रंगभूमीवर प्रत्येक कलाकार निसर्गाने दिलेल्या संकटातून बाहेर पडून आनंदाच्या शोधात

दिवस-रात्र फिरत असतो.

आनंद नाही गवसला तर नैराश्य आणि गवसलाच तर त्या तेवढ्या काळापुरतं 'सेलिब्रेशन.'